శీతాచలమునఁ బ్రతిగృహమునందును బ్రసిద్ధము లనుట యొకవింత సంగతికాదు.

జక్కన విద్వత్కవిచంద్రుఁడు. ఈతనికవిత్వ మతిప్రౌఢముగనుండును సంస్కృతాంధ్రపదములను సమానముగ వాడియున్నాఁడు. ఒక్కొక్కచోట గంభీరార్థప్రతిపాదకము లగుసంస్కృతపదములను, ఒక్కొక్కతావున ముద్దులు గులుకు తెనుఁగుపదములను వెదఁజల్లియున్నాఁడు. పద్యము తుదముట్టఁ జదివి వ్యర్థ మిం దేదియైననుండునా యని వెదకినను దొరకదు. ఒక్కపదమును దీసివైచినఁ బద్యమంతయుఁ బాడగునేమో యను పెనుభీతి సరసమతులకుఁ గలుగక పోదు. పదలాలిత్యము, అర్థగాంభీర్యము గలిగి పద్యములన్నియు నిక్షుదండములంబోలి రసాలవాలము లై క్రాలుచున్నవి. ఎట్టిమూర్ఖుని చిత్తమునైన నొక్కనిముసమున సవరింపఁజాలునీతు లొక్కొక్కతావునఁ గ్రిక్కిఱిసియున్నవి. శృంగారమును శ్రుతిహితముగ వర్ణించుటలో నీతఁడు తిక్కయజ్వతోఁ సరిసేయఁ దగువాఁ డని త్రికరణశుద్ధిగాఁ జెప్పవచ్చును. ఒక్కొక్కస్థలమున స్వభావవర్ణనము హృదయంగమముగ నుండి కవి విమలమనీషావిశేషమును లోకానుభవమును వెల్లడించును. అతిశయోక్తి వర్ణనముంగూడ వెగటుగనుండక మనస్తోషజనకముగ నుండు నని చెప్పుటకు వెనుకంజ వేయవలసినపనియే లేదు.

చిన్నిపదమును బెట్టి యెంతయో యర్థము నిమిడించు శక్తి యాతని కుగ్గుతోఁ గలిపిపెట్టి నట్లున్నది. మొత్తముమీఁద నీజక్కన కవిత్వము సలక్షణమై సరసజనహృదయంగమమై కథానాయకునిమహిమవలె శ్లాఘాపాత్రముగ నున్నదని చెప్పుట కెవరును సందియ మొందరు.

ఇంక నీతని శైలిఁ దెలుపుటకై కొన్నిపద్యము లుదహరింపఁబడు. ఇక్కవితల్లజునకు సంస్కృతాంధ్రములయం దసమానపాండిత్యము గల దని ముందే వ్రాసియుంటిమి. దాని క్రిందిపద్యములు దృష్టాంతములు.

సీ. శీలవతీనిత్యశృంగారరేఖావ, సాంతరక్రీడావసంతుఁడగుచు
మంజులతరరాగమంజరీవక్షోజ, మంజరీమధుపకుమారుఁడగుచు

సుమతి సీమంతినీ కమనీయశశికాంత, పాంచాలికాశీతభానుఁడగుచు
మదనరేఖావధూమానసాంతరరాజ, హంసావతంస విహారుఁడగుచు
వరుస దక్షిణనాయకత్వమున మించి, యొక్క తెఱఁగున ననురాగ మొందఁజేసి
యుచితరతిరాజ లీలల నోలలార్చెఁ, జంద్రగుప్తమహీతలచక్రవర్తి.

౧ ఆ. ౧౬౩ ప.

మ. జవసత్త్వ ప్రభవప్రభావభరితా, జానేయవాహంబులన్
శ్రవణోత్సారితచంచరీకమదచం, చ ద్వారణవ్రాతమున్
నవరత్నాభరణవ్రజంబు నయనా, నందావహం దాతులన్
నవశస్త్రావళులన్ వధూవరులకున్, వైదర్భుఁడిచ్చెందగన్. ౪ ఆ. ౧౯౦ ప.

జాబిల్లి వెలుంగుఁబోలె హృదయానందసంధాయకము లగు నాంధ్రపదంబులఁ గూర్చు నేర్పు జక్కనకవికిఁ గల దని యీక్రిందిపద్యములు సాక్ష్యమిచ్చును.

చ. పదముల తొట్రుపా టొదవఁ బ్రాణసఖీజనభాషణంబులన్
మదిఁ దమకంబు లజ్జయునుమచ్చరికింప వణంకుమేనితో
మదవతి మందమందగతిమార్దవ మొప్పఁగ వచ్చెఁ బైపయిం
బొదలుచునున్న రాగరసపూరముతో నెదిరించు కైవడిన్. ౪ ఆ. ౨౧౬ ప.

సీ. వెన్నెలఁజరియిడ్డ వెండితీఁగెలఁబోలు, యజ్ఞోపవీతంబు లఱుత నమరఁ
గన్నె చెంగల్వపూవన్నె మించినచీర, కావిదోవతిగట్టు కటిఁ దలిర్ప
వెలిదమ్మివిరిమీఁది యెలదేఁటిగతిగంగ, మట్టిపై వేలిమి బొట్టుదనర
నీలకందుకముపై గీలించుముత్యాల, విధమున సిగఁ గమ్మవిరులు మెఱయ
లలితనవయౌవనారంభకలిత మైన, మేనిమెఱుఁగులు మెఱుఁగుల మెఱుఁగుఁ దెగడఁ
జంద్రధరుకృప బ్రహ్మవర్చసము గన్న, మారుఁ డన నొప్పు విప్రకుమారుఁ గాంచె.

౭ ఆ. ౧౪౩ ప.

సీ. చెక్కులందు నివాళి సేయు లేనగవులు, తాటంకరుచికొల్ల కోటుసేయ
జిగిదగద్ధగ యను బిగువుఁజన్నులమీఁదఁ, గ్రొమ్మించుసరులు త్రో ద్రోపులాడ
నంటినఁ గందు నో యనుమేనినునుఁగాంతి, యిరుగెలంకులకు నుప్పరము దాఁటఁ
దొంగలిఱెప్పలఁ దూరదుంకనలాడు సోలుఁజూపులు మరుమేలుకొల్పఁ
బట్టుగవుసెనదీసిన భావభవుని, పసిఁడివిలుకమ్మి యో నాఁగ ముసుఁగు దిగిచి
పఱపుమీఁదను గూర్చుండఁబడి కళావ, తీశిరోమణి యారాజు దిక్కుచూచి.

౮ ఆ. ౧౦౧ ప.

భాగవతమునఁ బోతనామాత్యు సత్కవివలె నీసత్కవియు నంత్యప్రాసము లుంచి పెక్కుతావుల వర్ణించియున్నాఁడు.

శా. చండస్ఫూర్తి వటుండు గాంచె బహుధా జల్పన్నిశాటంబు న
ద్దండాహూతమునీభ్యబిభ్యదమృతాంధస్సిద్ధకూటంబు వే
దండాశ్వధ్వజినీకవాటము మహోద్యద్ధూమసంఛన్నమా
ర్తండస్యందనఘోటముం బలిముఖాంతర్వేదికావాటమున్.
భాగ. అ ౮. స్కం. ౫౩౧. ప.

ఉ. లోలతఁ గాంచె నాసుగుణలోలుఁడు చారుశిలాగళర్ఝరీ
జాలతటీప్రవాళఘనసత్తరువాటముఁ బార్శ్వతుంగభ
ద్రాలహరీవినోదవిహరజ్జలశీకరనిర్గతక్రమో
ద్వేలహరప్రణామమతిదీపితకూటము హేమకూటమున్. విక్ర. ౨ఆ. ౨౧౮ ప.

ఉ. శ్రీలలితుండు దానగుణశీలిపురందరుఁ డంతగాంచె శ్రీ
శైలము రుగ్జరామరణసంక్షయకారి ఫలౌషధీలతా
జాలము సార్వకాలికవసంతనితాంతలతాంతవిస్ఫుర
త్సాలము సానుసంగతలసన్మణిదీప్తదిగంతరాళమున్. విక్ర. ౨ఆ. ౧౯౮ప.

ఉ. ముందటఁ గాంచె నాశుభసముజ్జ్వలమూర్తి పురందరుండు ని
ష్యందకృపాతరంగము బిళంగకపర్దసురంగముం విని
ష్యందిత భక్తలోకహృదపాంగము సుందరరత్నకందరా
మందిర మల్లికార్జునస హాహ్వాయజృంభిత సిద్ధలింగమున్. విక్ర. ౨ఆ. ౨౦౦ ప.

ఉ. ఇక్షుధనుర్వ్యపక్షుని రక్షిందుకృతాక్షుని సర్వదేవతా
ధ్యక్షుని నాదిభిక్షుని హతప్రతిపక్షుఁ గృతాంతదంతిహ
ర్యక్షు మహాముముక్షు శరణాగత రక్షణదక్షు శ్రీవిరూ
పాక్షుని నానతేంద్రకమలాక్షునిఁ గాంచెఁ గృపాకటాక్షునిన్. విక్ర. ౨ ఆ. ౨౨౦ప.

శృంగారరసమును శ్రుతిహితముగ వర్ణించుటలో జక్కనకు మంచి పాండిత్యముగలదు. ఆవిషయము నీక్రిందిపద్యములే సహస్రముఖముల ఘోషించుచున్నవి.

సీ. భామినీమణిమధ్యభాగంబు కృశ మని, కటితటంబున నిల్పె గౌరవంబు
దోయ్యాలివలిచన్ను దోయి కర్కశ మని, యడుగుల మార్దవం బలవరించె
గమలలోచనకుంతలములు వక్రము లని, తనువల్లికకుఁ జక్కఁదన మొసంగెఁ
బూఁడీఁగఁబోఁడిచూపులు చంచలము లని, మెలపు నెన్నడపున మేళవించె
నబలనఖములు క్రూరంబు లని తలంచి, సౌమనస్యంబుగుణమున సంతరించె
నీరజాసనుఁ డెంతవు నేరఁ డనుచు, జగము గొనియాడ నొప్పు నా చిగురుఁబోఁడి.
౮ ఆ ౧౭ ప.

తే. తమ్ములాకొమ్మనెమ్మోము తమ్ములనఁగ, బింబమాయింతి నెమ్మోవి బింబమనఁగ
జాతియానాతిలేనవ్వుజాతియనఁగ, రామ యొప్పారు లోకాభిరామ యగుచు.

౪ ఆ ౧౮ ప.

ఉ. కన్నులుగండుమీలుఁ దొలకారుమెఱుంగులుఁ గామబాణముల్
చన్నులు కుంభికుంభములు సంపెఁగబంతులుఁ జక్రవాకముల్
ప్రన్ననిమేను పుష్పలత, పైఁడిసలాక ప్రసూనసాయకం
బన్నలినాక్షిఁ జూసి విరహవ్యథ నొంటిఁ జరింప వచ్చునే. ౩ ఆ ౪౯ పం.

అతిశయోక్తివర్ణనము కవులకు స్వభావసిద్ధమైన నందునంగూడ నీకవి యుక్తియుక్తముగఁ జెప్పఁగలశక్తి గలవాఁ డని యీక్రిందిపద్యము చాటుచున్నది.

సీ. పాలమున్నీటిలోఁ బవ్వళించినయట్టి, నీలవర్ణుఁడు నిద్ర మేలుకొనియె
వెగడొందిరవి తేరి నొగలఁగట్టినయట్టి, వాహంబు లణకలు వైచుకొనియె
నదరిపాటునబిట్టు బెదరి పర్వతపుత్త్రి, కందర్పదమనునిఁ గౌఁగిలించెఁ
బన్నగంబులకెల్ల భయముమిక్కుటముగాఁ, బాతాళలోకంబు బమ్మరిల్లెఁ
గమలజుని వేదపఠనంబు కవలువోయె, నద్రులెల్లను నచలత్వ మపనయించె
దిగ్గజంబులు జిఱజిఱ దిరిగి మ్రొగ్గె, వారిరాసులు పిండిరి వంకులయ్యె. ౪ ఆ ౭౦.

స్వభావోక్తి వర్ణనమునం దీకవిచమత్కృతి యీపద్యమువలనఁ దేటపడును.

ఉ. వలభుజమ్ముం గపోలమును వంచిమలంచినమోములజ్జయున్
లలితకటాక్షముం బ్రియవిలాసముఁ జిత్తముఁ జిత్తజాతుఁడుం
దలఁపులుఁ గోర్కులుం బెరయఁ దద్దయునొప్పె విహారశయ్యపై
విలసితలీల బాల బొటవ్రేల నిలాతలమున్ లిఖించుచున్. ౪ ఆ ౨౨౦ పద్యము.

సామెతలు జక్కనకవిత్వమునుండియే పుట్టిన వని చెప్పునట్టి పద్యములు.

క. తనయొడలం గల నెత్తురు, ధనహీనుని విడిచిపోవు దారాదిసుహృ
జ్జనములు విడుచుట యరుదే, మనుపీనుఁగు నిర్ధనుండు మదిఁ బరికింపన్. ౨ ఆ. ౧౬౨

క. సిరియును నాయువుఁ గడు న, స్థిరములు జముఁ డదయుఁ డిది మదిం దెలిసియుఁ జే
యరుధర్మము "ధర్మస్య, త్వరితాగతి"యను పురాణ వచనము వినరే. ౨ ఆ. ౧౮౭వ.

గీ. ఎందు "గుడి మ్రింగువారికి నంది పిండి, వడియ" మనుపల్కెఱుంగరే పుడమిలోన

౨ ఆ, ౨౩౮ ప,

క. జాతులు నాతులకెందుఁ, నీతములే కన్కిఁ "గామినీ లోకానాం
జాతిః ప్రకల్పితా" యను, నీతిపురాతనమె కాక నేటిదెయగయన్. ౩ ఆ. ౧౮ ప.

క. ఏమియుఁ గానఁడు పతికాం, తామగ్నుఁడు గానఁ గార్యతతి యొట్టిదియా
"కామాంధోపినపశ్యతి" నామును వినఁబడినపలుకు నైజము కాదే. 3 ఆ. ౭౮ ప.

ఇట్టి వింక నెన్ని యోఁగలవు. వాని నన్నింటిని జేర్చిన నతివిస్తరమగు నని వదలితిని, పాఠకులాయా సందర్భముల సమ్యో చమత్కారములం గని సంతసింతురు గాత మని యీవిషయము నింతతో విరమించుచున్నాను. శ్రీ. శ్రీ. శ్రీ.

రాయలఁబోలువారు కవిరాయలనెల్లరఁ గారవించి యా
దాయము సేయుగ్రంథసముదాయము దైన్యము నొందఁ గాంచి "యా
హా! యని, ముద్రణాదులుగదా! యిఁకది"క్కనివావిశాబ్ధిప్రా
లేయకరుంకు ముద్రణబలిష్ఠత నెంతయు జూపి కబ్బముల్
సేయు కవీశ్వరోత్తముల చిన్నెలువన్నెలు దేశకాలముల్
బాయక పీఠికాముఖము లందగ నద్దమురీతిఁ దెల్పుచున్
"వ్రాయవె? దీనికావిత"మ నంగను వ్రాయఁగ నొప్పితీవిధిన్.

ఇట్లు
విన్నవించువిధేయుఁడు,
బొబ్బిలి. బులుసు. సీతారామశాస్త్రి.

శ్రీరస్తు.

విక్రమార్కచరిత్రము.

శ్రీగౌరీకుచనీలమౌక్తికమణిశ్రేణీవిభూషాఘృణి
ప్రాగల్భ్యంబున కృష్ణపాండురతనుప్రౌఢిం బ్రతిష్ఠింపఁ జే
జోగణ్యుండయి యొప్పు శ్రీహరిహరేశుం డెప్డు రక్షించు వి
ద్యాగంభీరుని జన్నమంత్రి సుతు సిద్ధామాత్యచూడామణిన్. 1

చ. కనకనగంబు బొమ్మరముగా భుజగేంద్రుఁడు జాలెగా నమ
ర్చిన గిరిపుత్రి గాంచి యివి రెండును దేవధనంబు లన్న స
జ్జననిహితోపదేశమున సన్మతి వానిఁ బునఃప్రతిష్ఠచే
సినగణనాయకుండు కృప సేయుత సిద్ధనమంత్రికోరికల్. 2

ఉ. ఆనతులై నుతించు చతురాననముఖ్యులకోర్కి దీర్పఁ బం
చాననదివ్యమూర్తికి షడాననుఁడై జనియించి యా సహ
స్రాననుసంస్తవంబులకు నందనిశక్తిధరుండు సానుకం
పాననుఁడై నృపేంద్రసచివాగ్రణిసిద్ధనఁ గాచుఁగావుతన్. 3

చ. హరిహరసంగమంబున మహాద్భుతభంగిఁ జరించి చేతులం
బరశుపినాకఖడ్గఫణిపాశకపాలవరత్రిశూలముల్
కరమనురక్తిఁ బూని నుతిఁ గాంచిన బెల్లముకొండభైరవుం
డురుమహిమాధ్యుఁ జేయు సుగుణోన్నతు జన్నయసిద్ధధీమణిన్. 4

ఉ. రాజు సహోదరుండు, రతిరాజు తనూజుఁడు, తండ్రి వాహినీ
రాజు [1]వరుండు లోకములరాజుగ రాజితలీల నొప్పునా

---

1. వరుండు=భర్తయగు విష్ణువు.

రాజమరాళయాన సిరి, రాజ్యరమారమణీయుఁ జేయుతన్
రాజనుతప్రతాపగుణరమ్యుని జన్నయసిద్ధధీమణిన్. 5

క. క్షీరామృతశశిశారద, నీరదనీహారహారనిర్మలశోభా
గౌరవకళావిశారద, శారద సతతంబుఁ బ్రోచు జన్నయసిద్ధున్. 6

చ. హరిహరనీరజాసనసుఖావహమై నిమిషార్ధమాత్రలో
నిరువదిరెండునూఱులకు నెక్కుడు నిర్వదియోజనంబు లే
యరదము లీలవోలెఁ జను నంబరవీథి ననారతంబు నా
నురథము సన్మనోరథము చొప్పడ నీవుత సిద్ధమంత్రికిన్. 7

సీ. మకరందనిష్యందమందారమాలిక కబరీభరంబున సొంపుమీఱ
రమణీయమౌక్తికరత్నహారంబులు కుచకుంభములమీఁదఁ గొమరుమిగులఁ
గాంచనాంచలదివ్యకౌశేయచేలంబు ఘనకటీతటమునఁ గరము మెఱయ
ఘనసారకాశ్మీరగంధసారోదారమృగమదపంకంబు మెయిఁ దనర్ప
మఱియు బహువిధశృంగారమహిమ మించి, హాటకోన్నతదివ్యసింహాసనమునఁ
దేజరిల్లెడుపార్వతీదేవి కరుణ, మంత్రిజన్నయసిద్ధుని మనుచుఁగాత. 8

చ. అచిరములైనయన్యరుచు లన్నియు నావలఁ బోవఁద్రోచి వా
జ్ఞచయమనోహరం బయిన నేర్పు త్రికాలముఁ బ్రస్తుతింపఁగా
సుచరిత రామసంస్తవనసూక్తిసుధారస మాను నెవ్వఁ డా
ప్రచురకవిత్వతత్త్వనిధి భక్తి భజించెదఁ బుట్టపుట్టువున్. 9

ఉ. ఆది ననంతసంఖ్యఁ దనరారుచు నేరికగమ్యమైనయా
వేదము నెల్ల విప్రులుఁ బ్రవీణతతోఁ బఠియించునట్లుగా
శ్రీ దనరార నాలుగుగఁ జేసినపుణ్యుఁ బరాశరాత్మజున్
మోదముతో నుతింతు మునిముఖ్యుని నేకముఖాబ్జసంభవున్. 10

సీ. శ్రీహర్షు శివభద్రుఁ జిత్తపు శివదాసు సౌమిల్లిని సుబంధు సార్వభౌము
కర్ణామృతకవీంద్రుఁ గామందకుఁ గళింగుఁ గవిరాక్షసుని భాసుఁ గాళిదాసు
మల్హణు బిల్హణు మాఘు మయూరుని వామను వరరుచి హేమచంద్రు
భవభూతి భారవి భట్టనారాయణు భట్టిగోపాలకుఁ బ్రవరసేను
రాజశేఖరు హర్షు మురారిఁ జోరు, వరగుణునిదండి నాశాతవాహనుని వి
నాయకుని జయదేవుదిఙ్నాగు భద్రు, హరిని భామహుఁ గవిరాజు నాత్మ దలఁచి.

ఉ. వేయివిధంబులందుఁ బదివేవురు పెద్దలు సత్ప్రబంధముల్
వ్రాయక చెప్పి రిట్లు రసబంధురవాగ్విభవాభిరామతా

రేయులు శబ్దశాసనవరేణ్యులు నాఁగఁ బ్రశస్తికెక్కి రే
యేయెడ నన్నపార్యగతి నిద్ధర నట్టిమహాత్ముఁ గొల్చెదన్. 12

చ. పనుపడి భారతాఖ్య గలపంచమవేదము నాంధ్రభాష సు
స్థిరత రచించుచోఁ గృతిపతిత్వముఁ గోరి ప్రసన్నుఁడై నయా
హరిహరనాథుచేఁ బడసి నవ్యయసౌఖ్యపదంబు నెవ్వఁ డా
పురుషవరేణ్యుఁ దిక్కకవిఁ బూని నుతింతుఁ గృతాధ్వరోత్సవున్. 13

ఉ. ఈత్రయిఁ దాఁ బ్రబంధపరమేశ్వరుఁడై విరచించె శబ్దవై
చిత్రి నరణ్యపర్వము నశేషము శ్రీనరసింహరామచా
రిత్రములన్ బుధవ్రజగరిష్ఠత నెఱ్ఱయశంభుదాసుఁ డా
చిత్రకవిత్వవాగ్విభవజృంభితుఁ గొల్చెద భక్తియుక్తితోన్. 14

మ. సవశబ్దార్థరసానుబంధపదవిన్యాసక్రియాభావగౌ
రవపాకధ్వనిరీతిశయ్యలఁ గవీంద్రశ్రేణి కావ్యాళిఁ జె
ప్ప వృథామత్సరమూని దుష్కవులుఁ జెప్పంజూతు రట్లైకదా
శివుడుం దాండవమాడ నాడవె పిశాచీభూతబేతాళముల్. 15

మ. నవనానారసభాస్వరార్థపదవిన్యాసక్రియాలంక్రియా
శ్రవణానందకథాసుధామయమహాసారస్వతాంభోధిలో
నవలీలన్ విహరించుతజ్ఞులు గతాహంకారులై యుండఁగాఁ
గవితాప్రౌఢిమ లేనియజ్ఞులు వృథా గర్వాంధులై లౌదురో. 16

క. ప్రతిపద్యముఁ జోద్యముగాఁ, గృతిఁ జెప్పిన నొప్పుఁగాక కృతి నొకపద్యం
బతిమూఢుఁడైనఁ జిత్రతఁ, బ్రతిపాదింపఁడె ఘుణాక్షరన్యాయమునన్. 17

వ. అని యిట్లిష్టదేవతాప్రార్థనంబును శిష్టకవిజనకీర్తనంబును దుష్టకవినిరసనంబునుం జేసి
యపూర్వకథాబంధురప్రబంధరచనాకౌతుకుండనై యుండునంత. 18

సీ. నవరసోజ్జ్వలకావ్యనాటకాలంకార [1]నికషోపలవివేకసుకవివరులు
శ్రీమహాభారతరామాయణాదిపురాణపారీణపౌరాణికులును
వేదాంతవైశేషికాదిషడ్దర్శనతర్కకర్కశులైన తార్కికులును
దత్తిలభరతమతంగకోహళమత ప్రముఖసంగీతపారంగతులును
మహిమఁ గొలువంగ నాస్థానమండపమున, జనితసాహిత్య[2]సౌహిత్యసరసగోష్ఠిఁ
జిత్త మిగురొత్త జన్నయసిద్ధమంత్రి, కొలువుగూర్చుండి నను వేడ్కఁ బిలువఁబంచి.

1 నికషోపలము=సాన. 2 సౌహిత్య=తృప్తి.

సీ, మా. సంస్కృతప్రాకృతశౌరసేన్యాదుల ఘుటికలో నొకశతకంబుఁ జెప్పఁ
బ్రహసనప్రకరణభాణాదిబహువిధరూపకంబులయందు రూఢి మెఱయఁ
జక్రచతుర్భద్రచతురుత్తరాధికక్షుద్రకావ్యములు పెక్కులు రచింప
నాంధ్రకవిత్వంబునందుఁ బ్రబంధంబు మేలుగాఁ దజ్జ్ఞులు మెచ్చఁ జెప్ప
నిమ్ముల నేరీతి నేధాతువుల నేమిరసమున నైన వర్ణనము సేయ
సరి యేకసంధాద్విసంధాత్రిసంధలఁ దొడరినఁ బోరిబోరిఁ గడవఁ జదువ
నెవ్వఁ జేయవధాన మెఱుఁగ నయ్యవధానమున వాని కించుక ముల్లుసూప
వృత్తకందముఁ గందవృత్తంబునుం జతుష్కందంబు మొదలుగాఁ గలుగుగర్భ
కావ్యవర్గముఁ జెప్పఁగాఁ బ్రబంధంబులు, గ్రొత్తలు పుట్టించుకొని లిఖింపఁ
గా; నక్షరచ్యుతకంబు మాత్రాచ్యుతకంబు బంధచ్యుతకంబు నామ
గోప్యంబులుం గ్రియాగోప్యంబులును భావగోప్యంబులును జెప్ప గోష్ఠియందుఁ
బద్యంబు గీతికార్భటి నొగిఁ జదవంగ నెల్లవిద్యల[1]సంచు లెఱుఁగ నేర్తు
ననుచునెల్లారిలిరుకాళమనుజవిభుని, సమ్ముఖమ్మున సాహిత్యసరణి మెఱసి
మహిమ గాంచినపెద్దయామాత్యసుకవి, మనుమఁడవునీవు నీవంశమహిమయొప్ప. 20

క. [2]ఆఁడఁడు మయూరరేఖను, గాఁడం బాఱఁడు బాణగతి మన మెరియన్
బ్రోడగు పెద్దయయన్నయ, మాడకు మాడెత్త యతనిమాటలు జగతిన్. 21

క. అని మీతండ్రిమహత్త్వము, జనవినుతరసప్రసంగసంగతకవితా
ఘనతేజులు కవిరాజులు, గొనియాడుదు రఖిలరాజకుంజరసభలన్. 22

క. చక్కన నీవైదుష్యము, చక్కన నీకావ్యరచనచాతుర్యంబుల్
చక్కన నీవాగ్వైఖరి, చక్కన నీవంశమహిమ జక్కనసుకవీ. 23

క. స్వాభావికనవకవితా, ప్రాభవముల నుభయభాషఁ బ్రౌఢిమఁ జెప్పన్
భూభువనంబున సరి లే, రాభారతి నీవుఁ జక్క నన్నయజక్కా. 24

వ. అనిసంభావించి. 25

తే. వనము నిధియును నల్లిల్లు వరసుతులును, జెఱువు గుడియును ధరఁ బ్రతిష్ఠితము లయ్యెఁ
గృతియుఁ గైకొన్న సప్తసంతతులవలనఁ, గీర్తిసుకృతంబులకును నేఁ గర్త నగుదు. 26

సీ. ప్రతిభాగుణధురీణపౌరాణికత్రాసకలపురాణశాస్త్రములయందుఁ
బరమార్థచరితార్థభారతరామాయణాదిప్రబంధకావ్యములయందుఁ
గల్పాంతరస్థాయిగద్యపద్యప్రాయకమనీయచిత్రకావ్యములయందు
రసికజనానందరససుధానిష్యందవిలసితనాటకావలులయందు

1 సంచులు=జాడలు. 2 ఆఁడఁడు=పలుకఁడు, ఆడఁడు=నటింపఁడు.

సకలదేశభాషావిశేషములయందు, వరుసఁ బ్రఖ్యాతమునఁగ నుత్పాద్యమునఁగ
మిశ్రమున నొప్పుసత్కథామేళనంబు, లెన్నియన్నియు విన్నాఁడఁ బిన్ననాఁడ. 27

చ. తలఁపఁ దదీయయేకకవితానముకంటెను సాహసక్రియా
కలితవదాన్యతాదిగుణగౌరవరేఖల విక్రమార్కభూ
తలపతి యెక్కుడై నెగడెఁ దచ్చరితంబుఁ బ్రబంధశయ్యగాఁ
దెలుఁగునఁ జెప్పి యాకృతిపతిత్వము మా కొడఁగూర్పు నేర్పునన్. 28

వ. అని సవినయంబుగాఁ గనకమణిభూషణాంబరతాంబూలంబు లొసంగి గారవించినం బ్రమోదించి తత్ప్రబంధంబునకు ముఖాకల్పంబుగా నాప్రధానోత్తమువంశంబుఁ బ్రశంసించెద. 29

ఆ. జలజనాభునాభిజలజంబున జనించె, బ్రహ్మ యతనివదనపంకజమున
జనితమైనవిప్రజాతికిఁ దొడవుగా హారితమునివరేణ్యుఁ డవతరించె 30

మ. ఇనకోటిప్రతిమానతేజుఁ డఘవుం డీశానభక్తింబుచేఁ
దనఘం దీక్షురయొనర్పఁగా మెఱసె నుద్యద్ధర్మశాస్త్రక్రియల్
మనుకాత్యాయనదక్షగౌతముల సామగ్ధ్యంబునన్ మించె స
న్మనులెవ్వారును సేర్తురే హారితునిన్ బోలం బ్రభావోన్నతిన్. 31

వ. తదీయగోత్రంబున నూత్నరత్నంబై జనియించి. 32

సీ. వేదశాస్త్రపురాణవిజ్ఞానసరణిమై నధిగతపరమార్థుఁడై తనర్చి
నెద్దనపూడిరాజేంద్రచోడకుమారమణుచే నగ్రహారములు వడసెఁ
గనకదండాందోళికాచ్ఛత్రచామరప్రముఖసామ్రాజ్యచిహ్నముల నొప్పె
సర్వతోముఖముఖ్యసవనక్రియాప్రౌఢి నుభయవంశంబుల నుద్ధరించె
నన్నదానాదిదానవిద్యావహుండు, పరమశైవసదాచారపావనుండు
హారితవంశాంబునిధిసుతుఁ డార్యనుతుఁడు, సుగుణవిభ్రాజి సూరనసోమయాజి. 33

క. అమ్మహితాత్మునితనయుఁడు, సమ్మానదయానిధానసౌజన్యరమా
సమ్మోదితబాంధవుఁడై, యిమ్మహిలో సిద్ధమంత్రి యెన్నికకెక్కెన్. 34

మ. శ్రుతులన్ వన్నియకెక్కె శాస్త్రములచే సొంపగ్గలించెన్ మహో
న్నతిఁ బోషించెఁ బురాణకావ్యరసనానానాటకాలంకృతుల్
క్రతువర్గంబుల సుప్రయోగమహిమన్ గాంచెన్ విరించాన్వయో
ర్జితపుణ్యుం డగుసిద్ధమంత్రి సుగుణశ్రీమించి సేవించినన్. 35

చ. వనరుహనాభు కుద్ధవుఁడు వజ్రికి జీవుఁడు వత్సధారణీ
ఘనకు యుగంధరుండు దితిసూతికి దైత్యగురుండు విక్రమా

ర్కునకును భట్టిరీతి నధికుం డగునన్నయగంధవారణం
బునకుఁ బ్రధానుఁడై నుతులఁ బొందెను సిద్ధనమంత్రి యుర్వరన్. 36

వ. అమ్మహాప్రధానోత్తముండు. 37

చ. పరిణతనవ్యకావ్యరసభావవిజృంభణభూరివిక్రియా
స్ఫురితచరిత్రతత్త్వసరసుం డగు పేరయనన్న నాగ్యసో
దరి యగునూరమాంబిక ముదం బలరంగఁ బరిగ్రహించె భా
స్వరకమలాజనార్దనవివాహమహోత్సవలీల మీఱఁగన్. 38

క. ఆదంపతులకు సుకృత, ప్రాదుర్భావమున మంత్రిభాస్కరుఁడు దయా
పాదితబాంధవనికరవ, హోదయుఁ డగ జన్నమంత్రియునుఁ గల్గి రొగిన్. 39

వ. అందగ్రజుండు. 40

చ. అమృతగిరీంద్రసంయమిపదాంబుజషట్పదనాయకుండు నా
నమితరవిప్రణామనికరాంచితపుణ్యుఁడు నాఁగ నీశ్వరా
గమపరమార్థవేదియనఁ గంజభవాన్వయవర్ధనుండునాఁ
బ్రమహితకీర్తిఁ బెంపెసఁగ భాస్కరమంత్రి ప్రతాపధాముఁడై. 41

తే. సుజనమిత్రుఁ డాదిత్యుండు సుతుఁడు గాఁగ, మనుమఁడై నాగధీమణిమహిమ మెఱయ
భాగ్యనిధి యైనభాస్కరప్రభువరుండు, పుత్త్రపౌత్త్రాభివృద్ధిచేఁ బొలుపుమిగిలె. 42

వ. తదనుసంభవుండు. 43

సీ. విమలవర్తనమున వేదశాస్త్రపురాణ వాక్యార్థసరణికి వన్నె వెట్టెఁ
బరమహృద్యం బైనపద్యశతంబున దేవకీతనయు విధేయుఁ జేసె
రసికత్వమున దేవరాయమహారాయు కరుణాకటాక్షవీక్షణముఁ గాంచెఁ
గర్ణాటకటకముల్ గలయంతయును మెచ్చ గణకవిద్యాప్రౌఢి ఘనత కెక్కె
గురులఁ బోషించె సత్కవివరుల మనిచె, బ్రజలఁ బాలించె భాగ్యసంపద వహించె
హారితమునిముఖ్యవంశరత్నాకరేంద్ర, చంద్రుఁడై యొప్పుసిద్ధయజన్నమంత్రి. 44

మ. అరసెన్ బంధుల వైభవోన్నతులఁ గానాదిప్రధానావళిన్
దొరసెన్ నీతివివేకవిస్ఫురణచేఁ దోరంపుసత్కీర్తులన్
ఒరసెన్ బూర్వపదాన్యవర్గముల నూహాహో యెందు నేమంత్రులన్
సరియే సిద్ధయజన్నమంత్రికి మనీషాదేవతామంత్రికిన్. 45

వ. అమ్మహామంత్రీశ్వరుని కులపాలికారత్నంబు. 46

సీ. పరమపతివ్రతాగరిమ నీసతి కెన్నఁ బ్రతిలేరు ధర నరుంధతియ దక్కఁ
బుత్త్రలఁ గాంచినపోల్కి నీకాంతకుఁ జింతింప సరిలేరు గొంతి దక్కఁ

దాలిమి పేర్మి నీతరుణీలలామకు నెన లేరు ధారుణీవనిత దక్క
సౌభాగ్యగరిమ నీసాధ్వికి నుపమింప లక్ష్యంబు లేరు శ్రీలక్ష్మి దక్క
రూపమున నీవధూమణిఁ జూపి చెప్ప, జోడు లేరు సురాధిపుసుదతి దక్క
ననఁగఁ బుణ్యాపుముడి మోచి యక్కమాంబ, బంధువులపాలిసురభినాఁ బరఁగె ధరణి.

క. ఆగమణీరమణులకును, శ్రీరంజిల్లంగ నవతరించిరి విభవో
దారుఁడు సిద్ధనమంత్రియు, ననూనయశుండు భైరవామాత్యుండున్. 48

సీ. సొబగుమైఁ గనువిచ్చి చూడ నేర్చిననాఁడె సుజనులఁ గరుణతోఁ జూడ నేర్చె
మువ్వంబు దళుకొత్త నవ్వ నేర్చిననాఁడె నయమార్గహీనుల నవ్వ నేర్చె
నడుగత్తి యల్లన నడవ నేర్చిననాఁడె ననిచి ధర్మముత్రోవ నడవ నేర్చె
లలిఁ దొక్కుఁబల్కులు పలుక నేర్చిననాఁడె పరికించి సత్యంబు పలుక నేర్చె
వ్రాయ నేర్చిననాఁడె సద్వర్ణసమితి, నర్థి నర్థులు ప్రబల వ్రాయంగ నేర్చె
బాల్యమునయంద బహుకళాప్రౌఢి మించెఁ, జిరయశోహారి జన్నయసిద్ధశౌరి. 49

సీ. చిత్రగుప్తునకైనఁ జింతింప నరుదైన, గణితవిద్యాప్రౌఢి ఘనత కెక్క
నవరసంబులయందు నవ్యకావ్యంబులు, కవిజనంబులు మెచ్చఁగా నొనర్చె
నాణిముత్తెములసోయగము మించినవ్రాలు, వరుసతో నిరుగేల వ్రాయ నేర్చె
నాత్మీయలిపియట్లు లన్యదేశంబుల, లిపులను జదువంగ నిపుణుఁ డయ్యె
దేవరాయమహారాయధీవిధేయ, మంత్రివల్లభచామనామాత్యదత్త
చామరచ్ఛత్రశిబికాదిసకలభాగ్య, చిహ్నములనొప్పె జన్నయసిద్ధమంత్రి. 50

ఉ. చంద్రుఁడు కాంతి నర్జునుఁడు శౌర్యమునన్ హరి సంపదన్ హరి
శ్చంద్రుఁడు సత్యవాక్యమున శంభుఁడు భూతి గురుండు నీతి దే
వేంద్రుఁడు వైభవంబున ధనేంద్రుఁడు దానమునందు నీ డనన్
సాంద్రయశోవిశాలుఁ డగుజన్నయసిద్ధయ యొప్పు నెప్పుడున్. 51

ఉ. నైజకళావివేకగుణనవ్యవిలాససమగ్రవిత్తవి
భ్రాజితవైభవంబులతరంబుల జన్నయసిద్ధమంత్రికిన్
రాజును భోజరాజు రతిరాజును గిన్నరరాజు దేవతా
రాజును బోల రండ్రు కవిరాజులు రాజసభాంతరంబులన్. 52

క. చందురుఁ గన్నపయోనిధి, చందంబున సిద్ధమంత్రి జనతానయనా
నందనుఁడు తిప్పధీమణి, నందనుఁడుగ నిత్యసేవనస్థితి మించెన్. 53

వ. తదీయానుజుండు.

సీ. చెలిమిచేఁ గలిమిచేఁ జెన్నొందఁగ నొనర్చి, హితుల నిత్యానందయుతులఁ జేసె

శక్తిచే భక్తిచే సేవన మొనరించి, గురుల సమ్మదరసాకరులఁ జేసె
సమతచే మమతచే సంతర్పణ మొనర్చి, జనుల సంపూర్ణజీవనులఁ జేసె
నయముచేఁ బ్రియముచే నానాటి నలరించి, కవుల వైభవరమాధవులఁ జేసె
నీతిచేత వినీతిచే నేర్పు మెఱసి, గరిమఁ దనరాజు ధనరాజుగా నొనర్చె
సుగుణచంద్రికానందితసుజనహృదయ, కైరవుం డగుజన్నయకైరవుండు. 55

వ. ఈదృగ్వంశవర్ణనాసముదీర్ణకీర్తినిధానంబైన యమ్మంత్రినిధానంబునకును. 56

షష్ఠ్యంతములు.

క. శ్రీమద్వల్లయవరసుత, చామనదండాధినాథసామ్రాజ్యరమా
సామగ్రీసంపాదక, సామాజికచతురుపాయసంపన్నునకున్. 57

క. సముచితయజనాదివిధి, క్రమనిపుణున కుభయవంశఘనకీర్తిసము
ద్యమునియమాచారునకును, విమలాపస్తంబసూత్రవిఖ్యాతునకున్. 58

క. దినకరదండనమస్కృతి, దినదినసంవర్ధమానతేజోనిధికిన్
వినుతహారీతాన్వయాంబుధి, జనితకళానిధికి సుకవిజనవరనిధికిన్. 59

క. జన్నామాత్యునిసుతునకు, సన్నిహితసరస్వతీప్రసాదోదయసం
పన్నచతుష్షష్టికళా, సన్నాహస్ఫురితకీర్తిసౌభాగ్యునకున్. 60

క. అక్కాంబానందనునకు, ధిక్కృతసురరాజమంత్రిధీవిభవునకున్
దిక్కూలంకషకీర్తికి, జక్కనకవికావ్యకరణసత్ప్రియమతికిన్. 61

ఉ. వెన్నెలకంటిసూర్యుఁడు వివేకగుణాఢ్యుఁడు, వేదశాస్త్రసం
పన్నుఁడు రెడ్డివేమనరపాలకుచేత మహాగ్రహారముల్
గొన్నకవీంద్రకుంజరుఁ డకుంఠితతేజుఁడు పెద్దతండ్రిగా
సన్నుతి గన్న సిద్ధనకు సంతతదానకళావినోదికిన్. 62

వ. అభ్యుదయపరంపరాభివృద్ధిగా నారచియింపం బూనిన నవ్యకావ్యకథాలక్ష్మికి సుధా
సాగరం బయినమధురానగరం బెట్టి దనిన. 63

చ. ధరణికిఁ గోటచక్రగిరి దాని కగడ్తలు వార్థిరాసులా
పరిఖలు కోటలోనునికి భావ్యము గాదనియబ్జసూతి భా
సురముగఁ జక్రభూధరముచుట్టును వార్ధులు నిల్పె నాఁగ శ్రీ
కరమగుకోటచుట్టును నగడ్తలు చెల్వగు నప్పురంబునన్. 64

తే. అడుగుఁ జెంది భోగావతి యతిశయిల్లఁ, బరిఖ లక్ష్మికరణిఁ జూపట్టె ననిరొయు
దాను బురికోట యాకాశతటిని మోచి, సమధికోన్నతి గౌరీశుచంద మొందె. 65

క. పురివప్రఖచితమణిగణ, సురుచిరదీధితులవలన సొరిదిని దివియల్

సరసఁగొన రెట్టిరాత్రులఁ, గరమురు దప్పురముకోటకావలివారల్. 66

చ. వరకనకప్రభాతివిభవంబున మేరుమహీధరంబు లై
నిరుపమవజ్రమౌక్తికవినిర్మలకాంతుల వెండికొండ లై
సురుచిరరత్నదీధితులసొంపునరోహణపర్వతంబు లై
పురమున దేవగేహములు పొల్పెసలారును వైభవోన్నతిన్. 67

క. అప్పురిసౌధములం గల, యొప్పును బొడవును దనర్పు నూహించుచు వా
తప్పఁడె కలరూపెల్లను, జెప్పెడుచో రెండువేలజిహ్వలవాఁడున్. 68

తే. భూమిఁ దనతోడియిరువురుఁ బూజగొనఁగ, ధాత యాచందమునఁ బొంపిఁ దాను గోరి
వివిధభూసురాకారత వెలసె ననఁగ, బ్రహ్మసంఘంబు వెలయు నప్పట్టణమున. 69

సీ. వేదశాస్త్రపురాణవిద్యానవద్యులు మంత్రతంత్రాగమమర్మవిదులు
నానావిధాధ్వరనైపుణ్యగణ్యులు సాధుసంరక్షణాచరణపరులు
నిఖిలధర్మాధర్మనిశ్చితహృదయులు పరమకారుణికత్వభవ్యమతులు
నిజకులాచారైకనిష్ఠాగరిష్ఠులు నిత్యసత్యవ్రతనిరతవచను
లర్కతేజులు సువ్రతు లకుటిలాత్ము, లమలచరితులు దైవజ్ఞు లలఘుయశులు
విప్రు లొప్పుదు రెప్పు డప్వీటిలోనఁ, జిత్సదానందసంపూర్ణచిత్తులగుచు. 70

చ. దొరఁకొని పూర్వజన్మమున దుర్జనశిక్షయొనర్పఁ గాని సు
స్థిరమతి రాజ్యభోగములు చేకొనఁగాఁ దఱిలేమి నాత్మలో
హరి తలపోసి సౌఖ్యముల నందఁగఁ దప్పురిఁ బెక్కురూపులై
పొరిది జనించెనా నృపతినూనులు వొల్తురు శ్రీసమేతులై. 71

ఉ. ఇంకనివారిధుల్ ధరణి నెవ్వరి వేఁడనియింద్రు లెన్నఁడుం
బొంకనిధర్మనందనులు పొంకముగందని చంద్రబింబముల్
శంకరుకింకలోఁబడనిశంబరసూదను లాహవంబునం
గొంకనిపార్థులై నృపతికుంజరసూనులు పొల్తు రప్పురిన్. 72

చ. కరమున నున్న పుక్కయును గామునిభూతియు నుదుక్కఫాలముం
గరివరచర్మముం దొలఁగి గ్రక్కన లేమికి బొమ్మగట్టఁడే
హరుఁడు కుబేరుచెల్మిడలి యాదట మాసఖుఁడైననంచు న
ప్పురమున వైశ్యులాడుదురు పుణ్యముపేర్మిఁ బ్రతాపధాములై. 73

ఎ. పాడువుగ నెల్లయుంగడులఁ బ్రోవులు వోసిననూత్నరత్నముల్
కడఁక ననేకవేషములు గైకొని వచ్చినయర్థికోటికిం
బిడికిళులాదిగాఁగ బలిపెట్టుదు రెప్పుడు వైశ్యభామిను

ల్కడపక హస్తకంకణకలధ్వను లొప్పఁగ నప్పురంబునన్. 74

ఆ. లెక్కకెక్కు డైనమిక్కిలిసిరి గల్గ, నెన్ని కోట్లపడగ లెత్తరాని
నపరిమితధనంబులను బ్రాలి బడగలు, గట్టు వైశ్యజనము పట్టణమున. 75

చ. చెఱకును రాజనంబుఁ గృషిచేయుచు నుండెడు నేర్పుకల్మియుం
దఱుఁగనిధాన్యముల్ పసులదాఁటులు దోఁటలుఁ గట్టుబండులుం
గఱు విడరాక యుండెడునగోచరవస్తుచయంబుఁ దేజులుం
దఱచుగ నీనుగోడిగలుఁ దత్పురిశూద్రుల కొప్పు నెప్పుడున్. 76

సీ. క్రొల్పులి నైన నుక్కునఁబట్టి మీసాల, నురొయ్యెలలూఁగడునోపికలును
మదహస్తి నయినను నెదిరి కొమ్ములుపట్టి చదికిలఁబడఁ ద్రోచుసత్వములును
గంఠీరవము నైనఁ గడిమికిఁ జెడఁజాపి సటలు పెఱుకఁజాలు సాహసములు
శరభంబు నైనను సరభసంబునఁ గిట్టి మూటకట్టుగఁ గట్టుమొక్కలములు
గలిగి శస్త్రాస్త్రనిపుణులై కరము మెఱసి, యతిభయంకరాకారత నతిశయిల్లి
ధీరతాసముద్భటు లైనవీరభటులు, పరఁగుచుందు రప్పురవరమునందు. 77

సీ. మృగరాజమధ్యలై మిక్కిలి మెఱసియు వక్షోజకరికుంభరతు సేసి
చంద్రబింబాస్యలై చాల రాగిల్లియు నలకాంధకారంబు వెలయఁ జేసి
పికనాదకంఠలై పెంపువహించియు నధరపల్లవముల ననునయించి
కలహంసగమనలై కడు బెడఁగారియుఁ గరమృణాళంబులఁ గరము మనిచి
నవ్యకౌముదీస్మితలయ్యు నయనపాద, సారసంబుల నెంతయు గారవించి
చిత్రసౌందర్యధుర్యలై చిగురుఁబోఁడు, లప్పురిఁ దనర్తు రెక్కుడునొప్పిదముల. 78

చ. తెలికనుదోయిమించులును దిన్ననినవ్వులు ముద్దుమోములుం
బలుచనిచెక్కులుం జిలుకపల్కులు మెత్తనిమేనుఁదీఁగలుం
గలుగుట సందియం బయినకౌనులు వట్రువ లైనచన్నులుం
గలిగి పురిం జెలంగుదురు కామునిదీమములట్లు కామినుల్. 79

ఉ. భూమిఁ గవీంద్రవాక్యములఁ బొచ్చెము సేయఁగ జెల్లెఁ గాకయా
తామరసాక్షు లైనపురితన్వులశాతకటాక్షముల్ విట
స్తోమము మర్మదేశములఁ దూఱి కలంపఁగఁ జాలుపోలికం
గామునిపుష్పబాణములు కాముకుల న్నెటినాఁటఁ జాలునే. 80

క. అసమశరుఁ డించువిల్లును, గుసుమశరంబులును విడిచి కొమ్మలభ్రూనే
త్రసమృద్ధిచేతఁ దత్పురిఁ, బసగలవిలుకాఁ డనంగఁ బరఁగుచు నుండున్. 81

క. యోషిజ్జనసౌందర్యవి, శేషము శేషుండు వాగ్విజృంభణమహిమం

భాషాపతినిర్జరగురు, భాషాశేషులకు రాదు ప్రస్తుతి సేయన్. 82

ఉ. ఎత్తులరొప్పకంబె సరమెత్తుట యొప్పఁగఁ జొక్కి విల్వకా
ఒత్తడిఁ బుష్పముల్ కొసర కూరక యున్కికి నల్లనవ్వుచున్
విత్తముతోన చిత్తములు వేగ హరింతురు నేర్పుమీఱఁగాఁ
జిత్తజువేఁటదీమములచెల్వునఁ దత్పురిఁ బుష్పలావికల్. 83

చ. చిలుకలతేరుఁ గోయిలలసేనలుఁ దుమ్మెదపిండు నారియున్
గలువలయమ్ములుం బ్రసవకార్ముకమున్ మగమీను టెక్కెమున్
మలయసమీరుప్రాపుఁ గని మన్మథుఁ డప్పురిలోనఁ ద్రిమ్మరున్
లలనలప్రాణనాథు లెడ లజ్జల నుజ్జగిలంగఁ జేయుచున్. 84

సీ. నడయాడ వరములు వడసి మోదమ్మునఁ, గూడి యాడెడునడగొండ లనఁగ
వర్షధారలు దానవారియై తొరఁగంగ ధర వసించినయంబుదంబు లనఁగ
నాశాగజాకృతు లలవడ జనులకుఁ జూప వచ్చినబహురూపు లనఁగఁ
దిమిరారి ద్రోఁచిన దీనత పెంపునఁ దెమలినచీఁకటిగము లనంగ
వాలి చరియించుఁ బురిమదవారణములు, దారుణాహవాంభోనిధితారణములు
కదనవిజయరమాధారకారణములు, పృథులరాజన్యశౌర్యసంప్రేరణములు. 85

చ. సురపతిదాడి నంబునిధిఁ జొచ్చినయద్రులు నిచ్చ లప్పురిన్
దిరుగఁగ నాత్మఁ గోరి శరధిన్ బరిఖాకృతిఁ గాపువెట్టి తా
రరుదుగ భద్రసామజములై శైలయేఱులు దానధారలై
తొరఁగుచు నున్నమాడ్కి నతిదుస్సహతం గరులొప్పు నప్పురిన్. 86

సీ. పవమాను నైనను నవమానయుతుఁ జేయుఁ జటులజవోపేతసత్త్వగరిమ
సింహాగ్రజుల నైన జీరికిఁ గొనకుండుఁ బృథులహేషాఘోషభీషణముల
నాంజనేయుని నైన నపహసింపఁగఁ జాలు నతిదూరలంఘనాహంకృతులను
విక్రమార్కుని నైన వెఱఁగొందఁగాఁ జేయుఁ జండతరాఖిలసాహసముల
భరతముని నైన నుచ్చెంబు పట్టుచుండు, వివిధనర్తనచాతుర్యవిక్రమముల
జిత్రరూపము మెచ్చవు చెలువులందు, వలను మీఱినయప్పురివారువములు. 87

సీ. శుకమంజులాలాపశుభకరస్థితి మించి [1]పల్లవసందోహభాతిఁ దనరి
కలకంఠకూజితవిలసనంబుల నొంది [2]రంభానుకేళలరమణ మెఱసి

---

1. పల్లవసందోహము = చిగురుటాకులగుంపు, విటకాండ్రపిండు. 2. రంభా = అరఁటిచెట్లు.

1 హరిచందనస్ఫూర్తి ననిలంబుఁ దనరారి పుష్పసౌరభములఁ బొలుపుమిగిలి
సరసాలిమాలికాసంసక్తి విలసిల్లి విషమబాణాసనవృత్తిఁ జెంది
లలితమాకందవైభవంబుల దనర్చి, యతిమనోహరాకారత నతిశయిల్లి
యుద్యదుద్యానవాటిక లుల్లసిల్లు, వారవనితలునాఁ బురవరమునందు. 88

సీ. సరసపుష్పపరాగసైకతంబులు దీర్చి తేనియకాలువల్ తెరలిపాఱ
రమ్యమయూరసంభ్రమలీలఁ గల్పించి ఘనతమాలాంబుదకాంతి దనర
లతికావిలాసినీలాస్యంబు ఘటియించి చతురమారుతనటస్వామి వోలయఁ
జారుపల్లవరాగసంధ్యామహిమఁ జూపి విమలకోరకతారకములు మెఱయ
సతతవిహారణదంపతిచారుదేహ, రత్నభూషారుచిస్తోమరమ్య మగుచుఁ
బొలుచు నారామసమితి తత్పురమునందుఁ, గల్పకావలి భువిమీఁదఁ గలిగెననఁగ. 89

శా. ఆరామంబులు పెక్కుగల్గును సునాయాసంబుగా నేచి ము
క్కారుం బండును రాజనంబుఁ జెఱకుల్ గప్పారుపూఁదేనియల్
నీరెల్లప్పుడు నిండియుండుఁ జెఱువుల్ సిర్కించు బెల్లల్ పురిం
బౌరశ్రేణికి గోకదంబమునకున్ బాధోవిహారార్థమై. 90

చ. కరిమకరాలయూర్ధ్వతఁ బ్రకామగభీరత నచ్యుతస్థితిన్
వరకమలోదయస్ఫురణ పొలుటఁ బన్నగలోకసంగతిన్
ధరఁ గలవారికెల్లఁ బ్రమదంబున నాశ్రయమై తనర్చుటన్
బరఁగుఁ బురీతటాకములు పాలసముద్రముతో సమంబులై. 91

చ. సరసిజనాభుఁ డట్టి హరి సారససంభవుఁ డట్టి బ్రహ్మ యా
సిరియును నబ్జవాస యటె చిత్తమునం దలపోసి చూడఁగా
దొరయునె యీప్రసూనములతో నితరప్రసవవ్రజంబు నాఁ
బురమునఁ బద్మషండములు పొల్పెసలారు మనోహరంబులై. 92

సీ. కామశాస్త్రంబులు వేమాఱు నియతిమైఁ జదువకుండినఁ బుష్పశరునియాన
మన్మథాగమములమర్మంబు లెల్లను జూడకుండిన రమాసుతునియాన
సూనాస్త్రితత్త్వవిజ్ఞానంబు గడముట్టఁ గనుఁగొనకున్న నంగజునియాన
మకరకేతనమంత్రసుకరాక్షరము లనుష్ఠింపకుండిన మనసిజునియాన
యనుచు జనులెల్ల వినఁ జాటు ననువు దోఁప, మత్తకోకిలనిస్వన మధురకీర
భాషణంబులు వీనులపండు వగుచుఁ, దనరుఁ దత్పురి నుపవనాంతరములందు. 93

ఉ. చిత్తజరాజ్యసంపద యశేషము గైకొని సౌఖ్య మందఁగా

1. హరిచందనము=పచ్చనిగంధము, నీటిప్రబ్బలిచెట్లు, శ్రీగంధపుఁజెట్లు.

నుత్తులు దార నాఁబురవరోపవనంబులఁ జొచ్చి యిచ్చఁ బూ
గుత్తుల వ్రాలి తేనియలు కుత్తుకఁబంటిగఁ గ్రోలి లీలమై
నెత్తిలి మ్రోయుచుం బ్రదళుకొత్తుచు నుండు మదాళిదంపతుల్. 94

సీ. విరజాజివిరులపై విహరించు విహరించి సొబగునెత్తావులు చూఱలాడు
బొండుమల్లియలపైఁ బొరలాడుఁబొరలాడి పుష్పంధయంబులఁ బోవఁజోపుఁ
గన్నె గేదఁగు లొయ్యఁ గదలించుఁ గదలించి చదలఁ బుప్పొడి వెదచల్లియాడు
జలజవనంబులోఁ జరియించుఁ జరియించి దొరఁగుపూఁదేనెలఁ దొప్పఁదోఁగు
సతతబహువిధగతపరిశ్రాంతి నొంది, యున్న వనపాలదంపతు లొడల నున్న
చెమట లల్లనఁ బాయంగఁ జేయుచుండు, నప్పురంబునఁ బ్రమదవనానిలుండు. 95

శా. వేమాఱు న్మలయానిలుం డడరి యావీటంబ్రసూనాన్వితా
రామంబుల్ వెస ముట్టి యందలియలివ్రాతంబుఁ బోజోపి తా
నామోదంబులు చూఱవట్టి బలియుండై యొప్పి పౌరాంగనా
సీమంతంబులఁ బుష్పరేణు వునుచున్ సిందూరరేఖాకృతిన్. 96

సీ. కమలాగృహకవాటకలితకుంచిక నాఁగ జలజకోరకరాజిఁ గలయఁదెఱచి
మధుకరాకర్షణమంత్రసిద్ధుఁడు నాఁగఁ గుసుమరజోభూతి దెసలఁ జల్లి
సుభగలతానటీసూత్రధారుఁడు నాఁగ నృత్యవిద్యాప్రౌఢి నెఱయ నేర్పి
సకలజీవోన్మేషసంజీవని యనంగఁ బ్రకటనిద్రాముద్రఁ బాయఁ జేసి
మందిరోద్యానవాటికలందుఁ బొలసి, వేఁగుబోఁకలఁ దత్పురి విభ్రమించు
శైత్యమాంద్యకసౌరభ్యసహితమైన, మలయపర్వతసంజాతమారుతంబు. 97

చ. సిరి యుదయంబు నొందినవిశేషమున న్నవదుగ్ధవార్ధి యై
కర మరుదైనముత్యములు గల్గుట నూతనతామ్రపర్ణి యై
వెరవున సత్పథస్థితి నవీనవియన్నది యై తనర్చి యా
పురి బహుజీవనంబులఁ బరిపూర్ణత నొందె జగన్నుతంబుగన్. 98

ఉ. భామిను లెల్లఁ బద్మినులు బ్రాహ్మణు లెల్లఁ గృతాధ్వరోత్సవుల్
భూమిపసూను లెల్లఁ బటుభూరిభుజాబలవిక్రముల్ విట
గ్రామణు లెల్లఁ గామరసకావ్యకళాకలనావిశారదుల్
కోమటు లెల్ల నర్థపులు గుఱ్ఱము లెల్లను దేజు లప్పురిన్. 99

తే. సకలకళలకు సుఖగోష్ఠి సలుపునెలవు, మగతనంబుల కేకాంతమందిరంబు
పచ్చవిల్తుని కాయుధాభ్యాసశాల, యనఁగ నొప్పారు నెప్పుడు నప్పురంబు. 100

వ. మఱియు నప్పురవరంబు సరోవరంబునుం బోలె బహుజీవనపరిపూర్ణంబును గమలా

వాసవిలసితంబును గంకణగణకలితంబును రాజహంససేవ్యంబును గువలయానందభవ్యంబును నై, వసంతసమయంబునుంబోలెఁ బల్లవోల్లాసహృద్యంబును మదనవిహారానవద్యంబును సుమనోవికాసమహనీయంబును శుకశారికాలాపరమణీయంబును సకలజనమనఃప్రసాదంబును గలకంఠమృదులగానసంపాదంబును నై, రామాయణంబునుం బోలె రామాభిరామంబును భరతగోష్ఠీసమంబును సుమిత్రాత్మజజనకతనయానందగమ్యంబును శత్రుఘ్నవ్యాపారరమ్యంబును నంగదకటకాలంకారకీర్తనంబును మహాబలకుమారోదారవర్తనంబును నై, మహాభారతంబునుం బోలె ధర్మనందనాచారప్రకారంబును శిఖండివిహారస్ఫారంబును భీమబలోద్దామంబును నర్జునకీర్తిస్తోమంబును జాపాచార్యహస్తలాఘవప్రశస్తిభరితంబును గృపానూనచరితంబును నై, పయఃపారావారంబునుంబోలెఁ బురుషోత్తమవాసయోగ్యంబును లక్ష్మీజనిసౌభాగ్యంబును ననంతభోగిపరివృతకులగోత్రాలవాలంబును సకలరత్నోద్భవమూలంబును నై మెఱసి; మాతంగవారం బయ్యును మాతంగనివారం బై, పుండరీకమండనం బయ్యును బుండరీకఖండనం బై, పుణ్యజనభయంకరం బయ్యును బుణ్యజనశివంకరం బై, మధుపకులనిరసనం బయ్యును మధుపకులవిలసనం బై, యనంగవిహారసహితం బయ్యును ననంగవిహారరహితం బై, తనరు; తనుకృశత్వంబు మానినీమధ్యంబులయంద, చంచలత్వంబు మృగేక్షణాకటాక్షంబులయంద, కుటిలస్వభావంబు కాంతాకుంతలంబులయంద, అన్యోన్యసంఘర్షణంబు ప్రమదాపయోధరంబులయంద, ఆలస్యంబు నితంబినీగమనంబులయంద, క్రూరత్వంబు సుముఖీనఖముఖంబులయంద, కలహంబు మానినీప్రణయప్రసంగంబులయంద, రాగాతిశయంబు బింబాధరామధురాధరంబులయంద, వర్ణసంకరంబు బాలికాకపోలచిత్రపత్రికలయంద, మదోద్రేకంబు తరళనయనాతారుణ్యంబులయంద కాఁ దనరుచుండుఁబో నరం బొరయఁజాలి; శంకరాకారంబునుం బోలె సర్వమంగళాలంకృతం బయ్యును మహాభూతసమాశ్రయంబు గాక సురభిహారినానాముఖభోగిభూషితంబును, పూర్ణశశిమండలంబునుం బోలెఁ గువలయానందకరం బయ్యును గళంకాంకితంబు గాక సకలకళాలాలితంబును, అంబరతలంబునుం బోలెఁ జంద్రతారాభిశోభితం బయ్యును సర్వజ్ఞవిగ్రహంబు గాక బుధగురుకవిప్రకాశబంధురంబును, అమరావతీపురంబునుం బోలె రమణీయాప్సరోరంజితం బయ్యును బుణ్యజనవిరహితంబు గాక సురభిహారిచందనసురమణీసదనంబును, అలకాపురంబునుంబోలెఁ దురగముఖబలవిక్రమోద్భటం బయ్యును గుబేరాస్పదంబు గాక యభినవోద్యానపుష్పకాంతంబునై; నరసింహప్రభావపరిణతం బయ్యును బ్రహ్లాదజనకసముత్సాహదోహలంబును, వీరభద్రవిహారాస్పదం బయ్యును దక్షయజ్ఞమనోజ్ఞంబును, ద్విజరాజతేజోవిరాజితం బయ్యును గమలాభి

రామంబును, విజయవీరాలాపవిలసితం బయ్యును సైంధవోల్లాసబంధురంబును, రా
మాభిరామం బయ్యును విభీషణోల్లాసవిలసితంబును, దానవారిసమాక్రాంతం బయ్యు
ను హిరణ్యకశిపువిలసితంబును నై మెఱసి; దానంబునకు నిదానంబును, ధర్మంబునకు
మర్మంబును, విభవంబునకుఁ బ్రభవంబును, విక్రమంబునకు ననుక్రమంబును, సౌఖ్యం
బునకు ముఖ్యంబును నై యొప్పునప్పురంబునకు నధీశ్వరుండు. 101

సీ. తనభుజాస్తంభంబు ధరణీవిలాసినీసాలభంజికకు నాస్పదము గాఁగఁ
దనకీర్తినర్తకి దశదిశామండలీరంగమధ్యమున నర్తనము సేయఁ
దనఖడ్గభుజగేంద్రుఁ డనతరాజన్యకప్రాణానిలంబుల నాహరింపఁ
దనప్రతాపాగ్ని యుద్దామదిగ్గజకర్ణతాలవృంతముల వర్ధనము నొంద
సురభిసురరత్నసురభూజశరధిచంద్ర, సాంద్రలజ్జానుసంధానచతురవితర
ణప్రకీర్తితబుధజనానందుఁ డగుచుఁ, దనరె శృంగారశేఖరధరణివిభుఁడు. 102

క. శోభాగణనీయయశో, లాభాగమనాభిలాషలంపటుఁ డగుచున్
భూభాగ మేలె నాతఁడు, నాభాగ దిలీప రంతి నహుషుల మాడ్కిన్. 103

క. ఆ రాజు రాజ్యమున ధర, నారూఢి వహించెఁ జిరతరాయురనేక
శ్రీరుచిరపుత్త్రపౌత్త్రస, దారోగ్యసుభాగ్యసంతతానందంబుల్. 104

వ. అమ్మహీశ్వరుం డొక్కనాఁడు. 105

సీ. సకలభాషాకావ్యసత్కవిరాజులు నుభయపార్శ్వంబుల నుల్లసిల్ల
సంగీతవిద్యాప్రసంగపారంగతగాయకేంద్రులు సమ్ముఖమున మెఱయఁ
జరమభాగమునందుఁ జామరగ్రాహిణీకంకణఝుణఝుణత్కార మెసఁగఁ
బదపీఠిచెంగటఁ బ్రణతరాజకిరీటనవరత్ననీరాజనములు నిగుడ
సహజకరుణాకటాక్షవీక్షణానిశేష, దీపితాశేషధనకృతార్థీకృతార్థి
కలితచాటుసుధాపూర్ణకర్ణుఁ డగుచు, నిండువేడుకతోఁ గొలువుండె నృపుఁడు. 106

ఉ. క్రొన్ననవింటివాఁడొ నలకూబరుఁడో నలుఁడో జయంతుఁడో
యున్నరమూర్తి యంచుఁ గొలువెల్లను నచ్చెరువొంది చూడఁగా
విన్నను వొప్ప నొక్కరుఁడు విప్రకుమారకుఁ డేఁగుదెర న
త్యున్నతరత్నపీఠమున నుంచి నృపాలకుఁ డిచ్చె నర్చనల్. 107

ఆ. ఇచ్చి యాదరించి యెయ్యది నీనామ, మెచట నుండి యిచటి కేటికిప్పు
డేఁగుదెంచినాఁడ వెఱిఁగింపు మనుటయు, నిట్టులనియె భూసురేశ్వరుండు. 108

క. నా పేరు చంద్రగుప్తుఁడు, భూపాలక సకలకళలఁ బొగడొందినవృ
ద్ధోపాధ్యాయులశిష్యుఁడ, నాపుణ్యాత్ముల కృపాకటాక్షమువలనన్. 109

మ. చతురామ్నాయములున్ షడంగములుఁ దూఁచా తప్పకుండ న్గ్రహిం

చితి వేదార్థరహస్యముల్ దెలిసితిం జేకొంటి న్యాయక్రమో
న్నతి శీలించితి ధర్మశాస్త్రముఁ బురాణప్రౌఢిమన్ మించితిన్
మతిలో నీపదునాల్గువిద్యలును సమ్మానంబునం బూనితిన్. 110

క. గారవమున సకలకళా, పారీణుఁడ నైతిఁ బసిఁడిపళ్లెరమైనన్
జేరుపఁగఁ జోటు వలె నని, చేరితి నిను నాదుకోర్కిఁ జింతింపు మదిన్. 111

తే. అనుచుఁ దత్కాలయోగ్యంబు లైనయట్టి భాషణంబుల బహుకళాప్రౌఢి దోఁపఁ
జంద్రగుప్తుండు గావించె సరసగోష్ఠి, వట్టిమ్రాఁకులఁ జిగురులు పుట్టునట్లు. 112

ఉ. ఆలలితప్రసంగమున కాత్మఁ దలిర్చిన ఛత్రచామరాం
దోళిక లాదిగాఁ గలుగుతోరపుసంపద లిచ్చి యమ్మహీ
పాలుఁడు సత్కరించె ద్విజబాలకముఖ్యు ననేకభంగి ను
న్మీలితబంధుపంకజవనీకమలాప్తునిఁ జంద్రగుప్తునిన్. 113

మ. చిరకీర్తిప్రథమానదానకలనాశృంగారశృంగారశే
ఖరధాత్రీరమణుండు నిత్యమును వేడ్కన్ దన్ను మన్నింప సు
స్థిరలక్ష్మిరతి నుల్లసిల్లె ధరణీదేవోత్తముండుం బురిన్
వరశిష్యప్రకరప్రబోధనకళావ్యాఖ్యానసౌఖ్యాత్ముఁడై. 114

క. అంతట నొకనాఁడు జర, త్కాంతామణి యొకర్తు గదిసి ఘనతరవినయా
నంతభయభక్తి నతనికి, నెంతయుఁ బ్రియ మొదవ మ్రొక్కి యిట్లని పల్కెన్. 115

సీ. శ్రీరమ్యగుణధాము శృంగారనిస్సీము తోయజభవవంశతుహినధాము
యీమధురాపురాధీశుఁడై విలసిల్లుశృంగారశేఖరక్షితిపపాల
నృపలోత్తముం డైనవీరవర్మం డనుదండనాయకుఁ డాత్మజుండు నాకు
నతని గాదిలిపట్టి యభినవతారుణ్యమహనీయతాస్పద మదనరేఖ
రాగమంజరి యన నొప్పురాజసుతయుఁ, దాను నొకయీడు గాఁగ నెంతయును వేడ్క
నమ్మహీపతి యక్కున నొమ్మనందుఁ, బెట్టుకొని యొక్కలాగునఁ బెనుపఁ బెరిఁగె.

క. కామితఫలదము లనఁ దగు, నోములు సర్వమును నోఁచి నుతదానకళా
శ్రీమించె బహుస్యందన, సామజహయరోహణప్రశస్తివహించెన్. 117

క. ఆరమణి రూపరేఖా, చారువిలాసము లనన్యసాధారణముల్
శ్రీరమణీతనయరమా, ధారణములు ప్రథమరసకథాకారణముల్. 118

సీ. అతివతిన్నని మాట లమృతంపుఁదేటలు హరినీలమణులమై నలరుకురులు
వనజాక్షిచూపులు వలరాజుతూపులు క్రొత్తవెన్నెలలోని క్రొవ్వు నవ్వు
మెలఁత మేని మెఱుంగు మెఱయుకారు మెఱుంగు చిగురుకెంపుల క్రోవి చిన్నిమోవి
కోమలిచనుదోయి కొదమజక్కవదోయి శృంగారవీచులు చెలువవళులు

గంధసింధురశుండాప్రకాండకరభ, కదళికాకాండకాంతవర్గములతోడి
పెందొడలు కాంత పెందొడ లెందు నరయ, మదనరేఖకు సరియైనమగువ గలదె. 119

క. అన్నెలఁత నిన్ను నున్నత, సన్నుతమణిచంద్రసౌధశాలలలోనన్
గ్రొన్నవిలుతుని నోముచు, వెన్నెల నెచ్చెలులుఁ దాను విహరించుతఱిన్. 120

క. చిలుకలతేరును గోకిల, బలములు లేఁజెఱకువిల్లుఁ బ్రసవాస్త్రములున్
దొలఁగించినమరుఁడో యన, విలసితగతి నీవు రాజవీథిఁ జరింపన్. 121

సీ. ఎలమితోఁ గోరిక లీరిక లెత్తినసరణి మేఁ బులకలు జాదుకొనఁగ
నలువులువాఱెడు ననురాగరసలీల నానందబాష్పంబు లగ్గలింప
మఱుఁగు వెట్టిక డెంద మెఱిఁగించుకై వడి గొబ్బునఁ బయ్యెదకొంగు సడలఁ
గనుఁగొన్నమాత్రానఁ గరఁగినగతి దోఁపఁ జెమటచిత్తడిసోన చిప్పతిలఁగఁ
దమకమును సిగ్గుఁదమలోనఁ దడఁబడంగ, మఱపుఁ జెయ్యూఱఁ దమలోనమాఱుమలయ
వాలవుఁజూపులుఁ దమలోన నూడుపట్టు, సహజశృంగారచేష్టలు సందడింప. 122

క. లీలాతరంగితం బగు, లాలితభవదీయరూపలావణ్యరసం
బాలోలనయన నలినీ, నాళంబులఁ గ్రోలుచుండె నలినాక్షి తగన్. 123

వ. అంత. 124

క. తరుణారుణారుణాంబుజ, శర మిత్తుశరాసనమున సంధించి మరుం
డరవిందనయన డెందము, కరమరుదుగ నుచ్చిపోవఁగా నేసె వెసన్. 125

క. అగ్గజగామిని కాముని, యగ్గలికకు, బెగ్గడిల్లి యాళిజనములన్
దిగ్గనఁ గను మొఱఁగి కడున్, సిగ్గున నేకాంతసదనసీమకుఁ జనియెన్. 126

వ. అట్లు చనుటయుం. 127

ఆ. సకియ లత్తెఱంగు సకలంబు నూహించి, కార్యగతిఁ దలంచి కడుఁ జలించి
యిందువదన యున్నకందువ కేతెంచి, పొంచి నిలిచి యాలకించునపుడు. 128

సీ. తల్లిదండ్రులమాట చెల్లనిచ్చెద నన్నుఁ దగు లుజ్జగింప నాతరముగాదు
మాటిమాటికిఁ గూర్మి మాటు సేసెద నన్నుఁ బైకొన్నవలవంత బయలువఱుపఁ
జెలులతో నింతయుఁ జెప్పి చూచెద నన్న సిగ్గు నాచనవులు చెల్లనీదు
చక్కనిమానంబు చిక్కఁబట్టెద నన్నుఁ బంచబాణుఁడు గడుఁ బ్రల్లదీఁడు
కమలనయనాచకోరరాకాసుధాంశుఁ, డైనయతఁ డేడ నే నేడ ననితలంప
కకట యందనిపంటికి నఱ్ఱుసాఁచెఁ, జిత్త మిటమీఁద నే నేమిసేయుదాన. 129

క. అని చింతాసంతాపము, లనితరసాధారణంబులై మదిలోనన్
బెనఁగొనఁగ నున్నకన్నియ, ననుగుణవతిఁ జేరి యిట్టు లనిరి వయస్యల్. 130

మ. తరుణీ! చిత్తము భూసురోత్తమునిమీఁదం జేర్చి లజ్జాతిర

స్వైరిణీగుప్తముగా నొనర్చి యిటు లేకాంతంబు దుర్దాంతదు
ర్భరచింతం బడఁ బంతమ్మ! మును వాక్ప్రౌఢిన్ విడంబింతుగా
విరహోత్కంఠితకామినీదళదశావిర్భావభావవ్యథల్. 131

వ. అంతఁ జతురికాజనంబులు తదీయదశాపనోదనం బొనరింపం దలంచి యభిరామ
గృహారామంబున కెలయించిన. 132

సీ. బాలరసాలంబుపైఁ గేలు సాఁపదు తిలకించి చూడదు తిలకతరువు
సంపంగ ముఖరాగసంపద నలరింప దశు నశోకమునకై యడరనీదు
పాట వెంపొగ్గఁ జూపదు ప్రియాళువుఁ జేరి కుచవీథిఁ గూర్పదు కురవకంబు
కర్ణికారముఁ బొడగన్న మాటాడదు సింధువారముమీఁదఁ జేర్పఁ దూర్పు
ననుచుసురపొన్నఁ గనుఁగొన్న నవ్వ దెపుడు, పొగడఁ బుక్కిటిమధువునఁ బ్రోదిసేయ
దిందుముఖి దోహదక్రీడ లీడ విడిచె, నలరువిలుకానిములుకుల కాత్మ నులికి. 133

వ. అప్పుడు. 134

క. పొదలినయారామములోఁ, గదలీతరుమధ్యదీర్ఘికాతటభూమిన్
బొదలినగురువిందలలో, విదితం బగుచంద్రకాంతవేదికమీఁదన్. 135

చ. దల మగుపచ్చకప్పురపుఁదావులు పైపయినోడుముట్టఁ జెం
గలువలపాన్పుపై నునిచి కాంతకు గొజ్జఁగినీటితేటచే
జలకము లార్చి మైఁ గలయఁ జందనపంక మలంది యెంతయుం
బలుచనిసన్నగావివలిపంబులు గట్టఁగ నిచ్చి నెచ్చెలుల్. 136

వ. వెండియు. 137

క. చల్లనిమం దని పైపైఁ, జల్లనిమం దొకటి లేదు సతిడెందమునన్
జల్లఁదన మంద దయ్యెను, జల్లనిమందులను దాపసంపద మించెన్. 138

సీ. అఱుతఁ దగిల్చినయాణిముత్తెపుఁ బేర్లు హరినీలహారంబులై తనర్చెఁ
దనువల్లి నంటినధవళచందనచర్చ లీలఁ గాలాగరులేప మయ్యెఁ
గరముల మెత్తినకర్పూరరేణువుల్ కస్తూరికాగురుకణము లయ్యెఁ
సెజ్జపైఁ బఱచిన చేమంతిఱేకులు కలయ నిందీవరదళము లయ్యెఁ
జిత్తజాతుండు కనుమాయ చేసినాఁడొ, మనమునంబుల విభ్రాంతి మట్టుకొనెనొ
కమలలోచనపరితాపగౌరవంబొ, యనుచు వెఱఁగంది మదిఁ గుంది యబ్జముఖులు. 139

క. ఇంతను మిన్నకయుండుట, పంతము గాదనుచు వీరవర్మునితోడన్
గాంతామణిసంతాపముఁ, గంతుప్రతాపంబు లలియఁగాఁ జెప్పుటయున్. 140

క. విని భయము ప్రియము మనమున, నెనయఁగ నవ్విభుఁడు వినయ మెసక మెసంగన్
నను నీపాలికిఁ జను మని, పనిచినఁ బనివింటిఁ గార్యభంగి ఘటింపన్. 141

క. చాలింపు మితరముల మదిఁ, బాలింపుము ధీరవర్మఁ బ్రమదాత్మునిఁగా
నాలింపుము నావిన్నప, మేలింపు మనోజరాజ్య మెంతయు నింతిన్. 142

వ. అనిన నమ్మహీసురముఖ్యుం డమ్మగువ కిట్లనియె. 143

క. అతివా మదియఁగ మదియఁగ, మతిదప్పెనొ కాక నీకు మనమున నియమ
వ్రతపరుల శూద్రరమణీ, రతికై బోధింప వత్తురా యిది తగవా. 144

చ. అనవుడు నింతి యాయెడఁ బ్రయాసపడం బనియేమి యంచు వే
గన ములు ముంటఁ బుచ్చుటయె కార్యముగాఁ దలపోసి చంద్రగు
ప్తునిఁ దగురీతి వీడుకొని భూపతిపాలికిఁ బోయి పూసగ్రు
చ్చినగతిఁ గార్యనిర్ణయ మశేషము తిన్నఁగ విన్నవించినన్. 145

చ. విని కడుసంభ్రమించి యతివేగమ కంచుకిఁ బంచి చంద్రగు
ప్తునిఁ బిలిపించి యాదరముతోడ సమున్నతనూత్నరత్నకాం
చనమయరమ్యపీఠ మిడి సారగభీరవచోనిరూఢి నా
య్యన వినయంబు తేటపడ నమ్మనుజేంద్రకులేంద్రుఁ డిట్లనున్. 146

ఆ. నిరుపమాన మైననీమోహనాకార, రేఖ మాచె మదనరేఖ యనుచు
నదియ తప్పుచేసి యలరంపగము లేసి, యలఁతఁబెట్టఁ దొడఁగె నంగభవుఁడు. 147

క. మరుచేఁ దోడిఁబడకుండఁగఁ, గరుణింపు సరోజనేత్రఁ గావు మహింసా
పరమోధర్మయనం గల, పరమార్థనిరూపణంబు భావించి మదిన్. 148

వ. అనవుడు నబ్భూసురుండు. 149

మ. సచ్చరితానువర్తనము సాధుజనంబులు సమ్మతింపఁగా
నచ్చపుబ్రహ్మచర్యము ప్రయత్నమునం జరియించుచుండి నేఁ
డొచ్చెల శూద్రభామినికి నువ్విళులూరి పథంబు దప్పఁగా
వచ్చునె వైద్దునాకి యుపవాసము మాన్పికొనంగ నేటికిన్. 150

క. వర్ణాశ్రమధర్మంబుల, నిర్ణయములు దొఱఁగకుండ నియమించుయశః
పూర్ణులు మీరలె యాయది, నిర్ణయ మని పలుకఁ దగునె నిండినసభలోన్. 151

వ. అనిన నమ్మహీశ్వరుం డిట్లనియె. 152

క. పారాశర్యప్రముఖు ల, పారకృపామహిమ తేటపడ నింతులకో
కోరిక దీర్చుట వినమే, వారిసదాచారగౌరవం బెడలెనొకో. 153

క. నావుడు భూసురుఁ డిట్లను, దేవరయానతియు నస్మదీయనియమముల్
భావించి సయుభయమ్మతి, గావించునుపాయ మొకటి గాంచితి వినుఁడీ. 154

చ. వరుసను బ్రాహ్మణోత్తముఁడు వర్ణచతుష్టయజాతకన్యలన్
బరిణయమాడు ధర్మమని పల్కుదు రాదిమునీంద్రముఖ్యుల

స్వైర వాడఁగూడు నేనిఁ బృథివీవర యీవరవర్ణినీమణిన్
గరమనురాగలీలఁ బ్రియకామిని గాఁగఁ బరిగ్రహించెదన్. 155

వ. అనిన నమ్మహీపాలుండు తదనులాపానురూపప్రవర్తితకార్యుం డగుటయుఁ దద్వృత్తాంతం బంతయు మదనరేఖ కాంతాజనంబులవలన నెఱింగి. 156

క. కాదంబినీసముద్గత, నాదంబున నీపలతిక పనిచినభంగిన్
జాదుకొనఁ బులకకలికా, శ్రీ దనువల్లికకుఁ జాలఁ జెన్నొదవింపన్. 157

సీ. చెదరినయలకలచిక్కు చక్కఁగఁ దీర్చి జాఱినగనయంబు సవదరించి
తనువునఁ బైకొన్న తాప ముజ్జనచేసి తొరఁగెడికన్నీరు తొలఁగఁ ద్రోచి
చెక్కుటద్దములపైఁ జిఱునవ్వు చిలికించి చిన్నవోయినమోము సేద దీర్చి
తలఁకుడెందముతోడఁ దాలిమి గీలించి పయ్యెదఁ జనుదోయిఁ బదిలపఱిచి
పంచబాణుండు కరసానఁబట్టినట్టి, రత్నపుత్త్రికవోలె వినూత్నరత్న
కాంతి నెంతయు మోదించి కమలవదన, సఖులకెల్లను లోచనోత్సవము చేసె. 158

తే. అంత నిజపురి శృంగార మాచరింపఁ, బనిచె శృంగారశేఖరమనుజవిభుఁడు
హితపురోహితమంత్రిసమ్మతము గాఁగఁ, దత్తదనుకూలశుభముహూర్తములయందు.

సీ. తనపురోహితుఁడు నాఁ దగువిష్ణుశర్మనివరపుత్త్రి యగుశీలవతి లతాంగి
దనతనూజాతయై తారుణ్యమున నొప్పు రాగమంజరి యనురాజవదనఁ
దనదుభాండాగారమున కధీశ్వరుఁ డైనధనగుప్తుఁ డనువైశ్యతనయ సుమతిఁ
దనదండనాయకోత్తముని గాదిలికూఁతు మదవతీమణి యైనమదనరేఖఁ
గ్రమము దప్పకయుండ నారాజవరుఁడు, సకలలౌకికవైదికాచారసరణిఁ
బ్రియముతో విప్రవరునకుఁ బెండ్లిసేసె, వేఱుసేయక వారికి వేఱువేఱ. 160

క. నానామణిగణకాంచన, చీనాంబరబహుసుగంధశృంగారవతీ
దానానేకపరథతుర, గానేకగ్రామసమితి సరణం బిచ్చెన్. 161

క. అవివిధవినుతవిభవ, శ్రీవిలసనభాగ్యరసవిశేషస్ఫురణన్
దేవేంద్రునిగతి ధరణీ, దేవేంద్రుఁడు సకలభోగదీపితుఁ డగుచున్. 162

సీ. శీలవతీనిత్యశృంగారరేఖావనాంతరక్రీడావసంతుఁ డగుచు
మంజులతరరాగమంజరీవక్షోజమంజరీమధుపకుమారుఁ డగుచు
సుమతిసీమంతినీకమనీయశశికాంతపాంచాలికాశీతభానుఁ డగుచు
మదనరేఖావధూమానసాంతరరాజహంసావతంసవిహారుఁ డగుచు
వరుసదక్షిణనాయకత్వమున మించి, యొక్కతెఱంగున ననురాగ మొదవఁ జేసి
యుచితరతిరాజలీలల నోలలార్చెఁ, జంద్రగుప్తమహీసురచక్రవర్తి. 163

క. ఇత్తెఱఁగున నన్నలువురు, మత్తచకోరాక్షులకుఁ గ్రమక్రమము మెయిన్

జిత్రజాకేళీనిపుణతఁ, జిత్తానందంబు లొదవఁజేయుచు నుండెన్. 164

వ. అంతఁ గొంతకాలంబునకును. 165

సీ. చూపుల నిగురొత్తుసోలంబుతోడన సోలంబు తనువున మేళవింప
విలసిల్లుత్రివళులవిరివితోఁ గూడంగ విరివి నెమ్మొవముల విస్తరిల్ల
జడిగొన్న చెయ్వులజడనుతోడను గూడ జడను నెన్నడలను జాదుకొనఁగఁ
బొలుపారునారులనలుపుతోడనుగూడ నలుపు చన్మొనలందు నాటుకొనఁగఁ
గమనములఁ జాల నలసత గానఁబడఁగ, నెమ్మనంబులు మృత్సౌరభమ్ము గోర
మిగులఁ బ్రేఁకనితొడవులమెచ్చు సడల, గర్భసంపద నొప్పి రక్కమలముఖులు. 166

సీ. వేదవేదాంగాదివిద్యలు శీలింప శీలవతీకాంత చింతసేయు
ధరణి నేకాతపత్రముగ నేలుకొనంగ సతతంబు రాగమంజరి తలంచు
రాజరంజనరీతి రసికతామహిమల సుమతియై వెలుఁగంగ సుమతి గోరు
సగుణనిర్గుణములసంబోధనాపేక్ష మదిలోన భావించు మదనరేఖ
యాత్మగర్భాంతరాళంబులందు నున్న, యర్భకులయందు నందమై యతిశయిల్లు
గుణము లన్నియు నిచ్ఛనుగుణము లగుచు, నాఁటినాఁటికిఁ దమయందు నాటుకొనఁగ.

చ. లలితకపోలమండలములన్ మణికుండలముల్ నటింప వి
చ్చలవిడిగా వినూత్నపురుషాయితకేళికి నగ్గలించున
గ్గలికలు చెల్లకున్న నధికవ్యథ నొయ్యన మాటిమాటి కూ
ర్పులు నిగిడింపఁ జొచ్చిరి సరోరుహనేత్రలు గర్భభిన్నతన్. 168

చ. కనుఁగొని నెమ్మనం బలరఁగాఁ బులిజున్నును నేఁడుకన్న దె
మ్మనినను దెచ్చువాఁడఁ బ్రియ మైనవి యెల్లను జెప్పుఁడంచు గొ
బ్బున హృదయానువర్తి యయి పల్కుసు బంతము నొక్కభంగి గాఁ
దనియఁగ నిచ్చు నవ్విభుఁడు తామరసాక్షులు గోరుకోరికల్. 169

క. అంత నవమాసము లతి, క్రాంతము లగుటయును గమలకైరవహితసి
ద్ధాంతమతి వెలుఁగు తేజో, వంతుం డగుసుతుఁడు శీలవతి కుదయించెన్. 170

తే. తత్సుతోదయవార్తా మహోత్సవమునఁ, జంద్రగుప్తుండు పూర్ణిమాచంద్రుఁ గనిన
సంద్రమునుబోలె నానందసాంద్రుఁ డగుచు, మఱి యథావిధి జాతకర్మం బొనర్చె.

చ. అరు దగుచున్న జన్మసమయగ్రహయోగబలంబు పెంపునన్
వరరుచియై దిగంతముల వాలుఁ జతుర్దశసంఖ్యవిద్యలన్
వరరుచి యైనమూర్తి నవవారిజమిత్త్రునిఁ బోలునంచుఁ దా
వరరుచినామవిస్ఫురణవంతునిఁగా నొనరించెఁ బుత్త్రకున్. 172

వ. ఒనరించి తోడ్తోన నిరతిశయ లీలాలోకనరిరంసామాంగల్యమిళిత మనోహరాంగుండై

యుండె నంతఁ గొన్ని దినంబులకును. 173

మ. దినకృద్వ్యాపరచైత్రశుక్లనవమిం దివ్యం దృతీయాంశ సం
జననం బొందెను రాగమంజరికి రాజద్భాగ్యసౌభాగ్యసూ
చనలగ్నంబున బుత్త్రిరత్నము నిజోచ్చక్షేత్రసందీప్తులై
1 యినమందారకురాసురేజ్యబుధు లాయిందు న్విలోకింపఁగన్. 174

వ. అమ్మహూర్త్తంబు మౌహూర్త్తికోత్తములు నిరూపించి. 175

శ్లో. కుముదగహనబంధా వీక్ష్యమాణే సమస్తైరగనగగృహవాస్తైర్దీర్ఘజీవీ సతుస్యాత్
యదసదశుభజన్యంయచ్చకీదృగ్విమోదం సభవతినరనాథస్సార్వభౌమోజితారిః. 176

వ. అని హోరాస్కంధబంధురం బైనయీపద్యంబు నుపన్యసించి యిక్కుమారుఁడు దీర్ఘాయురుపేతుండును జితారిసంఘాతుండును జక్రవర్త్తిపదఖ్యాతుండును నగునని విన్నవించిన. 177

క. ఆవార్త్త లమృతలహరీ, భావంబునఁ గర్ణవీథిఁ బ్రవహించి తను
ప్లావనము చేసి ధరణీ, దేవకులాగ్రణిమనంబుఁ దెప్పలఁదేల్చెన్. 178

వ. అయ్యవసరంబున. 179

మ. కురిసెం గల్పతరుప్రసూనములు దిక్కాలంకషప్రాయ మై
మొఱసెం దివ్యమృదంగనిస్వనము సమ్మోదానుసంపాదియై
బెరసెం జందనశైలమారుతము గంభీరాప్సరోనృత్యముల్
దొరసెన్ గన్నులపండువై జనులు సంతోషించి ఘోషింపఁగన్. 180

క. ఆజగతీసురుఁ డప్పుడు, రాజోచితబహులతురంగరథధేనుమహీ
రాజముఖీధనధాన్యస,మాజమహాదానగుణసమగ్రత మెఱయన్. 181

వ. జాతకర్మంబు యథోచితక్రమంబున నిర్వర్త్తించి యనంతరంబ. 182

తే. విక్రమంబున నాదిత్యువిధము దోఁప, సుప్రతాపానురూపతేజోవిశేష
కలితుఁ డగునని తజ్జన్మఫల మెఱింగి, తనయు విక్రమాదిత్యాభిధానుఁ జేసె. 183

తే. అంత సుమతికి సంజాతుఁ డైనయట్టి, పట్టికిని భట్టియని పేరు వెట్టి పిదప
మదనరేఖావిలాసిని కుదయమైన, తనయునకు భర్త్తృహరినామ మొనరఁ జేసె. 184

వ. ఇత్తెఱంగునఁ బుత్త్రద్వయోత్సవానందంబునం దృప్తుండై చంద్రగుప్తుండు. 185

క. సముచితకర్మక్రియలను, సముచితసంవర్ధనముల సముచితవిద్యా
సముదయసంశిక్షణములఁ, గ్రమమున నందనుల ఘనులఁగాఁ జేయుటయున్. 186

క. లోకహితకావ్యరచనా, సాకల్యప్రౌఢివేదశాస్త్రపురాణ

---

1 ఇనమందా...,ధులు=సూర్యశన్యంగారక గురుశుక్రబుధులు.

వ్యాకరణసరణివరరుచి, యేకముఖబ్రహ్మయనఁగ నెన్నికకెక్కెన్. 187

సీ. వచియించెఁ బ్రాకృతవ్యాకరణాగమం బభినవంబుగ భోజవిభుఁడు మెచ్చ
సకలవర్ణాశ్రమాచారనిర్ణయ మొప్ప ధర్మశాస్త్ర మొనర్చెఁ దజ్ఞు లలర
ధీయుక్తి మెఱయ జ్యోతిశ్శాస్త్ర మొనరించె సకలలోకోపకారకము గాఁగఁ
గాళిదాసునినవ్యకావ్యవిద్యాప్రౌఢి వరకవీశ్వరచక్రవర్తిఁ జేసె
భవ్యనారాయణీయ ప్రపంచసార, శారదాతిలకాదిప్రశస్తమంత్ర
శాస్త్రసర్వంకషజ్ఞానసరణి మించె, శీలవతిపట్టి సర్వజ్ఞశేఖరుండు. 188

శా. శ్రౌతస్మార్తరహస్యవేదులు గురుస్థానంబుగాఁ జూడ వి
ఖ్యాతప్రౌఢి మహాకవీశ్వరులు సాక్షాద్భారతీమూర్తిగాఁ
జేతోవీథిఁ దలంపఁగా నతఁడు మించెన్ ధర్మమర్మజ్ఞతా
చాతుర్యోన్నతులైనరాజులకుఁ బూజాలింగమై పెంపునన్. 189

సీ. వేదశాస్త్రపురాణవివిధాగమంబులు కరతలామలకంబుగా నెఱింగె
నవరసోజ్జ్వలకావ్యనాటకాలంకారసమితి నామూలచూడముగఁ జూచె
ధర్మార్థకామశాస్త్రప్రపంచంబులు * పల్లవిపాటగాఁ బరిచయించె
వారణస్యందనవాహనారోహణక్రమమున మర్మకర్మములు దెలిసె
నృత్యగీతవిద్యాప్రౌఢి నిర్వహించె, సకలదివ్యాస్త్రశస్త్రప్రశస్తి మించెఁ
దేజమున నొప్పి భట్టిద్వితీయుఁడగుచు, విక్రమాదిత్యుఁ డసమానవిక్రముండు. 190

క. మరువము మొలవఁగఁ దోడనె, పరిమళ ముదయించినట్లు పరమజ్ఞాన
స్ఫురణము బాల్యమునప్పుడె, పరిణతమై భర్తృహరికిఁ బ్రభవించుటయున్. 191

ఉ. ఎంతయు వేడ్కతోఁ బరిచయించినవిద్యలయట్ల వేదవే
దాంతరహస్యమర్మములు నమ్మహితాత్మునికాత్మఁ దోఁచె న
త్యంతము చోద్యమై మెఱయునంజన మబ్బినవానికిన్ ధరా
క్రాంతము లైనపెన్నిధులు కన్నులకుం బొడచూపుకైవడిన్. 192

ఉ. అందఱు నన్నివిద్యల మహామహులై విలసిల్లుచుండఁగా
నందనులం గనుంగొని మనంబునఁ బొంగుచుఁ జంద్రగుప్తుఁ డా
నందమహాంబుధిన్ దినదినంబును దెప్పలఁదేలుచుండె సం
క్రందనుకంటె వైభవపరంపర మించి యనేకకాలమున్. 193

శా. తారుణ్యంబున నమ్మహీసురుఁ డొగిన్ ధర్మార్థకామక్రియా
చారంబుల్ సరిగాఁ జరించి తుదమోక్షశ్రీ నపేక్షించి సం

* పల్లెపాఠంబుగాఁబరిచయించెఁ. అనిపాఠాంతరము,

సారాంభోనిధియానపాత్ర మగు శ్రీశైలంబుమీఁదం దపం
బారంభింపఁ దలంచి సంయముల డాయం బిల్చి తా నిట్లనున్. 194

తే. గయ సహస్రయుగంబులు కాశియందు, యుగసహస్రంబు వింశతియుగము లధిక
నిష్ఠఁ గేదారమున నున్న నియతఫలము, నొక్కదినము శ్రీనగమున నున్నఁ గలుగు. 195

సీ. శ్రీశైలమాత్మలోఁ జింతించినంతన జాతిస్మరత్వంబు సంభవించు
వేడ్కఁ దచ్ఛిఖరంబు వీక్షింపఁగోరిన సప్తజన్మాఘనాశంబు చేయు
నాత్రోవ రెండుమూఁడడుగు లేగినమాత్ర సకలజన్మములదోషములు పాయు
నత్యంతనియతిమై నగ్గిరి కేగినఁ బరమసాయుజ్యంబుఁ బడయవచ్చు
నెన్నిభంగుల శ్రీగిరి కేగువాఁడు, ధన్యుఁ డగు నబ్బు నశ్వమేధంబుఫలము
నట్టిశ్రీగిరి కర్థిమై నరుగలేని, గుణవిహీనుండు పిచ్చుకకుంటు గాఁడె. 196

సీ. ఏకొండశిఖరాగ్ర మీక్షించినంతన భవబంధములఁ బెడఁబాపఁ గల్గు
నేకొండ యిల్లుగా నీశానుఁ డేప్రొద్దుఁ బార్వతీసహితుఁడై పాయకుండు
నేకొండసన్నిధి నెల్లతీర్థంబులు పాతాళగంగాఖ్యఁ బరఁగుచుండు
నేకొండమీఁద బ్రహ్మేంద్రాదిదివిజులు శబరవేషంబుల సంచరింతు
రట్టిశ్రీపర్వతము చూచినట్టివారు, గట్టిపుణ్యంబు చేసినయట్టివారు
ఘనతపఃఫలసిద్ధులు గన్నవారు, హరునికత్యంతనిజభక్తులైనవారు. 197

క. ఏపాపము లొనరించిన, నాపాపము లణఁచుచుండు నటమీఁదన్నరుం
డోపికమీఱంగాఁ జని, శ్రీపర్వతదర్శనంబు చేసినయేనిన్. 198

చ. శిల లఖిలంబు లింగములు చెట్లు సమస్తము గల్పభూజముల్
జలములు దేవతానదిజలంబులు మానవులెల్ల సంయముల్
పలికినపల్కులెల్లను జపంబు చరించుట సత్ప్రదక్షిణం
బులు నిదురల్ సమాధి తలపోయఁగ శ్రీగిరిమీఁదఁ జోద్యముల్. 199

ఉ. వారణసీపురంబున నవారణ మేను దొఱంగ నేల కే
దారజలంబు లర్థి మెయిఁ ద్రావి శరీరము గోరవోవఁగా
నారడి పొంద నేల యొకయప్పుడు జన్మము లేకయుంటకై
యారయ శ్రీనగంబుశిఖరాగ్రము చూచినఁ జాలు నెమ్మదిన్. 200

మ. క్రతువిధ్వంసము బ్రహ్మహత్యయును ధర్మద్వేషముఁ సోదరీ
సుతసంహారము నాదియైనదురితస్తోమంబులం బాసి శా
శ్వతపుణ్యోదయుఁ డయ్యె నగ్గిరి నివాసంబౌట రుద్రుండు దు
ష్కృతముల్ వాయుట లేమిచోద్యము జనుల్ శ్రీపర్వతం బెక్కినన్. 201

క. కావున శ్రీనగమున కేఁ, బోవఁగ నూహించి మిమ్ము బోధించుటకై

రావించితి నావాక్యము, భావింపఁగ వలయు నిపుడు పరమార్థముగన్. 202

చ. బ్రదుకుము విక్రమార్కనరపాలక దిగ్విజయంబుచేసి య
భ్యుదయముఁ బొందు భట్టి నిజబుద్ధి నియోగితనంబునందు స
మ్మదమున మించు భర్తృహరి మాధవమెల్లను నీవు నిచ్చలున్
హృదయ మెలర్పఁగా వరరుచీ సుఖియింపుము వంశకర్తవై. 203

తే. అనుచు నెడఁబడ వారికి నానతిచ్చి, యాత్మరమణీసమేతుఁడై యాక్షణంబ
శ్రీనగస్వామి పదపద్మసేవ సేయఁ, జంద్రగుప్తమహీసురచంద్రుఁ డరిగె. 204

వ. ఇట్లు చతుర్థపురుషార్థ తత్త్వజ్ఞానగురుం డైననిజగురుం డరిగిన యనంతరంబ. 205

చ. పరిచితనవ్యకావ్యరసభావవిచక్షణ పుణ్యవీక్షణా
పరమహితాశ్రితప్రకరబాంధవపోషణ సత్యభాషణా
తరళవిలోచనాజనవితానమనోభవ నిత్యవైభవా
నిరవధికప్రభావనృపనీతియుగంధర కీర్తిబంధురా. 206

క. చతురావధానభాషా, చతుర జనస్తూయమాన సహజమనీషా
యతులితగుణమణిభూషా, ప్రతివాసరవర్ధమాన భవ్యవిశేషా. 207

మాలినీ. తరుణకమలనేత్రా దర్పవజ్జైత్రయాత్రా
పరహితసుచరిత్రా భాగ్యలక్ష్మీకళత్రా
సరససుకమిత్త్రా సజ్జనారామచైత్రా
హరితకులపవిత్రా యక్కమాంబాసుపుత్త్రా. 208

గద్య. ఇది శ్రీమదఖిలకవిమిత్త్ర పెదయన్నయామాత్యపుత్త్ర
శారదాదయావిధేయ జక్కననామధేయ ప్రణీతంబైన
విక్రమార్కచరిత్రం బను కావ్యంబునందుఁ
బ్రథమాశ్వాసము.

శ్రీరస్తు.

విక్రమార్కచరిత్రము.

ద్వితీయాశ్వాసము.

శ్రీనాథచరణయుగళ
ధ్యానాధీనాంతరంగ తరుణీజనచే
తోనందన నిజమూర్తి
శ్రీనందన జన్ననార్యసిద్ధనమంత్రీ. 1

చ. అరుదుగ విక్రమార్కవసుధాధిపచంద్రుఁడు కీర్తిచంద్రికల్
ధరఁ బరఁగింప దిగ్విజయతత్పరుఁడై యొకరుండు వింధ్యభూ
ధరమున కేఁగి యందుఁ బ్రియదంబు మది న్విలసిల్లఁ గాంచె నీ
శ్వరవరవామభాగసహవాసవిలాసిని వింధ్యవాసినిన్. 2

వ. కాంచి లలాటాంబకకుటుంబినీపదాంభోరుహరోలంబకదంబాయితచికురనికురుంబలాం
ఛనలపనచంద్రమండలుండై యమ్మండలాధీశ్వరుండు తదీయమందిరద్వారంబు నిర్గ
మించి తత్ప్రదేశంబున. 3

క. ప్రబలాసురవరసూనులు, సుబలమహాబలులు వాలిసుగ్రీవులు నా
నిబిడాంగరక్తధారా, శబలితభూభాగ మయినసమర మొనర్పన్. 4

వ. కాంచి తత్కలహంబు వారించి తత్కారణం బడుగుటయు వార లిట్లనిరి. 5

చ. హరునిగుఱించి వత్సరసహస్రము ఘోరతపంబుచేసి త
త్కరుణ దుకూలకంథయును దండముఁ బావలు రత్నపాత్రముఖ
వరములఁ గాంచె మద్గురుఁ డవారణమైఁ బ్రబలాభిధానుఁ డీ
యురువిడిచేత నయ్యెడుప్రయోజన మెల్లను జిత్తగింపుమా. 6

శా. ఈలాతంబున వ్రాయఁ బట్టణములో నీపాదుకల్ మెట్టఁగా
నేలోకంబున కైన నేఁగ సులభం బీపాత్ర దివ్యాన్నముల్
చాలంగా సమకూర్చుఁ గోరినతఱిన్ సంధిల్లు నీకంథచే
వేలతుల్ కనకంబు రాలు విద్రుపఱ విశ్వంభరాధీశ్వరా,

తే. తండ్రిపిమ్మట నివి యేము తగినభంగిఁ, బంచుకొననేరకిమ్మెయిఁ బ్రతిదినంబుఁ
బోరుచున్నార మిట నీవు పొందు వొసఁగఁ, బంచి పెట్టి రక్షింపుమీ పార్థివేంద్ర. 9

వ. అనవుడు.

క. జనపతులకుఁ బాపాత్ములు, ధన మెమ్మెయి నైనఁ గొనుట ధర్మం బనఁగా
విని యున్నవాఁడు గావున, ధనసంగ్రహణంబునందుఁ దత్పరమతియై. 10

చ. అనఘుఁడు విక్రమార్కవసుధాధిపచంద్రుఁడు మందహాస మా
ననము నలంకరింపఁ గుహనాచతురుండయి బుజ్జగించి నా
పనుపున మీఱుచేసఱచిపాఱుఁడు మీఱినయట్టివాఁడ యీ
ధనమున కెల్లఁ గర్త యగుఁ దప్పదు పొమ్మని యానతిచ్చినన్. 11

చ. పనివడి యొండొరుం గడవఁ బాఱెడియాసను వారు దవ్వుగాఁ
జనుట యెఱింగి కంథయును సన్మణిపాత్రయు యోగదండముం
గొని వెసఁ బాదుకల్ దొడిగికొంచు వియచ్చరవాహినీకన
త్కనకసరోజగంధవహకౌతుకుఁడై వినువీథి కేగుచున్. 12

చ. కనియె నతండు శంకరశిఖాశశిరంజితచంద్రకాంతసం
జనితజలార్ద్రకల్పతరుజాలముఁ గిన్నరకన్యకాప్రమో
దనమణిశృంగసంగతలతావనజాలము దివ్యవాహినీ
వనజవనీతలద్రుహిణవాహమరాళము మేరుశైలమున్.

వ. కనుఁగొని ప్రమోదభరితమానసుండై. 14

సీ. ఈకొండ మణికాంచనాకారరుచి గాంచెఁ గొండ లెల్లను దనుఁ గొండఁజేయ
నీకొండఁ గాఁపుండి యింద్రాదిసురముఖ్యు లెల్లభాగ్యములకు నెల్లలైరి
యీకొండ దండగా నీరేడుజగములు సుప్రతిష్ఠితములై సొంపుమిగిలె
నీకొండ కోదండమై కాలకంఠున కసమానజయలక్ష్మి నావహించె
నిర్జరాపగ యీకొండనిర్ఝరంబు, పద్మబాంధవుఁ డీకొండపారికాఁపు
కొండయల్లునికొండ యీకొండశిఖర, మని సుమేరుప్రభావంబు లభినుతించి. 15

ఉ. అందొకదివ్యరత్నశిఖరాగ్రతలంబున రాగమంజరీ
నందనుఁ డబ్జినీతటమునన్ సురభూజమునీడ నిల్చి లీ
లం దన నెమ్మనంబునఁ దలంచినమాత్ర నె పాత్రయందు నా
నందకరంబుగాఁ బొడమె నవ్యసుధామధురాన్నపానముల్. 16

శా. ఆయిష్టాన్నము లారగించి యతఁ డాహ్లాదంబుతో మేరువున్
డాయం దక్షిణదిక్కునందు నొకచోటన్ యోగదండంబునన్
వ్రాయం గంధగజాశ్వసౌధసదనప్రాకారదేవాలయ

ప్రాయంబై యొకపట్టణం బరుదుగాఁ బ్రాదుర్భవించె న్వెసన్. 17

చ. జనపతి యాపురంబునకుఁ జంద్రపురం బని పేరువెట్టి యం
దనుపమరాజ్యవైభవమహామహిమం జెలువొంది కంథప్రగ
ల్భ్యన విదిలించి యందుఁ బదికోటులు మాడలు రాలఁ బ్రోవుగా
ననయము నెల్లయర్థులకు నన్నరపాలకుఁ డిచ్చు నిచ్చలున్. 18

క. కనుఁగొనిన వేయి మాటా, డినఁ బదివే ల్గుడువ లక్ష డెందము ప్రమదం
బునఁ బొందినఁ గోటిధనం, బనయము నర్థులకు విక్రమార్కుం డొసఁగున్. 19

వ. ఇవ్విధంబున ననన్యసామాన్యవదాన్యుం డైనయారాజన్యుండు పేరోలగంబున రత్నసిం
హాసనాసీనుండై యున్న యవసరంబున వైహాయసమార్గంబున ననర్ఘమణిమరీచిమా
లికాదేదీప్యమానంబు లైనదివ్యవిమానంబుల నవలోకించి యాత్మీయామిత్రుం డైనచిత్ర
రథుండను గంధర్వపతి నివి యెందుఁ జనుచున్న వని యడుగుటయు నతం డాతని
కిట్లనియె. 20

ఆ. సకలజీవలోకసజ్జనానందన, ప్రౌఢుఁ డైనపద్మభవునిఁ గొల్వ
ననుదినంబు నరుగు నమరేంద్రముఖ్యుల, మణివిమానము లివి మనుజనాథ. 21

వ. అనవుడు, 22

మ. జగదుత్పత్తివిశారదుం డయినబిహాజానియాస్థానిసో
యగ మీక్షించునపేక్ష నాత్మీయ భృత్యామాత్యు లంగీకరిం
ప గుణాలోలుఁడు సాహసాంకధరణీపాలుండు లీలాగతిన్
గగనాభోగ మలంకరించె మణిరంగత్పాదుకాపాదుఁడై. 23

వ. ఇవ్విధంబున జని యమ్మహామహుండు పితామహలోకాలోకనోత్సవం బంగీకరించి
తదాస్థానమండపంబు ప్రవేశించి. 24

సీ. మౌద్గల్య మాతంగ మౌంజాయన మరీచి మైత్రేయ మాండవ్య మందపాల
కపిల కశ్యప కాత్స కామంద కణ్వాత్రి కౌశిక కౌండిన్య కలహభోజ
వాత్స్యాయన వ్యాస వాల్మీకి వరతంతు వాలఖిల్య వసిష్ఠ వామదేవ
శరభంగ శుక శక్తి శార్ఙ్గ శారద్వత శౌనక శాండిల్య శాలిహోత్ర
జడభరత జహ్ను జాబాలి జామదగ్న్య పులహ పిప్పల పర్వత పుండరీక
గార్గ్య గౌతమ గాలవ గణక ముఖ్యు, లైనయాసంయమీశ్వరు లర్థిఁ గొలువ. 25

క. యాగములు యాగకర్తలు, యోగములును యోగివరులు నుచితాచార
ప్రాగుణ్యవిధులు నదులును, సాగరములు గిరులు దరులు సంసేవింపన్. 26

సీ. తనతనుప్రభలతో సెనవచ్చుపటికంపుజపమాల యొకకేల నవధరించి
తనముద్దుమోముచందమున నందము నొందునరవింద మొకకేల నలవరించి

తనమంజులాలాపతతిఁ గూడి భాషించుకీరంబు నొకకేల గారవించి
తనగాననినదంబు నెనయఁ జాలువిపంచి కేలిమై నొకకేలఁ గీలుకొల్పి
ప్రణతదిక్పాలబాలికాఫాలఫలక, తిలకమృగనాభిచిహ్న దేదీప్యమాన
చరణనఖచంద్రమై పూర్ణచంద్రవిమల, కమలకర్ణిక నుండి వాగ్రమణి కొలువ. 27

క. కొలువున నెలవువహించిన, నలువను సాష్టాంగ మెరఁగి నవవరుఁడు రసా
కలితమృదుసారసౌరభ, సలలితవాక్పుష్పపూజ సమ్మతిఁ జేసెన్. 28

వ. అప్పుడు ప్రసన్నతాచతురాననుం డైనచతురాననుం డిట్లనియె. 29

క. ఎయ్యది కుల మెయ్యది నెల, వెయ్యది నీనామ మిప్పు డేచందమునన్
ఇయ్యెడకు వచ్చి తనవుడు, నయ్యంబుజసూతితోడ నతఁ డిట్లనియెన్. 30

ఆ. చంద్రగుప్తసుతుఁడ చంద్రపురీశుండ, విక్రమార్కుఁ డనఁగ వెలయువాఁడ
దివ్యపాదుకాగతిప్రౌఢి వచ్చితి, నిచ్చ మిమ్ముఁ జూడ నిష్టమగుట 31

క. నావుడు నతనిమహత్త్వము, భావించి విరించి చోద్యపడి సదయుండై
భూవర యే వరమడిగిన, నావర మే నిత్తు నీకు నని పలుకుటయున్. 32

ఉ. ఫాలతలాగ్రచర్మము కృపాణమునం గొని చీరి యెత్తి యా
వ్రాలకు మీఁద నెక్కుడగువ్రా లొకకొన్ని లిఖింప నొప్పుదో
యీలిపితోడఁ గొన్ని వెర వేర్పడ నిప్పుడ చక్కఁబెట్టఁగాఁ
జాలుదొ యానతిమ్మనిన సారసగర్భుఁడు విస్మితాత్ముఁడై. 33

ఉ. ఆర్వురుచక్రవర్తులు పదార్వురాజులు విశ్వధారణీ
నిర్వహణప్రభావమున నేర్పరులైనను వీనిసాటిరే
సర్వఫలప్రదానమున సాహసికత్వరమాసమగ్రతన్
గర్వితవీరవైరిచయఖండనమండనవిక్రమక్రియన్. 34

క. ఇచ్చెద నొకవర మనినను, నెచ్చెర నామాట కుఱుచ సేసెను సభ నీ
పొచ్చెము వాయుట కొఱకై, యిచ్చెద బ్రహ్మాస్త్ర మైన నీతని కనుచున్. 35

సీ. సిద్ధాదులగుకోష్ఠసీమలు పరికించి నామానుగుణము నిర్ణయము చేసి
యుచితదీక్షాకాల మూహించి యభిషిక్తుఁ జేసి జితస్థానసిద్ధి దెలిపి
కూర్మాసనాదులమర్మంబు లెఱిఁగించి యష్టాంగవివరణం బాచరించి
భూతశుద్ధి తెఱంగు బోధించి మాతృకావిన్యాససరణి యుపన్యసించి
యావరణశక్తిబీజాధిదైవతములు, బలులు జపహోమతర్పణావళులు చెప్పి
సప్రయోగోపసంహారణప్రవీణుఁ, జేసి బ్రహ్మాస్త్ర మిచ్చె నబ్జాసనుండు. 36

వ. ఇచ్చి మఱియు నిట్లనియె. 37

క. మానవశక్తి జయింపఁగ, రానిమహావీరు లైనరణశూరులపై

దీనిఁ బ్రియమారఁగింపుము బల, హీనులపై మఱచి యైన నేయకు మధిపా. 38

క. అని బ్రహ్మ యానతిచ్చిన, జనపతి సాష్టాంగ మెరఁగి సంభావితుఁడై
తనపురికి నరిగి జగతీ, జనరక్షణ చేయుచుండె [1]సత్పరమతియై. 39

వ. అంత నా చంద్రపురంబునఁ జంద్రగుప్తాన్వయవార్ధిచంద్రుం డైన రాజేంద్రుఁడు కీర్తిచంద్రికాసాంద్రుం డై యుల్లసిల్లు చెలంగి త్రిజగదాశ్చర్యచాతుర్యసకలకళాసంవిధానుం డైన సుమతిసూనుండు చనుదెంచి యుచితప్రకారంబునం బ్రవేశించి దండప్రణామంబు లాచరించిన నుచితోపచారంబుల సంభావించి మధురానిర్గమనం బాదిగాఁ గల యాత్మీయప్రయోజనంబు లఖిలంబులు నెఱింగించి యిట్లనియె. 40

సీ. చెలువొందు నేపురి శృంగారముగఁ గాలకంఠుఁ డెప్పుడు మహాకాలసంజ్ఞఁ
గోటిలింగంబులు కొమరారు నేవీట సంధ్యాత్రయమహోపచారగరిమ
విలయాంబునిధిపూరములయందు జెందక పెనుపొందు నేపుటభేదనంబు
యుగయుగంబునయందు నొక్కొక్కదివ్యాభిధానంబు నేరాజధాని పూను
నంబికాదేవి యేపట్టణంబునందు, శ్రీమహాకాళినా నతిశ్రీవహించు
నట్టియుజ్జని యోగపీఠాభిరామ, మైహికాముష్మికప్రదానాఢ్యసీమ. 41

ఆ. ద్వారవతి యవంతి వారాణసి యయోధ్య, మధుర పుణ్యకోటి మాయ యనఁగ
నలఘుముక్తిదము లగుపట్టణములందు, నగ్రగణ్య యుజ్జయినిపురంబు. 42

వ. అని పురాణప్రోక్తంబు లగుసూక్తంబు లుపన్యసించి వెండియు. 43

సీ. సర్వసర్వంసహాచక్రావతంసమై జయలక్ష్మి వెలయు నుజ్జయినియందు
శ్రీమన్మహాకాళికామందిరాంగణస్థలి నగాధం బైనకొలనికెలన
నభ్రంకషాభోగ మగుమఱ్ఱికొమ్మను గట్టిన వ్రేలెడునుట్టియొక్క-
చిత్రంబుగఁ దదీయసూత్రంబు లైదును ఘోరాసిచేఁ ద్రెవ్వఁ గోసి వైచి
యాజలాశయమధ్యంబునందు నున్న, యుగ్రశూలాగ్రమునఁ బడఁ బోవువాఁడు
సకలసామ్రాజ్యవైభవోత్సవము నొంది, తత్పురం బేలు నిది దేవతావరంబు. 44

క. ఇవి శిలవ్రాసినయది యని, చతురత విప్రుం డొకఁడు ప్రసంగవశమునం
జదివెను నొగి నీపద్యము, లదియెఱుఁగఁగ వలయు నచటి కరిగెద భట్టీ. 45

తే. ఉట్టిచేరులు గోయంగ నుత్సహించి, యొకటి దెగఁగోసి వెండియు నొకటిఁ గోయ
మును పుగోసినయది యంటుకొనుచునుండు, ననుచు విస్మార మిట్టిచోద్యములు గలవె.

క. అన సుమతిసూనుఁ డిట్లను, జననాయక దీనికై విచారం బేలా
విను మట్టిచేరు లొక్కటఁ, బెనుపాతముగఁ గోయరాదె ప్రిదులక యుండన్. 47

మ. అనినం దత్ప్రతిభావిశేషమునకత్యాశ్చర్యముం బొంది య

1 సత్పరమతి = సత్పురుషులయందాసక్తిగలబుద్ధిగలవాఁడు,

మ్మనుజాధీశుఁడు భక్తిఁ జంద్రపురిసామ్రాజ్యంబున న్నిల్పి భూ
జనసంరక్షణమార్గసమ్యగుపదేశం బిచ్చి తా నేగ ను
జ్జనికిన్ సమ్మతిఁ బాదుకంబులవలనన్ సంతోషితస్వాంతుఁడై. 48

వ. అరిగి యనేకప్రసూనసుగంధవహగంధవహబంధురోపవనాపాదితమత్కారం బయిన యన్నగరోపకంఠంబున. 49

ఉ. మోహనమూర్తి యానృపతిముఖ్యుఁడు గాంచె సువర్ణకుంభస
న్నాహముఁ దుంగశృంగపరిణాహము దర్పణరత్నతోరణో
త్సాహము చంద్రికాధవళసౌధసమూహము శ్రీమదంబికా
గేహము గోపురాగ్రలలఖేదవిమోదిదినేంద్రవాహమున్. 50

వ. కని తదీయరామణీయకంబునకు నాశ్చర్యధుర్యుం డై యక్కుమారవర్యుండు వందారుబృందారకసుందరీసందోహసీమంతసిందూరపరాగపాటలితస్ఫటికమణికుట్టిమంబులవలనను,నటనఘటనారంభరంభాపదాంభోజవిగళదలక్తసంధ్యారాగరంజితరంగస్థలీనభోంతరాళతారకాయితముక్తాఫలోపహారంబులవలనను, సఖీజనసమాందోళితడోలాసమారూఢగంధర్వకామినీజేగీయమానమధురగీతికాతిస్వనంబులవలనను, ప్రసిద్ధసిద్ధజనకథితనవనాథచిత్రచరిత్రవర్ణనప్రమోదహృదయసామాజికవిరాజమానమణిమండపంబులవలనను,విటంకవిహారణపారావతకీరశారికాపఠితదేవస్తుతికథాగాథశ్రవణప్రహృష్టహృదయజనసముదయంబులవలనను,ప్రాకారసమీపసంజాతకరంజనికుంజగంజామంజామంజరీకుంభసంభృతమకరందమధురసాస్వాదమత్తమధుకరీగానతానానుకూలశాలిపాలికాబాలికానవరాగగీతప్రసంగంబులవలనను,నిరవలంబనాంబరచరద్రమణరమణీసురతశ్రీమసంజాతఘర్మాంబుబిందువ్యపనోదనచతురశీతలసమీరణసంజననకారణపతాకానికాయంబులవలనను,చపలకపికంపితరసాలశాఖాపతితపరిపక్వఫలవాంఛాసంచరణపౌరభామినీనివహంబులవలనను, నానాభివాంఛితశయితశాతోదరీసంపాద్యమానజలధరోపమవిశాలనీలమణికుట్టిమప్రదేశంబులవలనను,నిరవధికభక్తిరసాతిశయప్రాణోపహారసమర్పణమహాఫీరవరశిలాప్రతిరూపంబులవలనను,గామితామితఫలోదయానందకందళితమనోమనోహరమానవానీతమహాగంభగుంభితకుంభాంచితకర్షణవ్యధానీయమానస్వర్ణకోటికల్లనాఫల్గుశోభాకరపురోభాగంబులవలనను, నతిమనోహరం బై, సార్వకాలికసమర్పితానేకపుష్పగంధబంధురం బై, యగురుగుగ్గులుప్రముఖధూపవాసనావాసితదశదిశాభాగం బై,శాతకుంభస్తంభసంభృతానేకనూతనరత్నప్రదీపికాదేదీప్యమానం బై, మహోపహారసమయసముచితపంచమహాశబ్దసంభావ్యమానం బయినయాదివ్యమందిరంబు ప్రవేశించి. 51

సీ. నిర్జరవరవధూనేత్రకైరవములు చిఱునవ్వువెన్నెలచేత నలర
గోపతిసుతసతీ కుంతలభ్రమరంబు లడుగుఁదమ్ములఁ జెంది యతిశయిల్ల
వరుణాంగనామనోవల్లీవితానంబు పలుకుఁదెమ్ములచేతఁ బల్లవింప
ధనదకాంతాహ్నతటినీనికాయంబు విశదకృపారసవృష్టిఁ బెరుగ
హరికిన్నరకన్యకాహస్తజలజ, కలితచామరపవమాన కంప్యమాన
చికురనికురుంబయై యొప్పుసకలజనని, కర్థి దండప్రణామంబు లాచరించి 52

వ. నిర్గమించి తదాలయపురోభాగంబున. 53

సీ. సికతాతలంబున శివలింగపూజనపరులైనసన్మునివరులవలనఁ
బరిసరసహకారపాదపచ్ఛాయల గోష్ఠి సల్పెడిసిద్ధకోటివలన
నంతర్జలంబుల నఘమర్షణస్నాన మాచరించుచు నున్నయతులవలన
సిరులు నిండారంగఁ దరుల నోములు నోముమానవతీలలామములవలన
సుకృతముల కెల్ల నెల్లయై సొంపు మీఱి, యపరమణికర్ణిక యనంగ నతిశయిల్లి
కమలకైరవమధురస కలితలలిత, వైభవాకర మగుసరోవరము గాంచి. 54

ఉ. ఆసరసీతటాంతిక శిలాక్షరపంక్తిఁ గణించి చూచి యీ
వ్రాసినవ్రాఁత యుజ్జయిని రాజ్యముచేరుటఁ జాటిచెప్ప సం
త్రాసముఁ బొందనేల యని తత్క్షణమాత్రన యుట్టిమెక్కి బా
హాసిఁ దదీయసూత్రముల నన్నిటి నొక్కటఁ గోసె వ్రేల్మిడిన్. 55

వ. తదీయసాహసోత్కర్షంబునకు హర్షించి. 56

సీ. వికచనీరజపత్త్రమకరందరసభాతిఁ బసనిచూపులఁ గృపారసము దొలఁకఁ
జంద్రమండలసాంద్ర చంద్రికాద్యుతిభంగి నాననంబున మందహాస మొప్పఁ
గనకకుంభవినూత్న ఘనరత్నరుచిలీలఁ బాలిండ్లఁ గుంకుమపంకమలరఁ
గాంచనపాంచాలి కాకీర్ణహిమలీల లలితాంగవల్లి దువ్వలువ దనర
నొప్పులకు నెల్ల నెల్లయై యుల్లసిల్లు, నమ్మహాకాళి ప్రత్యక్షమై నరేంద్రు
శూలముఖమునఁ బడకుండఁ గేలఁ బట్టి, నిజచరణపీఠిచెంగట నిలుపుటయును. 57

వ. రాగరంజితుఁడై యారాగమంజరీనందనుండు కృతాభివందనుండై యంజలిపుటంబు
నిటలతటంబున ఘటియించి నిష్యందమానానంద బాష్పకణికా ప్రసారుండును, రోమాం
చకంచుకితాకారుండును, సముద్గతగద్గదవ్యాహారుండును నై యిట్లని స్తుతియించె. 58

దండకము. జయజయ జగదంతరానందమూర్తే శతానంద సంస్తుత్యకీర్తే నమద్దివ్యసీమంతి
నీకాంతసీమంతసంక్రాంతసిందూరబాలాతప ప్రస్ఫురత్పాదపంకేరుహే హేమకుంభీల
సత్కుంభవక్షోరుహే నూత్నరత్నప్రభామండలీమండితానేకభూషావిశేషప్రతీపప్రతీ
కే కృపాజాగరూకేక్షణారంభసంరంభశుంభన్నిశుంభాదితేయారిదుర్వారగర్వాంధకార

చ్చిదాచండమార్తాండరూపే సుధాసుప్రలాపే కిరీటాగ్రజాగ్రత్సుధాభానుఖండద్వితీ
యార్ధశేంకాసమావాసిఫాలస్థలన్యస్తకస్తూరికాపట్టభాస్వల్లలామే మహామంత్రయంత్రా
భిరామే సుధాసాగరాంతర్మణిద్వీప నీపాటవీపాటలీవాటికాకల్ప కల్పద్రుమాక్రాం
తచింతామణి శ్రేణికాగేహసీమా శివాకార మంచాగ్రభాస్వత్పర బ్రహ్మశయ్యాదరంసే
ప్రభాసాంద్రచంద్రావతంసే నవీనేక్షుకోదండనానాప్రసూనాస్త్రపాశాంకుశోల్లాస
హస్తారవిందే సదాసేవనాసన్న సన్మౌనిబృందే నవాశోకబంధూకసౌగంధికాలక్తక
స్యంద సిందూరరేణు ప్రవాళప్రతీ కాశమూర్తి ప్రకాశే వినీలాలినీకేశపాశే సముద్దా
మసౌదామనీధామ బాలారుణాంశు ప్రతీకాశ బీజత్రయీ విద్యమానాఖిలైశ్వర్యచిం
తామణే లోకరక్షామణే నిర్మలజ్ఞానవిద్యామహాయోగవిద్వన్మహాభాగ్య సౌభాగ్య
విద్యే ప్రభావానవద్యే నమస్తే నమస్తే నమస్తే నమః. 59

శా. ఓసర్వేశ్వరి యోమహేశ్వరసతీ యోదివ్యమూర్తిత్రయీ
యోసిద్ధాంబిక యోకదంబవనలీలోద్యానహృద్యా శివా
యోసంసారరుజాపహారనిపుణా యోమంత్రతంత్రాత్మికా
నాసంసేవను జిత్తగించి దయతో నన్నుం గటాక్షింపవే. 60

వ. అనిస్తుతియింప నమ్మహీపతిపై నపారకృపారసతరంగం బగునపాంగంబు నిగిడించి య
మ్మహాదేవి యిట్లని యానతిచ్చె. 61

ఉ. తొల్లి యనేకభూపతులు దుర్లభ మంచు నుపక్రమింప భీ
తిల్లినయట్టికార్య మిది తెంపున నీవొనరింపఁ జూచి యే
నుల్లములోన మెచ్చి యిపు డుజ్జయినీ పురరాజ్యవైభవం
బెల్ల సహస్రవత్సరము లేలఁగ నిచ్చితి నీకుఁ బుత్త్రికా. 62

క. అనితరసాధారణ మగు. ఘనతరసాహసము నీవు గావించుట నో
మనుజేంద్ర సాహసాంకుం, డనఁగాఁ జిరకీర్తిఁ బొందు మాకల్పముగాన్. 63

ఉ. ఈయిల ధర్మరక్ష వెలయింప జనించినయట్టియాదినా
రాయణమూర్తి వీవు భవదంఘ్రి సరోరుహసేవ యర్థిమైఁ
జేయఁగ నాత్మఁగోరి పరసీరుహగర్భుఁడు పుట్టె భట్టియై
పాయక జోడుగూడి యిలఁ బాలనసేయుట మీకు నైజమా. 64

చ. వదలక మీచరిత్రములు వర్ణనచేసిన సంస్మరించినం
జదివిన వ్రాసినన్ విని ప్రసంగవశంబునఁ బేరుకొన్నఁ బె
ల్లొదవు మనుష్యకోటికి సముజ్జ్వలరాజ్యరమాసమృద్ధియున్
సదమలధర్మబుద్ధియును సంవిదుదంచితమోక్షసిద్ధియున్. 65

మ. అని సర్వేశ్వరి యానతిచ్చినఁ బ్రియం బారంగ సాష్టాంగదం

డనమస్కారముఖోపచారములు నానాభంగులం జేసి య
జ్జననాథాన్వయచక్రవర్తి తదనుజ్ఞాసిద్ధిపూర్వంబుగాఁ
దనయిచ్చం జరియించుచుండె నికటోద్యానాంతరాళంబునన్. 66

ఉ. అట్టియెడన్ బ్రసేనుఁ డనునప్పురమేలెడురాజు చన్న నా
పట్టపుదంతి మంత్రులయుపాయమునం జనుదెంచి కీర్తికిం
గట్టనుఁ గైనహారలతఁ గంఠమునం దిడ రాజ్యలక్ష్మికిం
బట్టముగట్టి రాప్తులును బంధులు భృత్యులు నన్నరేంద్రునిన్. 67

వ. ఇత్తెఱంగున నుజ్జయినీ రాజ్యసింహాసనాసీనుండై. 68

సీ. భరతునిలాగునఁ బరశురాముని భాతి రంతిదేవునిభంగి రాముగరిమ
నంగునిరేఖ యయాతిభావంబునఁ బృథువిధంబున భగీరథునిమాడ్కి
గయుఁలీల మాంధాతకైవడి నంబరీషునిరీతి శశబిందుసోయగమున
శిబిపోలిక మరుత్తుచెల్వునను దిలీపుకరణి సుహోత్రునిగారవమున
సగరువెరవునఁ బురుకుత్సుసరణి నలుని, రమణ నర్జునుక్రియఁ బురూరవునిచంద
మున హరిశ్చంద్రుతెఱఁగున వినుతికెక్కి, సాహసాంకుండు వసుమతీచక్ర మేలె. 69

చ. కుదురుకొనెన్ గిరీంద్రములు కూర్మకులాగ్రణి జీవనస్థితిం
బొదలె ఫణీశ్వరుండు బహుభోగసమున్నతి నల్లసిల్లె స
మ్మదము వహించె దిక్కరిసమాజము క్రోడము చాలఁ గ్రొవ్వె నొ
ప్పిదముగ నన్నరేంద్రుభుజపీఠిక యుర్వర నిర్వహించినన్. 70

చ. అరిజనపాలకాననతృణాంకురవృద్ధియొనర్చు విద్విష
త్సరసిజలోచనాస్యజలధారలవర్ధన మొందు నెప్పుడుం
జరణసమీపవర్తులకుఁ జల్లఁదనంబొదవించు నమ్మహీ
వరునిప్రతాపవహ్ని జనవర్ణిత చిత్రచరిత్ర లీలలన్. 71

ఉ. పాదుక లాదటం జరణపద్మములం దిడి ముజ్జగంబులన్
మోదముతోడ నానృపతిముఖ్యుఁడు త్రిమ్మర ముఖ్యకాంతయున్
సూదిపిఱిందిత్రాటిక్రియఁ జొచ్చినచోటులు సొచ్చు నెన్నఁడేఁ
బైదలి ప్రాణవల్లభునిపజ్జఁ జరింపక పాయనేర్చునే. 72

సీ. ప్రకటప్రతాపాతపముచేత వైరులకన్నులఁ జీఁకట్లుగ్రమ్మఁజేసి
ఖడ్గహేలాహాలగరిమచే నహితుల నమృతాశనులుగాఁగ నలవరించి
సలలితసత్కీర్తిచంద్రికఁ బగతురమనములతాపంబు మట్టుకొల్పి
సముదగ్రధారాళశరవృష్టి విమతులతనువులఁ జెమటలు దలముకొలిపి
చిత్రచారిత్రవిక్రమశ్రీ వహించి, సాహసాంకమహీపాలచక్రవర్తి

జలధివలయితవసుమతీచక్రవహన, చండభుజదండకలితుఁడై యుండునంత. 73

వ. పాకశాసనుశాసనంబునం దదీయసూతుం డగుమాతలి దివ్యరథంబుతోడం జనుదెంచి కృతాంజలి యగుటయు. 74

చ. అతనికి సాహసాంకవిభుఁ డాసనపాద్యము లాదిగైనస
త్కృతు లొనరించి నేఁడిచటికిం దనదివ్యరథంబుతోడ సాం
కతమునఁ బంపె నెంతపని గల్గెనొ గాక శచీవిభుండు ని
న్నితరములైనకార్యముల కిమ్మెయిఁ బంచుట మున్న వింటిమే. 75

వ. అనినవిని మాతలి సాహసాంకమహీపాలునితో నిట్లనియె. 76

క. జంభాహితుఁ డూర్వశిపై, రంభపయిం గరుణకలిమి రహిఁ దన్నటనా
జృంభణలతారతమ్యము, సంభావించుటయ కాని చాలఁడు తెగడన్. 77

క. కావున వారలనటనా, ప్రావీణ్యము హెచ్చుఁ గుందుఁ బ్రకటించుటకై
దేవరఁ దోడ్కొని రమ్మని, దేవేంద్రుఁడు పనిచె వసుమతీవర నన్నున్. 78

క. పాయక పెక్కుతపంబులు, సేయుతపోధనుల కైనఁ జేర నశక్యం
బీయరద మెక్కి విజయం, చేయుము జగతీశ తడవు సేయక యనినన్. 79

సీ. నిజతపోమహిమచే నిరుపమానంబుగా విరచించె నేతేరు విశ్వకర్మ
జంభాదిదనుజేంద్రసంగరాంగణముల శక్రున కేతేరు జయ మొసంగెఁ
గోరి ముప్పదిమూఁడుకోటులదివిజులు కొలువంగ నేతేరు కొమరుమిగిలెఁ
బటుజవస్ఫురణమై పదివేలహయములు పూనంగ నేతేరు పొలుపు మిగిలె
నట్టిదివ్యరథంబు నెయ్యమున నెక్కి, సాహసాంకమహీపాలచంద్రుఁ డరిగె
గరుడపవమానమానసాక్రమణనిపుణ, బహుగతిప్రౌఢి వుల్లంబు పల్లవింప. 80

వ. ఇట్లు చనిచని. 81

ఉ. నాకముఁ గాంచె నట్టియెడ నందనమందచరన్నితంబినీ
లోకము సంయమీంద్రధృతిలోపకలోలవిలాసమేనకా
లోకము వాసవేభమదలోలుపచంచలచంచరీకముక్
స్వీకృతసత్తపఃఫలవిశేషవిపాకముఁ బుణ్యలోకమున్. 82

వ. కని తదీయవిలాసోత్కర్షంబునకు హర్షించుచు సకలజగన్నయనపర్వం బగుసుపర్వాధీశ్వరునగరంబు చొచ్చి రథావతరణంబు చేసి దివ్యసభామండపంబు ప్రవేశించి. 83

చ. కనియె నతండు దివ్యగణికాజననేత్రచకోరికానురం
జనహాసచంద్రికాలపనచంద్రునిఁ జారుపులోమజాఘన
స్తనపరిరంభసంభ్రమవశస్ఫుటకుంకుమపంకసౌరభాం

జనతను 1కాంతిరుంద్రుని భుజాబలసాంద్రుని నిర్జరేంద్రునిన్. 84

క. కని వందన మొనరించిన, జననాథున కెదురు వచ్చి సరసాశ్లేషం
బొనరించి యతని గద్దియ, నునిచి కొనె దివిజనాథుఁ డుచితప్రౌఢిన్. 85

వ. ఇట్లియ్యిరువురు నేకాసనాసీనులై సముచితసంభాషణంబు లొనరించుసమయంబున సమయజ్ఞతావిశారదుం డగు నారదుం డన్నరేంద్రున కిట్లనియె. 86

క. నటనాహంకృతిఁ దమలోఁ, జిటిపొటిజగడంబు లూర్వశీరంభలకుం
బొటమిన మేలేర్పఱుపఁగ, నిటు నిను రప్పించె నిర్జరేశ్వరుఁ డధిపా. 87

వ. అని యొడఁగించి యమరపతి యనుమతి నమ్మదవతీమణుల రప్పించి నర్తనపరివర్తనంబునకు నియోగించుటయు నంక్యాలింగ్యోర్ధ్వకాద్యవయవంబు లగు చతుర్విధవాద్యంబులకు ననువుగాను గానంబునకు ననుతానంబుగాను నుపక్రమించి. 88

సీ. కలికికన్నుల సోయగము మించుఁ దళుకులు చెలఁగి తుమ్మగమీల చెలువు నొంద
నభినవస్ఫురణమై నభినయించు కరంబు లలరుఁ గెందమ్ముల ననుకరింప
నిటలంబున నటించు కుటిలకుంతలకాంతి కొదమతుమ్మెదల యొప్పిదము చూప
వలిపకంచెలలోని వలిచనుంగవ మించి జక్కవకవభంగి సంభ్రమింప
మంజుమంజీరకంకణశింజితములు, సముదకలహంసకలనినాదముల దొరయ
సరసిగతిఁ బూఁచి సరసులు సరి యనంగ, రంభ సురరాజుమ్రోల నర్తన మొనర్చె.

వ. అంత. 90

సీ. శృంగార మేపార నంగవల్లికయందు గీతసామగ్రి యంగీకరించి
కరతలామలకంబు గాఁ గరాంబుజముల నర్థమాద్యంతంబు నభినయించి
భావింప నరుదైనభావమర్మంబులు మెఱుఁగుఁజూపులలోన మేళవించి
తానమానములతోఁ దాళనిర్ణయలీలఁ జరణపల్లవముల సంగ్రహించి
యఖిలమును మెచ్చ బ్రత్యక్షమైనయట్టి, నాట్యవిద్యాధిదేవత నాఁ దనర్చి
భరతశాస్త్రమర్మజ్ఞతాప్రౌఢి మెఱసె, నూర్వశీకాంత వేల్పుఁ బేరోలగమున. 91

వ. ఇట్లిరువురుం బ్రవర్తించిన నర్తనంబులు గనుంగొని విక్రమార్కుం డిట్లనియె. 92

ఉ. సర్వజగంబుల న్నటనచాతురిఁ దాఁ గడుఁబ్రోడ నంచు దు
ర్గర్వము పూని శాస్త్రగతిఁ గైకొననొల్లక రంభ యాడె నీ
యూర్వశి శాస్త్రసమ్మతసముజ్జ్వలమార్గము దప్పకుండఁగాఁ
బర్వ మొనర్చె నిచ్చటిసుపర్వుల కెల్లఁ గళాప్రవీణతన్. 93

వ. అనిన నమ్మహీనాథునివివేకపరిపాకంబునకుఁ బాకశాసనుండు ప్రముదితాంతఃకరణుండై దివ్యమణిభూషణాంబరాదు లొసంగి మఱియును నిజతపోవిశేషశోభితాంతరంగంబున సర్వమంగళాస్పదంబును నృపసింహాసనద్వాత్రింశత్సాలభంజికారంజితంబును న

1 కాంతిరుంద్రుని = కాంతిచే విస్తరిల్లువానిని.

గాదివ్యసింహాసనంబు నొసంగి తద్దివ్యపీఠంబుఁ బుగంబునను భరించికొనిపోవఁ ద్రిదశ
కింకరసహస్రంబు సమర్పించి గారవించి వీడ్కొలిపిన దివ్యమణిపాదుకాప్రభావముల
ఖగమనుండై యజ్జనపాలుం డుజ్జయినీపురంబున కరుగుదెంచి. 94

సీ. శుభతిథియుతంబునఁ బురోహితసమ్మతంబునఁ బుణ్యాహవాచనపూర్వకముగ
జలజబాంధవముఖ్యసకలగ్రహంబుల కభిమతం బగుహోమ మాచరించి
యన్నదానాదిసమస్తదానంబుల బ్రాహ్మణప్రతతికిఁ బ్రీతుద మొసఁగి
యుచితంబు లగుషోడశోపచారంబుల నాగద్దె కతిభక్తి నాచరించి
పౌరవృద్ధపుణ్యాంగనాపాణిపద్మ,ముక్తమౌక్తికశేషాసముజ్జ్వలావ
తంసుఁడై యొక్కశుభవేళ ధరణినాథుఁ, డమరపతిదత్తదివ్యసింహాసనంబు. 95

వ. ఇట్లు తేజోవిరాజితుండై యఖిలప్రజాపాలనంబు సేయుచున్నంత నొక్కనాఁడు.

సీ. అచ్చవెన్నెలమించు నపహసించువిభూతి యంగరాగంబుగా నలవరించి
యోగమోచితముగా నవయవంబులయందు లలితరుద్రాక్షభూషలు వహించి
పాంబట్టుపుట్టంబు పొట్ట నందంబుగా ఘనజటాజూటంబు గలయఁ బొదివి
యడుగుఁగెందమ్ముల బెడఁగు రెట్టింపఁగాఁ గాంచనమణిపాదుకములు దొడిగి
జమిలిమొలత్రాట నినుపకచ్చడ మమర్చి, * కక్షపాలయుఁ గక్షభాగమునఁ బూని
తరుణశశిమౌళియపరావతార మనఁగ, ధరణిపతిసాలి కేతెంచె దపసి యొకఁడు. 97

క. ఏతెంచి శివునికృప యని, ప్రీతిమెయిన్ భూతి యొసఁగఁ బృథివీరమణుం
డాతతభక్తిని గైకొని, యాతాపసవరు భజించె సర్వార్ఘ్యములన్. 98

వ. ఇత్తెఱంగున నత్తపోధనసత్తమునకు సపర్యాపర్యాయంబునం బ్రమోదం బాపాదించి
యన్నరేంద్రుం డిట్లనియె. 99

క. ఈచక్రవాళపరివృత, భూచక్రమునందు నొకయపూర్వం బేదేఁ
జూచినయది గలిగిన నది, యేచినకృప నాకు నానతిమ్ము మహాత్మా. 100

వ. అనినయోగీశ్వరుం డిట్లనియె. 101

సీ. సర్వపర్వతకులసార్వభౌముం డనఁ గొమరొందుపడమటికొండదండఁ
గనకగోపురవప్రఘనసౌధసదనమై రాజిల్లుకనకపురంబు కెలన
రోహణవసుధరప్రరోహాంగతి నొప్పుమార్తాండదేవసద్మంబు చెంత
నఖిలతీర్థస్వామి యగుపాపనాశననామతీర్థమునందు నట్టనడుమ
నక్రకీలితమణిపీఠమైనయట్టి, శాతకుంభమయోజ్జ్వలస్తంభ మొకటి
సంభవమునొందువాసరారంభవేళ, కర్ణికోద్దీర్ణసౌవర్ణకమలమనఁగ. 102

తే. అది దినేంద్రునికోలఁది నే యతిశయిల్లి, యామయుగళంబునకు నుష్ణధాముఁ గదియు

---

* పా- ఘనకపాలంబుకక్షభాగమునఁబూని.

నపరదిశఁ గూర్చి కమలాప్తుఁ డల్ల వ్రాలఁ, గ్రుంకు బంగారుకంబ మాకొలఁదిగాను.

క. వారుణదిగ్వారాకర, వారి నరుణుఁ డస్తమింప వర్ణితతీర్థో
దార మగుపాపనాశన, పూరములో మునుఁగుఁ గంబమును దినదినమున్. 104

చ. అన విని యత్తపోధనునియానతికిం దగ సంతసిల్లి య
త్యనుపమభక్తియుక్తి మెయి నమ్మహితాత్ముని వీడుకొల్పి గ
బ్బునఁ బతి దివ్యభవ్యమణిపాదుక లంఘ్రుల సంఘటించి య
క్కనకపురంబు చొచ్చి తమకంబున నన్నిసి పుచ్చి వేడుకన్. 105

చ. వెలవెలఁబాఱుదీనియలు వింతరుచిం గలిగించుతమ్ము ల
మ్ములునతిశీతలమ్ము లగుముత్తెపుఁబేరు లఖర్వపద్మినీ
విలసితగంధవాతములు వేసవిఁ దెల్ప నరేంద్రముఖ్యుఁ డు
జ్జ్వలగతిఁ బాపనాశనముసన్నిధికిం జని యుండునంతటన్. 106

సీ. కైరవకాననోత్కరములు కడుఁ గుందఁ గంజపుంజంబులు కణఁక నొంద
లలిఁ జకోరంబులతలఁపులు గంపింపఁ జక్రవాకంబులు సంతసింప
సాంద్రచంద్రికలయుజ్జ్వలభావములు దిగ నరుణోదయప్రభాస్ఫురణ లెదుగ
జారచోరులమతిసంభ్రమంబులు చిక్క జనులకుఁ జిత్తప్రసాద మెక్కఁ
దారకంబులకాంతి యంతయుఁ దొలంగ, ధరణిదివిజార్ఘ్యబిందు సంతతి సెలంగఁ
బూర్వపర్వత మెక్కె నపూర్వదీప్తి, మండలం బైనమార్తండమండలంబు. 107

శా. క్షోణీనాథుఁడు తీర్థవారిపయి వక్షోజస్ఫురత్కాంచన
స్థాణాశృంగము గానవచ్చుటయు మెచ్చులిమ్ముగాఁ జొచ్చి త
న్మాణిక్యోజ్జ్వలపీఠ మెక్కె మురజిన్నాభీసరోజస్ఫుర
ద్వాణీవల్లభుఁ గ్రేణి సేయుచుఁ బ్రభావస్ఫూర్తిమన్మూర్తియై. 108

వ. తదనంతరంబ. 109

క. అంబరమణి యల్లల్లన, నంబరమధ్యమున కరుగునంతటిలోనఁ
జాంబూనదకలితం బగు, కంబము నరనాథుతోడ ఖరకరుఁ గవిసెన్. 110

వ. కదిసిన నత్యంతసంతాపకరం బైననిజప్రతాపాటోపంబునకు మిసిమింతుండు గాని య
మ్మహీకాంతునిం జూచి విస్మితస్వాంతుం డై భాస్వంతుం డిట్లనియె. 111

సీ. కల్పాంతదుర్దాంతకలుషాంతకస్వాంత దుర్వారవహ్నికి నోర్వవచ్చు
నిష్ఠురనిర్ఘోషనిర్ఘాతసంఘాత జాతమహావహ్ని సైఁపవచ్చుఁ
బ్రళయకాలాభీలఫాలలోచనఫాల భాగానలస్ఫూర్తి బ్రతుకవచ్చుఁ
గాకోదరేంద్రఫూత్కారసంభవతీవ్ర కాకోలదహనంబు గదియవచ్చుఁ
గాక సైరింపవచ్చునే లోకదహన, దర్పితం బైనయస్మత్ప్రతాపవహ్నిఁ

దావకోత్సాహసాహసౌదార్యధైర్య, గతికి మెచ్చితి విక్రమార్కక్షితీంద్ర. 112

క. అనుదినము రెండుబారువు, లనుపమకాంచనము నొసఁగు నాశ్చర్యముగా
నని పద్మరాగరంజిత, ఘనకుండలయుగము ధరణికాంతుని కొసఁగెన్. 113

వ. ఇత్తెఱంగున నరుణమండలప్రభానిధానం బగుబహుమానంబుం గాంచి. 114

మ. చరమాశాంతరవీథిఁ గ్రక్కొని సరోజాతప్రియుం డేఁగఁగా
సరి నంతంతనుఁ గ్రుంగి క్రుంగి కనకస్తంభంబు చిత్రంబుగా
సరసీపూరసమస్థితం బగుటయున్ సర్వంసహాధీశుఁడున్
వెరవారం దిగి వచ్చి యప్పురిని దా విశ్రాంతచేతస్కుఁడై. 115

వ. అమ్ముఱునాఁ డుజ్జయనీపురంబున కరుగునప్పుడు తత్పురోపకంఠంబున. 116

సీ. పటలికావృతనేత్రపర్యంతరేఖలు పొదివి క్రైవ్రాలినబొమలతోడ
దంతపాతముల నెంతయుఁ సుక్కినకపోల తలముల నెలకొన్న వలులతోడ
నపగతకేశోత్తమాంగంబుకెలఁకులం దూఁగాడునరపవెండ్రుకలతోడఁ
గ్రాంచకంఠోపమాకారతఁ గనుపట్టు నస్నిగ్ధమైనదేహంబుతోడ
శతశతచ్ఛిద్రజీర్ణవస్త్రములతోడ, నల్పతరపర్వయుతవంశయష్టితోడ
హరిసహస్రనామోచ్చారణరతితోడ, వచ్చి యొకవృద్ధభూసురవరుఁడు గదిసి. 117

సీ. బ్రహ్మాయురస్తు విప్రప్రసాదోఽస్తు కల్యాణపరంపరావాప్తిరస్తు
దేవేంద్రభోగోఽస్తు దిగ్విజయోఽస్తు సుస్థిరకీర్తిరస్తు వాక్సిద్ధిరస్తు
సౌభాగ్యమస్తు శాశ్వతసమున్నతిరస్తు సంగరవిజయోఽస్తు సౌఖ్యమస్తు
వస్తువాహనసంపదస్తు చింతితమనోరథసిద్ధిరస్తు సామ్రాజ్యమస్తు
సప్తసాగరపరివృతసకలభూమి, మండలైకాధిపత్యసమాగమోఽస్తు
పుత్త్రపౌత్త్రాభివృద్ధివిస్ఫూర్తి రస్తు, మంగళాని భవంతు తే మానుజనాథ. 118

వ. అని యాశీర్వాదంబు చేసి. 119

క. అర్థించినబ్రాహ్మణునకు, నర్థి నొసఁగెఁ గనకకుండలాభరణము న
త్యర్థమును రెండుబారువు, లర్థము ప్రతిదినము నొసఁగు నని చెప్పి దయన్. 120

వ. ఇవ్విధంబున. 121

మ. అరిభూనాథవరూథినీమదభరాహంకారదుర్వారకో
పరసాటోపపటుప్రతాపపటలప్రధ్వంసకాత్మీయభా
స్వరబాహాబలశాలి సాహసముత్సాహైకసంసేవి యై
ధరణీచక్రము విక్రమార్కవిభుఁ డుద్యల్లీలఁ బాలించుచోన్. 122

సీ. తలమీఁదఁ జెరివినఁ దనరారునునుఁడెంక యమృతాంశురేఖచందమున నమరఁ

---

1 మిసిమింతుండు = అలసినవాఁడు.

మేదినీరేణువు మెయినిండఁగాఁ బర్వ భసితాంగరాగసంపద వహింప
జుంజువెండ్రుక లెత్తి చుట్టినలేఁదీఁగ పన్నగాధీశ్వరుపగిది మెఱయఁ
గరమొప్పు నుదుటిపై గైరికతిలకంబు ఫాలలోచన భాతిఁ బరఁగుచుండ
శబరుఁ డొక్కరుఁ డేతెంచె సంభ్రమమున, శంకరుఁడు తొల్లి శబరవేషము వహించె
నంచు మదిలోన నీసుఁ ధరించి తాను, నీశునాకృతిఁ గైకొన్నయటు కనంగ. 123

ఉ. వచ్చినచెంచు తేరిఁ గని వాకిటివాఁడు నృపాలుపాలికిం
బొచ్చెములేక తోడ్కొనుచుఁ బోవఁగ వన్యములైనకానుకల్
మెచ్చుగ నిచ్చి యంగములు మేదినిసోఁకఁగ మ్రొక్కి లేచి తా
వచ్చినకార్య మంతయును వావిరిఁ జెప్పఁ దొణంగి యిట్లనున్. 124

సీ. ప్రళయకాలాభీలభైరవోదగ్రత నూకరాకృతిఁ బొడసూపె నొక్క
యత్యంతకుపితాంతకాంతకాకారంబు క్రోడరూపంబుఁ గైకొనియె నొక్క
పటుభయంకరవీరభద్రాతిరేకంబు భూదారవేషంబు పూనె నొక్క
చండభుజాదండదండధరస్ఫూర్తి కిరిఘోరమూర్తిని బరఁగె నొక్క
యనఁగ నతిభీకరాకార మైనయట్టి, యేకలం బెల్లయెడలను నెదురు లేక
ఘోరసత్త్వసమగ్రకాంతారజలధిఁ, దిరుగుచున్నది మందరగిరియుఁ బోలె. 125

క. నరవర తాను ధరించిన, ధర నీవు భుజాగ్రపీఠిఁ దాల్పఁగ సుఖియై
తిరిగెడు నాదివరాహము, గరిమం దత్కిటి నటించుఁ గావనసీమన్. 126

క. ధర నాదిశబరుఁ డొకకిటి, శరనిహతిం గూల్చె ననుమ శబరుల నెల్లన్
బరిమార్పఁ బట్టెనో యన, నురుకోలము చెంచుకోలము నొడుచు మహీశా 127

వ. ఇట్లు మహామహీధరపరిణాహం బైనయావరాహంబు. 128

చ. మునిజనపర్ణశాలలు సముద్ధతిమైఁ గలగుండు వెట్టుచున్
గునగున వచ్చి లావరులఁ గొమ్ముల వ్రక్కలు వాఱఁ జీఱుచున్
ముకుకొని సస్యసంఘముల మోరను గుద్దలిగొంచు నెల్లెడం
దనరుష్టమైఁ జరించు నతిదారుణలీల వనాంతరంబునన్. 129

చ. జనవర సాహసాంకుఁ డన సన్నుతి కెక్కిననీవు దక్క నా
ఘనతరకోలముం గదిసి గర్వ మడంపఁగ నన్యభూపతుల్
గొనకొన లేమి కేవరకుఁ గు ఱ్ఱెఱిఁగింపఁగ వచ్చినాఁడ వే
గన మృగయావినోదమును గౌతుక మార నొనర్ప నేర్పునన్. 130

తే. అనిన నిష్టార్థముల వాని నాదరించి, వలయుసవరణతోడ భూవల్లభుండు
వెడలె వేఁటకు మృగయాప్రవీణు లైన, శబరనాయకు లుభయపార్శ్వములఁ గొలువ.

వ. ఇవ్విధంబున సర్వసన్నాహంబు మెఱయ సాహసాంకుండు కృతపవనజవనవాహనుం

డై చని శరభశార్దూలప్రముఖనిఖిలమృగవరశరణ్యం బైనయరణ్యంబుఁ బ్రవేశించి బహు
ప్రకారమృగయావినోదంబు లొనరించుసమయంబున. 132

ఉ. కోలముఁ గాంచె నానృపతికుంజరుఁ డంజనశైలవిగ్రహో
భీలముఁ బోత్రసాధనవిభేదితభూవివరోరుజాలకో
త్తాలము ఘుర్ఘురధ్వనివిదారితఖాద్రిగుహాంతరాళము౯
లోలవిలోచనాంచలవిలోకితరోషమహాగ్నికీలమున్. 133

వ. కని యతఁడు మున్ను శబరునిచేత విన్నతెఱంగునకు మెఱుంగిడిన యట్లున్నయున్న
తోదారభూదారంబు నిటలవీథికిం గదియుటయును. 134

సీ. అం తంత నగపడినట్లు చేరఁగ నిచ్చుఁ బైకొనఁజూచినఁ బరువువెట్టుఁ
బటుపరిశ్రాంతి లోఁబడినలాగు నటించు కైదువు సేయ డగ్గఱిన సురుఁగుఁ
బొదలమాటున నుండి యదలించుచును ఱొప్పి కదియంగఁ జూచిన బెదరితొలఁగు
నవనీతలము మోర నలవోకఁ గోరాడుఁ ద్రోవ గట్టినఁ దప్పుఁ ద్రోవ నుఱుకుఁ
జేరఁ దవ్వుగఁ బాఱును జేరనీక, యల్లనల్లన వడపాడి నాసగొలుపు
మనుజపతి నిట్టు లెలయించుకొనుచు నరిగి, యమ్మహాకోల మవనిగహ్వరముఁ జొచ్చె.

వ. చొచ్చిన నాదిపోత్రిం ద్రాటిక్రియ నచ్చోటం జొరం దలంచి ఘోటకతిలకంబుఁ
దిలకభూజంబున బంధించి. 136

క. చెచ్చెరఁ బతియును దోడన, చొచ్చి రసాతలము దాఁక సూకరమార్గం
బెచ్చో వదలక వెనుచన, నచ్చెరువుగ మాయమయ్యె నది యాచోటన్. 137

వ. అంతం దత్తెఱంగునకు విస్మయతరంగితాంతరంగుండై కొంతదవ్వు చని ముందట ననంత
విభవోదారం బగునొక్కపురంబు గని యాత్మగతంబున. 138

క. ఈపురము నామ మెద్దియొ, యీపట్టణ మేలునృపతి యెంతటివాఁడో
యీపుటభేదనవిభవము, గోపురమున లేదు వశమె కొనియాడంగన్. 139

చ. అని యటపోవఁ బోవఁ బణిహారియొకం డరుదెంచి విక్రమా
ర్కునిఁ బొడగాంచి మిమ్ముఁ దోడుకొంచు వెసం జనుదేర దైత్యునొ
క్కనిఁ గిటిమూర్తి గైకొని తగం జనుమన్నను వచ్చి తమ్ముఁ దె
చ్చినవిధ మంతయుం దెలియఁ జెప్పిన ముప్పిరిగొన్న వేడుకన్. 140

క. తలఁచినతలఁపుకొలందిన, యలఘు నుదారునిని విక్రమార్కవిభు రసా
స్థలమునకుఁ దెచ్చి తనుచును, బలి మెచ్చెం దనదుభృత్యుఁ బరహితకృత్యున్. 141

క. అని చెప్పి మిమ్ముఁ దోడ్తేఁ, బనిచినఁ బని వింటి ననినఁ బణిహారిబడిం
దనుజేంద్రునిసన్నిధికిని, మనుజేంద్రుఁడు వచ్చి వినయమహనీయుండై. 142

క. కాంచిన నతఁడును బెన్నిధిఁ, గాంచినగతి నలరి యెదురుగా వచ్చి సమా

పంచితశరీరవినమ్రుఁ, డంచితుఁడై కౌఁగిలించి తాత్పర్యమునన్. 143

క. ఆసాహసాంకు మణిపీ, ఠాసనమున నిలిపి సముచితార్ఘ్యప్రియపూ
జాసత్కారమున సుఖా, వాసునిఁగాఁ జేసి దనుజవరుఁ డిట్లనియెన్. 144

శా. భూలోకంబున సర్వసంపదలు సంపూర్ణంబులై యుండునా
కాలాతిక్రమణం బొనర్ప కిల మేఘశ్రేణి వర్షించునా
చాలంగాఁ బసిపాఁడిసొంపు గలదా సస్యంబు లేపారునా
వాలాయించి యొనర్తురా జనులు దేవబ్రాహ్మణారాధనల్. 145

క. ఏనును జనవత్సలతన్, మానవలోకప్రసంగమతిచేతను గా
కేనివ్విచార మడుగం, గానేటికి నీవుగలుగఁ గారుణ్యనిధీ. 146

చ. బలము ప్రతాప మీగి దయ భాతి విభూతి వినీతి ధర్మని
శ్చలత కళావిశేషము నిజం బవధానము మాన మాదరం
బెలిమి యనం బొగడ్త గలయిన్నిగుణంబులఁ గీర్తికెక్క నీ
విల భరియింపఁగా జనుల కేల విచారము భూతలేశ్వరా. 147

వ. అనిన సాహసాంకమనుజేంద్రుండు బలీంద్రున కిట్లనియె. 148

క. సురపతి పిలువఁగఁ బంపిన, నరిగితి నమరావతికిఁ బ్రియంబున నది నీ
పురికిని రమాసమగ్రత, సరిరా దని కానఁబడియె సౌజన్యనిధీ. 149

క. పదునాలుగులోకంబులు, సుదరష్ఠములుగఁ జరించుచుండెడులక్ష్మీ
హృదయేశుఁడు నిను వేఁడఁగ, బ్రదికితి నీబ్రదుకు బ్రదుకు బలిభూపాలా. 150

క. దేహీ యనువాఁడు పగగొని, దేహీ యనఁగ నుండువాఁడు తెల్లంబుగ లేఁ
డూహించిన నీరాజ్యము, లో హరిహర చిత్రమహిమ లుంటాక బలీ. 151

క. అని మధురవచనరచనల, దనుజేంద్రుని నలరఁజేసి తగ మజ్జనభో
జనవిధు లతండు వేడుక, లొనరింపఁగఁ దృప్తిఁ బొంది యుండెడువేళన్. 152

ఆ. రసరసాయనాఖ్యరత్నద్వయము దెచ్చి, యందు ముదిమి నొకటి యపనయించు
నొకటి చాలసిరుల నొందించు నని చెప్పి, యిచ్చి యనుప నిలకు వచ్చె నృపతి. 153

ఉ. వచ్చి రయంబునం దనదువారువముం బ్రియమార నెక్కి ము
న్నచ్చట నచ్చటం జెదరినట్టిబలంబులు దన్నుఁ గూడి రాఁ
జొచ్చిన వారితో బిలముఁ జొచ్చినలాగును గన్నలాభమున్
జెచ్చెరఁ జెప్పుచున్ బురముఁ జేరఁగఁ బోయెడునంత ముందటన్. 154

చ. పలుకని మోముఁ దొట్రుపడుపాదములున్ వగరింపుటూర్పులున్
వలవలనైనదంతములు వంగినమేను వణంకుమస్తమున్
నిలుపఁగ రానియుక్కిసయు నెమ్మెయి నెక్కొనుదప్పి పెంపుఁ జే

వెలుఁగునఁ జూచుచూపుఁ గలవృద్ధమహీసురుఁ డమ్మహీశ్వరున్, 155

వ. కాంచి బహువిధాశీర్వాదంబులఁ బ్రముదితహృదయునిం జేసిన సాహసాంకనృపోత్తముండు కరుణాయత్తచిత్తుండై యమ్మహీసురవరుని జరాభార దారిద్ర్యభారంబు లపనయించుతలంపునఁ దత్ప్రయోజనంబు లెఱింగించి రసరసాయనాఖ్యరత్నద్వయంబు నొసంగుటయును. 156

క. రససేవనంబునం దన, ముసలితనం బుడిగి తరుణమూర్తియుతుండై
వసుధామరుఁ డింటికిఁ జని, రసాయనాన వరవిభవరమ్యుం డయ్యెన్. 157

క. మనుజేంద్రుఁడు నిజపురమున, కనురాగముతోడ నరిగె నఖిలజనములుం
దనదానధర్మపరహిత, ఘనసాహసనైపుణములు కణఁక నుతింపన్. 158

వ. మఱియును. 159

తే. భద్రనామాభిధానుఁ డక్షుద్రసంప, దాఢ్యుఁ డుజ్జయినీపురి నధికలోభ
గర్హితుం డైనయొకవణిగ్వరుఁడు గలఁడు, అతనికిఁ బురందరుండనుసుతుఁడు గలఁడు.

తే. ఆపురందరుఁ డధికభోగానుభవము, హావిభూతిఁ బురందరు నతిశయించి
భూరివితరణశ్రీఁ గల్పభూజశిబిద, ధీచిఖచరకర్ణాదుల ధిక్కరించె. 161

వ. ఇట్లు వణిక్కుమారుండు మహోదారుండై. 162

క. కట్టక కుడువక యొరులకుఁ, బెట్టక తమతండ్రి గూడఁబెట్టినసిరిఁ దాఁ
గట్టియుఁ గుడిచియు నొరులకుఁ, బెట్టియుఁ దనయిచ్చ వెచ్చపెట్టఁ దలంచెన్. 163

క. ఆడెడువారల కిచ్చును, పాడెడువారలకు నిచ్చు బట్లకు నిచ్చున్
బాడబవరులకు నిచ్చును, వేడుకకాండ్రకు నిచ్చు వివిధార్థంబుల్. 164

సీ. 1 భూరిభూమ్యాదిక భూరిదానంబులు సువిశేషతిథుల భూసురుల కిచ్చు
నుక్తదక్షిణలతో నుభయతోముఖిసహస్రములను బ్రాహ్మణోత్తముల కిచ్చుఁ
దిలధేను లాదిగాఁ గలదానదశకంబు విధిపూర్వకముగ సద్ద్విజుల కిచ్చుఁ
గడుఁబెద్దచెఱువులు గట్టించు నిఱుపేదవిప్రుల రావించి వృత్తు లొసఁగు
విత్తనిర్వంచనక్రియావృత్తిఁ బెక్కు, దానములు సేయుఁ బుణ్యతీర్థములయందు
మఱియు నర్థమూలము లై నమహితపుణ్య, కర్మములు నెమ్మి నొనరించు ధర్మనిరతి.

ఉ. ఇమ్మెయి నర్థ మెల్లను వ్యయింపఁ బురిం గలవైశ్యు లందఱున్
నెమ్మిఁ బురందరుం గదిసి నీవు వణిక్కులవర్తనంబు స
ర్వమ్మును వమ్మునం గలిపి వాలి విశృంఖలవృత్తి దానధ
ర్మమ్ములు త్యాగభోగములు మానక సేయుట నీతిమార్గమే. 166

క. ఈమెయి వెచ్చము సేసిన, నామేరుమహాద్రియంతయర్థం బైనన్

1 భూరిభూమ్యాదిక = భూరి=సువర్ణము.

వే మొదలికి మోసం బగు, మామాటలు విని తదుద్యమం బుడుగు మనా. 167

తే. సరకుగొను మన్న మామాట సరకుగొనవు, జాతినీతివర్తనముల జాడఁ బోవు
పాలసుం డగునయ్యర్కపాలుఁ డైన, వలదు మామాట వినవన్న చలము విడిచి. 168

తే. అలహరిశ్చంద్రుఁ డనుచితవ్యయ మొనర్చి, యాలుబిడ్డల విడిచి యంత్యజునిఁ గొలిచె
సంచితార్థంబు నిష్ప్రయోజనము గాఁగ, నల వెఱుంగక వెచ్చించునతఁడు చెడఁడె.

తే. పుట్ట లిసుమంత లిడనిడఁ బొదలుటెఱిఁగి, పుడుకఁబుడుకంగఁ గాటుకపోకఁ జూచి
విత్తసముపార్జనవ్యయవృత్తులందుఁ, జిత్త మిడినవర్తకునకుఁ జేటు గలదె. 170

ఆ. పిల్లుగట్టు నలకుబేరుండు దానైన, నాయమునకు వెచ్చ మధిక మైనఁ
బేద యైన ధనదుపెన్నుద్దియై చను, నాయమునకు వెచ్చ మల్ప మైన. 171

క. తనయొడలం గలనెత్తురు, ధనహీనుని విడిచిపోవు దారాదిసుహృ
జ్జనములు విడుచుట యరుదే, మనుపేనుఁగు నిర్ధనుండు మదిఁ బరికింపన్. 172

క, పాసినయప్పుడు పాయుదు, రాసలఁ జేరుదురు చేరినప్పుడు చుట్టల్
డాసినచుట్టము సుమ్మీ, శ్రీసతి యెవ్వారి కైన సిద్ధము జగతిన్. 173

క. ధనమూలము జగ మంతయు, ధనవంతుని కిష్ట మగుపదార్థము లెల్లం
దనచేతిలోనివగుటను, ధన మార్జింపంగ నెవ్విధంబున వలయున్. 174

క. శ్రీమంతుఁడె కులవంతుఁడు, శ్రీమంతుఁడె సుభగరూపజితకంతుఁడు నా
శ్రీమంతుఁడె గుణవంతుఁడు, శ్రీమంతుఁడె సిద్ధశేముషీమంతుండున్. 175

క. ఒడమి గలవెడఁగు లైనను, బుడమిం గలవార లెల్ల భూషింతురు శ్రీ
పెడఁబాసిన దూషింతురు, కడుఁబేదఱికంబుకంటెఁ గష్టము గలదే. 176

వ. కావున నీవు మా బుద్ధులు విని నీతివిరుద్ధవర్తనం బుడిగి కులం బుద్ధరింపు మనిన సుజ్ఞాన
సుందరుం డగుపురందరుండు పురాణసిద్ధంబు లగునీతివచనంబుల కార్యంబు లని నిర్దే
శించి వణిగ్వంశవర్యుల నుద్దేశించి ప్రియపూర్వకంబుగా నిట్లనియె. 177

క. నేలం బాఁతిన సొమ్ములు, పాలవు ధన మొండె మ్రుచ్చుపాలవు ధరణీ
పాలునిపా లవుఁ గావున, వాలాయముఁ గుడువ విడువ వలయున్ ధనమున్. 178

క: నెఱ వగుసంపద గలిగిన, నెఱి దానం గుడువఁ గట్ట నేరనిమనుజుం
డఱిముఱిఁ జేనికిఁ గట్టిన, వెఱబొమ్మయె కాఁడె యెన్నివిధములఁ జూడన్. 179

క. కొలఁదికి మీఱినలక్ష్మికి, నలరెడుభోగంబె రక్ష యారసిచూడన్
జలపూర్ణతటాకమునకు, నలవడఁగా వాట మైనయలుఁగుం బోలెన్. 180

క. వరసతులఁ గవయుశక్తియు, సరసాహారములు గుడుచుశక్తియు సిరికిం
దర మైనదానశక్తియు, నొరులకు లే వధికభాగ్యయుతులకుఁ దక్కన్. 181

క. వే మింటిదాఁకఁ బెరిఁగిన, దీమసమున నతలమునకు దిగఁబడి చనినన్

భూమి గలయంత దిరిగినఁ, దామును పెట్టనిది రిత్త దనకే లబ్బున్. 182

ఆ. సంపదలు తరంగసంచలంబులు రెండు, మూఁడు నాళ్లు దివసములది ప్రాయ
మాయు వరయ శారదాభ్రపటల మన్ని, యెఱిఁగి సేయుఁడు పరహితము హితము. 183

క. ఏలా దాఁచెద రర్థము, లేలా యర్థులకుఁ బెట్ట రేలా కుడువం
జాలరు నిలువదు సిరి సెను, గాలిక్రింగంపించుదీపకళికయుఁ బోలెన్. 184

క. సిరియును నాయువుఁ గడున, స్థిరములు జముఁ డదయుఁ డిది మదిం దెలిసియుఁ జే
యరు ధర్మము ధర్మస్య, త్వరితా గతి యనుపురాణవచనము వినరే. 185

క. తనచేసినపురుషార్థము, తనసొమ్మగు నెఱిఁగి నరుఁడు దానపరుండై
యనుభవి యై మన వలదా, ధనములచే మోసపో కతిస్థిరబుద్ధిన్. 186

క. ఇచ్చి చను నర్థ మెల్లను, విచ్చలవిడి నప్రదాత వితరణి గాఁడే
చచ్చియు విడువం డర్థము, నచ్చెరువుగ దాత లోభి యౌనో కాఁడో. 187

వ. అని యనేకవిధంబుల దానధర్మపరోపకారంబులు సత్కర్మంబు లగుట దేటపడం బలికి కులవృద్ధు లుపదేశించుబుద్ధులు వినక వీటింబుచ్చి విచ్చలవిడి నిచ్చలు వెచ్చంబులు సేయం జేయ నకించనత్వంబు ప్రాపించి క్రమక్రమంబున నఖిలజననింద్యమానంబుగా నిత్యాశనశూన్యం బగుదైన్యంబు వచ్చిన వచ్చినచుట్టంబులు నెవ్వగల నొవ్వ నొవ్వని వార లవ్వల నివ్వల నవ్వం దల యెత్తుకొని నడవ రామికిం దొలంగఁ ద్రోవ రాని లేమికి నొండొకయుపాయంబు మదిం దోఁపమికిం గొండొక చింతించి ధీరతావధీరితమందరుం డగుపురందరుండు ధైర్యం బవలంబించి సకలతీర్థదర్శనార్థం బుజ్జయినీపురంబు వెడలి యనేకపురవరగ్రామంబులును గిరివనదుర్గంబులును నిర్గమించి కతిపయదినంబులకుం బ్రతోళికాసముత్సేధసౌధచంద్రశాలావిలసితలీలావతీవిలసనవియచ్చరప్రమోదనం బైనమధురాపుటభేదనంబు చేరి తదీయవిభవవిశేషంబులకుం బరితోషంబు నొంది యనంతరంబ. 188

ఉ. కాశికి నేగి యందు మణికర్ణికలోపలఁ దీర్థమాడి వి
శ్వేశుపదాంబుజంబులకు నెంతయు భక్తి నమస్కరించి తాఁ
జేసినకర్మబంధముల చిక్కడలించి విముక్తికన్యకన్
డాసెద నంచు నెమ్మనమునం బ్రమదంబు వహించి వెండియున్. 189

క. చిరనిద్ర యొందుచోటుల, నరయంగా దుఃఖహేతు వగుఁగాఁ బరఁగుం
బరమానందప్రద మా,చిరనిద్రయ కాశి నిట్టిచిత్రము గలదే. 190

చ. చెలు వగుకాశికామహిమ చిత్రము; బెబ్బులి లేడి మ్రింగి యాఁ
కలిచెడి కిద్దుఁ బట్టఁ బులికాటున నెద్దును నెద్దుపోటునన్
బులియు శరీరముల్ దొరఁగ బోరున లేడొకలేడిఁ బట్టుటల్

పులి పులితోలు గప్పుటయుఁ బోల్పగునె ద్దొకరెద్దు నెక్కుటల్. 191
సీ. రూప మొక్కటి రెండురూపులై చెలువొందు మూఁడు మొనలపోటు ముట్టఁ బట్ట
బాహాచతుష్కంబుఁ బంచాస్యములుఁ బూను షణ్ముఖుపైఁ బ్రేమ సలుపుచుండు
సప్తాశ్వచంద్రు లీక్షణములుగా నొప్పు నెనిమిదిమూర్తుల వినుతి కెక్కు
నవనిధీశసఖుం డనంగఁ గీర్తి వహించుఁ బదికొంగు లైనయంబరముగట్టుఁ
బదునొకండువిధంబులఁ బ్రణుతి కెక్కు, వెలయఁ బండ్రెండుగనుపులవిల్లు పట్టుఁ
గర్మపాశలవిత్రవిఖ్యాతి మెఱయుఁ, గాశిలో మేను నొఱఁగిన ఘనయశుండు. 192
వ. అని యప్పురంబునకుఁ జని. 193
తే. అర్థి భాగీరథీస్నాన మాచరించి, బహుళవిశ్వేశపదభక్తి భజన చేసి
శ్రీవిశాలాక్షి దర్శించి చిత్త మలర, వప్రగోపురభైరవస్వామిఁ గొలిచి. 194
వ. మఱియుఁ దత్తదుచితకరణీయంబు లనుసంధించి యప్పురంబు వెడలి గయాప్రయాగప్రభృతిపుణ్యభూములం దిరిగి దక్షిణదిశాభాగభాగధేయంబు లగుపుణ్యతీర్థంబులు నిరీక్షించునపేక్షం దిరిగి శ్రీపర్వతదర్శనంబు సేయం బూని మహాయుగసహస్రానశ్వరం బగు నేలేశ్వరం బనుతదీయపశ్చిమద్వారంబు చెంగటి యోగిపుంగవహృదయంగమం బగునివృత్తిసంగమంబునకుం జని. 195
చ. దురితనివృత్తికై వినయదోహలవృత్తి నివృత్తిసంగమే
శ్వరు నిఖిలేశ్వరుం ద్రిపురసంహరు హైమవతీమనోహరున్
హరికమలాసనాదివరదాభయపాణిఁ ద్రిశూలపాణి శం
కరు నసుహృద్భయంకరుఁ ద్రికాలముఁ బూజయొనర్చి పిమ్మటన్. 196
వ. అటఁ జని చని. 197
ఉ. శ్రీలలితుండు దానగుణశీలి పురందరుఁ డంతఁ గాంచె శ్రీ
శైలము రుగ్జరామరణసంక్షయకారిఫలౌషధీలతా
జాలము సార్వకాలికవసంతనితాంతలతాంతవిస్ఫుర
త్సాలము సానుసంగతలసన్మణిదీప్తదిగంతరాళమున్. 198
వ. కని మహోత్కర్షహర్షభరవిగళదశ్రుపూరపరిపూరితలోచనయుగళుండును సముదీర్ణసంకీర్ణముత్పులకాంకురప్రపంచకంచుకితశరీరుండును నిరంతరానందరసభరితాంతరంగుండును నై సర్వాంగసంగతమహీతలంబు లగుసాష్టాంగదండప్రణామంబు లాచరించి లేచి యంజలిపుటంబు నిటలతటంబున ఘటియించి బహువిధంబులఁ బ్రస్తుతించుచు నమ్మహామహీధరంబు నారోహణంబుచేసి శశిశేఖరదర్శనపూర్వకంబుగా నపూర్వలక్ష్మీసుందరమణికందరమధ్యభాగస్థితమహాదేవమందిరముఖమండపంబుం బ్రవేశించి. 199
ఉ. ముందటఁ గాంచె నాశుభసముజ్జ్వలమూర్తి పురందరుండు ని

ష్యందకృపాతరంగముఁ బిశంగకపర్దసురంగము న్నిని
ష్యందితభక్తలోకహృదపాంగము సుందరరత్నకందరా
మందిరమల్లికార్జునసమాహ్వయజృంభితసిద్ధలింగమున్. 200

క. కని వినయంబున సాష్టాం, గనమస్కృతు లాచరించి కరపుటములికం
బునఁ జేరిచి యిట్లని వా, రనివేడ్కనుతించె భక్తిరసతన్మయుఁడై. 201

తే. దేవ శ్రీమన్మహాదేవ దేవదేవ, నాగమణిహార కృష్ణవేణావిహార
సత్కృపాపాంగ శాంభవీసంగతాంగ, పాలితాఖిలజగదీశ పార్వతీశ. 202

క. ఆశాలతాలవిత్రక, యాశాధిపమకుటమణిసమభ్యర్చితశో
భాశోభితపదపంకజ, శ్రీశైలగుహావిహార సింహాకిశోరా. 203

క. శరణాగతభయహరణా, పురదానవహరణ భూరిభుజగస్ఫురణా
గురుకరుణాంతఃకరణా, సరసిజభవవినతచరణ చంద్రాభరణా. 204

క. కైలాససానుసంగత, కేళీవనకేళిలోల కిన్నరనారీ
లీలాగీతరసప్రియ, శైలసుతానందజలధిసంపూర్ణశశీ. 205

వ. అని స్తుతించుచు సవ్యాపసవ్యాంగప్రదక్షిణంబులును సాష్టాంగదండప్రణామంబులు
ననేకంబు లాచరించి మహోపచారంబులు సమర్పించి యనంతరంబ తోఁటవీరేశ్వ
రదేవాయతనంబునకుం జని 206

క. సాష్టాంగనమస్కారము, లష్టోత్తరశత మొనర్చి యాదేవునిపై
దృష్టియుఁ జిత్తము నిడి వి,స్పష్టముగా భక్తితోఁ బ్రశంస యొనర్చెన్. 207

చ. ఒనరిచి యావణిగ్జనములోత్తముఁ డాగిరిమీఁద డిగ్గి తాఁ
జని చని ముందటం గనియె సాలరసాలతమాలకుందచం
దనహరిచందనక్రముకదాడిమనింబకదంబపాటలీ
పనసవనీకృతార్థమును భాస్వదహోబలపుణ్యతీర్థమున్. 208

క. కని దానిమహత్త్వమునకు, మనమున నాశ్చర్యరసమన్వితుఁడై పే
ర్కొనుచుం జని భవనాశనిఁ, గని తజ్జలమజ్జనాపకల్మషుఁ డగుచున్. 209

ఉ. కాంచెఁ బురందరుం డెదురఁ గన్నులపండువుగా సమాధిని
శ్చంచలసత్స్వభావదివిషన్మునిరాజమనస్సరోజలీ
లాంచితరాజహంసు సుజనావనదేవశిఖావతంసునిం
బ్రాంచితఘోరవీరరసభావుని శ్రీనరసింహదేవునిన్. 210

క. కని దండనమస్కారము, లొనరించుచు భక్తిరససముత్సాహమునం
గొనియాడుచుఁ దలకొత్తెడు, ననురాగము కోడ జయజయధ్వను లెసఁగన్. 211

ఉ. శ్రీమదహోబలేశ్వర [illegible]

తామణి వైరిదానవవిదారణదారుణనారసింహళీ
లామహనీయమూర్తి కమలారమణీరమణీయుఁ డబ్జజేం
ద్రామరబృందవంద్యుఁడు నిజాశ్రితలోకముఁ గాచుఁగావుతన్. 212

వ. అని కీర్తించి పురందరుండు పురాణసిద్ధం బగుసిద్ధపట్టణస్థానంబునకుం జని. 213

క. మున్నొనరించినపాపము, లన్నియుఁ బెనువఱితఁగలయు నవగాహనసం
పన్నుల కని సద్భక్తిని, బెన్నదిం దీర్థమాడి ప్రీతి దలిర్పన్. 214

వ. సిద్ధేశ్వరునగరుసొచ్చి. 215

క. కని సాష్టాంగనమస్కృతు, లనేక మొనరించి ముకుళితాంజలియై భ
క్తి నుతించెఁ దనమనమ్మున, ననురాగరసంబు నిండి యలువులువాఱన్. 2

వ. ఇవ్విధంబున నప్పరమేశ్వరుం బరితుష్టహృదయునిం గావించి తదీయాయతనశిఖరమహోత్తుంగధ్వజప్రదక్షిణపరిణద్ధమహోత్సవసమయసమాగతభ్రమరరూపదివ్యసంయమిసముదయంబును నక్షీణపరమతపోధనప్రత్యక్షపరంజ్యోతిస్స్వరూపంబును నద్భుతాయత్తచిత్తుం డయి యవలోకించి దక్షిణకైలాసం బనం బ్రశస్తి వహించినకాళహస్తిమహాస్థానంబును ననంతభోగికటకోత్కటకం బగువేంకటాచలంబును సర్వలోకలోచనసముత్సేధసౌధగోపురం బగుకాంచీపురంబును ననవరతపరిస్ఫుటకావేరీసముత్సంగం బగుశ్రీరంగంబును నక్షీణదురితాక్షేపణప్రారంభధురీణం బగుకుంభఘోణంబును శ్రీరామప్రతిష్ఠాభిరామం బగురామేశ్వరంబును జననిరీక్షణాపేతదుష్కర్మబంధం బగుసేతుబంధంబును సంకర్షణసంచలీకృతజగజ్జనయనం బగు ననంతశయనంబును జూచి యక్షేశ్వరదిశాభిముఖుండై మోక్షదానదీక్షాసమక్షం బగువిరూపాక్షంబునకుం జని.

ఉ. లోలతఁ గాంచె నాసుగుణలోలుఁడు చారుశిలాగళజ్ఝరీ
జాలతటీప్రవాళఘనసత్తరువాటముఁ బార్శ్వతుంగభ
ద్రాలహరీవినోదవిహరజ్జలశీకరనిర్గతశ్రమో
ద్వేలహరప్రణామమతిదీపితకూటము హేమకూటమున్. 218

వ. కని యటఁజని తదగ్రభాగంబున. 219

ఉ. ఇక్షుధనుర్విపక్షుని రవీందుకృశాక్షుని సర్వదేవతా
ధ్యక్షుని నాదిభిక్షుని హతప్రతిపక్షుఁ గృతాంతదంతిహ
ర్యక్షు మహాముముక్షుశరణాగతరక్షణదక్షు శ్రీవిరూ
పాక్షుని నానతేంద్రకమలాక్షునిఁ గాంచెఁ గృపాకటాక్షునిన్. 220

చ. కని యతిభక్తిపూర్వకముగా ధరఁ జాఁగి నమస్కరించి లే
చి నిలిచి ఫాలభాగమునఁ జేతులు సేరిచి సమ్మదాశ్రువుల్
కనుఁగవఁ దొంగలింపఁ బులకమ్ముల నంగము విస్తరింప న

త్యనుపమలీలతోడఁ గొనియాడెను భక్తిరసార్ద్రచిత్తుఁడై. 221

శ్లో. భజతభవభుజఙ్గం పాణిహేలాకురఙ్గం, ప్రమదహృదయసఙ్గం బాలచన్ద్రోత్తమాఙ్గమ్
వరమకుటపిశఙ్గం వాసకైలాసశృఙ్గం, జితమదనదపాఙ్గం శ్రీవిరూపాక్షలిఙ్గమ్. 222

శ్లో. స్మరత సదమలాఙ్గం వారిగఙ్గాతరఙ్గం, సదయలసదపాఙ్గం శైలజాత్మాబ్జభృఙ్గమ్
నయనవిధుపతఙ్గం నాగభూషోజ్జ్వలాఙ్గం, త్రిపురదనుజభృఙ్గం శ్రీవిరూపాక్షలిఙ్గమ్.

శ్లో. నమత సుమతిసఙ్గం నాట్యలీలాభ్రితుఙ్గం, కరధృతశయనాఙ్గం కాలకూటాభిషఙ్గమ్
నిగమతరువిహఙ్గం నిత్యయుక్తాన్తరఙ్గం, సితభసితసురఙ్గం శ్రీవిరూపాక్షలిఙ్గమ్.

వ. అని యిట్లు స్తుతిపూర్వకంబుగాఁ బరమేశ్వరుం బరమానంద భరితాంతఃకరణుం గా
వించి యనంతరంబ స్వదేశగమనచింత యంతరంగంబుపట్టు దవిలిన నప్పట్టు గదలి
పురందరుండు. 225

క. పుట్టినపెరిగినదేశం, బెట్టిజనులకైనఁ జూడ నిచ్చగుటను నే
పట్టునఁ గాలూఁదక నిజ, పట్టణమున కరుగుదెంచి పార్థివుఁ గాంచెన్. 226

చ. కని ప్రణమిల్లి నేమ మడుగంబడి వైశ్యుఁడు తాను బోయి వ
చ్చినకథ యెల్లఁ దెల్లముగఁ జెప్పిన రాజు రసైకలోలుఁడై
విని యట నీవుగన్నవియు విన్నవిఁ జోద్యము లెవ్వి గల్గిన
న్మన మలరంగఁ జెప్పు మనినన్ వినయం బెసఁగంగ నిట్లనున్. 227

క. ధరయెల్లఁ దీర్థసేవా, పరతమెయిఁ బరిభ్రమించి బహువిధవిభవ
స్ఫురణ విలసిల్లుమథురా, పురి కేఁ జని యందు నొక్కభూసురునింటన్. 228

వ. కృతశయనుండనై యున్న నిశాసమయంబున నప్పురోపకంఠంబునందు వితతనిర్ఘాత
పాతంబు లగుకశాఘాతంబులకుం గా కాతుర యగునొక్కకాంతయార్తనాదంబు
కర్ణగోచరం బగుటయు నత్తెఱం గందులగృహమేధిం బ్రబోధించి యడుగుటయు
నతం డిట్లనియె. 229

ఉ. ఏమినిమిత్తమో యెఱుఁగ మీపురచేరువ బిల్వవాటికా
సీమఁ బ్రతిక్షపంబు సరసీరుహలోచనయొర్తు దానవ
స్తోమకశాభిఘాతములఁ దోరపువేదన సైఁపలేక యు
గ్రామత నార్తనాదపరతం బ్రలపింపఁగ విందు మెప్పుడున్. 230

క. అనియె నని విన్నవించిన, విని యత్తెఱఁగెల్ల నెఱుఁగువేడుక మదిలో
జనియించి వైశ్యయుతుఁడై, మనుజాధీశుండు చనియె మథురాపురికిన్. 231

క. అందుఁ బురందరదర్శిత, మందిరమున విశ్రమింప మధ్యమనిశయం
దిందుముఖియార్తనాదము, నందంద వినంగఁబడియె నధిపతికంతన్. 232

వ. వినంబడినయాయెలుంగువక్కటికిం జని. 233

ఆ. కనియె నృపుఁ డఖర్వగర్వాంధదైతేయ, ఘనకశాభిఘాతకాతరాత్మఁ
దీవ్రవేదనాప్రదీపితార్తస్వన, నిబిడితాస్య నొక్క నీరజాస్య. 234

క. కనుఁగొని వెఱవకు వెఱవకు, మని యూఱడఁ బలికి సతికి నభయప్రదుఁడై
మనుజేంద్రుఁడు గర్వితుఁడై, దనుజేంద్రుల కనియె నత్యుదగ్రస్ఫురణన్. 235

ఉ. ఓరి దురాత్ములార దళితోత్పలలోచన నేల యీక్రియన్
ఘోరకశాభిఘాతములఁ గుందఁగఁజేసెద రింత క్రొత్తరే
యారయఁ బుష్పకోమల; లహంకృతు లింక కిట మాన కున్న మ
ద్ఘోరకరాసిపత్త్రి మిమునకున్ బలి సేయుదు నీక్షణంబునన్. 236

వ. అనిన నన్నిశాచరులు సాహసాంకున కిట్లనిరి. 237

సీ. కైకొందు మమరేంద్రుఘనరాజ్యపదరమాధీనత నేకధాటీనిరూఢి
దండింతు మతిదుర్మదస్ఫూర్తి నంతకు నిజభుజాగర్వంబు నిమిషమాత్ర
భంజింతు మపరదిక్పాలకచతురంగ బలగర్వములు తృణప్రాయములుగ
హరియింతు మే ముత్తరాధీశపాలిత నవనిధానములు ప్రాభవ మెలర్ప
నంతలేసి మహాత్ముల నింత సేయు, మాకు నిను సంహరించుటమాత్ర మెంత
యెందు గుడి మ్రింగువారికి నంబి పిండి, వడియ మనుప లెక్క యుంగవే పుడమిలోన.

చ. అనవుడు మందహాసరుచి యాననపద్మమునం దలిర్పఁ జ
య్యన నిశితాసిపుత్త్రిక కరాంబురుహంబున సంతరించి య
ద్దనుజబలంబుపై నడచె దారుణవారణసైన్యయోధవ
ర్ధనవిభవాభిరాముఁ డగు రామనృపాలునిఁ గ్రేణి సేయుచున్. 239

క. సురరిపులుఁ బ్రాసపట్టిస, పరిఘక్షురచర్మబాణబాణాసనతో
మరముఖ్యసాధనంబులు, కరముల విలసిల్లఁ గదనకాంక్షితమతులై. 240

వ. మార్కొనుటయుఁ బ్రతాపార్కుండైనవిక్రమార్కుండును. 241

ఉ. కొందఱకంఠదేశము లనంతశక్తిమెయిన్ హరించుచుం
గొందఱరక్తమాంసములు కుంభినికిన్ బలిగా నొనర్చుచుం
గొందఱగాత్రఖండములు కుప్పలు సేయుచు దైత్యకోటిఁ దా
నందఱ సంహరించె విలయాంతకుభంగి నరేంద్రుఁ డుగ్రతన్. 242

వ. ఇత్తెఱంగున లబ్ధవిజయుండై యక్కామినీరత్నంబు నత్యాదరంబునం గనుంగొని. 243

క. ఎయ్యది నీవుండెడు నెల, వెయ్యది నీనామ మిప్పు డీయసురులచే
నియ్యలజడిఁ బడఁ గారణ, మెయ్యది యనవుడు లతాంగి యిట్లని పలికెన్. 244

క. అమరావతిఁ గలవేలుపుఁ, గొమిరెలలో నెల్ల రూపగుణశీలములం
గొమరారుదు నానామము, కమలావతి మీఁదికార్యగతి విను మధిపా. 245

క. అవిరళసమాధియుతుఁడై, భువనత్రయభయదభంగిఁ బూనినయుగ్ర
శ్రవసునితపంబు వృథ, శ్రవసుఁడు మాన్పంగ మదివిచారించి వెసన్. 246

వ. తదీయనియతిప్రతివిధానంబునకు నాజ్ఞాపించినం దదనుజ్ఞ గైకొని తపోవనంబునకుం జని.

సీ. బద్ధసిద్ధాసనపరిణతిఁ గూర్చుండి హృదయసమాధాన మొదవఁజేసి
మూలాలవాలసమున్నతిఁ గైకొని యనిలు మధ్యమనాడియందు నిలిపి
యంతర్గతము లైనయాఱుదామరలకు నభినవోల్లాసంబు ననునయించి
యాంతరజ్వలనసంక్రాంతిచేఁ దొరఁగెడు చంద్రకళాసుధాసారధారఁ
దడిసి యాత్మానుసంధానతన్మయత్వ, నిశ్చలాంతరంగుం డయి నిస్తరంగ
నీరనిధియును బోలె నొప్పారుచున్న, మునివరేణ్యునిఁ బొడగంటి మనుజనాథ. 248

వ. కని భక్తికంబుగా దండనమస్కారంబు లాచరించి పుష్పాపచయవ్యాజంబున సఖీ
జనసమాజంబుతోఁ దత్ప్రదేశంబున. 249

సీ. నవలతాడోలనోత్సవకేళి నెపమున సరససంగీతమాధురి నటించి
చతురచిత్రకథాప్రసంగంబు నెపమునఁ బరిహాసభాషణప్రౌఢి నూపి
ప్రమదనర్తనకేళిబాహాసముల్లాస సరసతఁ జాతుర్యసరణిఁ దెల్పి
పలుమాఱు నేమేనిఁ బరికించువిధమునఁ గలికిచూపులమించు చిలికి చిలికి
చెలఁగి యిట్లేమి చేసిన నేఁత లెల్ల, మునితపోభంగ మొనరించు ననువు దక్కి-
యప్రయోజనచతురంబు లై తనర్చె, వనమహీసాంద్రచంద్రికావలులకరణి. 250

వ. అంత నంతరాత్మధ్యానావసానసమున్మీలితనేత్రుం డై యమ్మహాసంయమీంద్రుండు
తన విజ్ఞానప్రభావంబున నన్నెఱింగి యవలోకించి. 251

మ. వినఁ జూడం గొఱగానిచేష్టలఁ దపోవిఘ్నంబు గావింపఁ బూ
నినదోషంబున భీషణాసుగకశానిర్ఘాతపాతవ్యథా
జనితాక్రోశరవంబుతోడ మధురాసామీప్యబిల్వాటవీ
వనికాసీమఁ బ్రబలికపంబు తరుణీ వర్తింపు దీనాస్యవై. 252

క. అనుడును శాపాలాపము, ననుతాపము సేయ మునికి సాష్టాంగముగా
వినతి యొనరించి యింకయు, వినయంబున శాపముక్తి విధ మడుగుటయున్. 253

మ. క్షితిసంరక్షణ మాచరించుటకునై శ్రీకామినీనాయకుం
డతులోదారుఁడు విక్రమార్కుఁ డన బ్రహ్మక్షత్త్రతేజోమయా
కృతి నావిష్కృతి నొందువాఁ డతనియంగీకార మీశాపదు
ష్కృతికి న్నిష్కృతి సేయుఁ బొమ్మని కటాక్షించెం బ్రసన్నాత్ముఁడై. 254

క. ఆమునిశాపానుగ్రహ, సామర్థ్యమువలన నసురజనితవ్యథయున్
భూమీశ యిట్లుపారలఁగ, నీమహిమ విముక్తి గలిగె నిది విదితముగన్. 255

వ. అని వినిపించి కమలావతీవధూరత్నంబు. 256

క. దానసమగ్రత వేలుపు, మానికముం బోలుననుచు మహనీయమణిం
గానుక యిచ్చి నరేంద్రుని, వేనోళ్లం బ్రస్తుతించి వీడ్కొని చనియెన్. 257

మ. ధరణీశుండును వీడుపట్టునకు నుద్యత్ప్రీతి నేతెంచి య
త్తరుణీరత్నము శాపముక్తికిని జిత్తంబందు హర్షించుచుం
దరుణాదిత్యప్రభన్ వెలుంగుసురకాంతాదత్తరత్నంబు స
త్కరుణన్ వైశ్యున కిచ్చెఁ దద్వితరణౌదార్యంబు నగ్గించుచున్. 258

వ. ఇత్తెఱంగున లబ్ధవిజయుండై యమూల్యవస్తుప్రదానవర్ధితపురందరుం డగునన్నరేంద్రపురందరుండు పురందరసహితుండై యుజ్జయనీపురంబునకు వచ్చి నిరంతరౌదార్యంబును నిరుపమానధైర్యంబును బరోపకారచాతుర్యంబును బరమసాహసకార్యంబును దనకు నియతకార్యంబులుగా సప్తసాగరపరివృతవిశ్వవిశ్వంభరాభరణపరాయణుండై మఱియును. 259

శా. శ్రీమద్బల్లముకొండభైరవకృపాశ్రీనిత్యసామ్రాజ్యల
క్ష్మీమాధుర్యగృహాంతరాంతరసదాకేళీనటన్నందన
స్తోమాశేషవిశేషరత్నకలికాశుంభద్విభూషావలీ
సామగ్రీకృతలోచనోత్సవలసత్సౌభాగ్యభాగ్యోదయా. 260

క. రామాకరచామీకర, చామరసంజాతవాతచంచలదలక
స్తోమాభిరామసుమహిత, రామాయణసుప్రలాప రసిక కలాపా. 261

ధృతియనువృత్తము.

ప్రతాపగుణభూషణా పరహితార్థసంభాషణా, వితీర్ణిరవినందనా విభవమాత్నసంక్రందనా, శ్రుతిస్మృతివిచక్షణా సుకృతకీర్తిసంరక్షణా, క్షితీంద్రసుతవర్తనా శివపదద్వయీకీర్తనా.

గద్యము. ఇది శ్రీమదఖిలకవిమిత్త్ర పెద్దయన్నయామాత్యపుత్త్ర
శారదాదయావిధేయ జక్కయనామధేయ ప్రణీతంబైన
విక్రమార్కచరిత్రం బనుమహాకావ్యంబునందు
ద్వితీయాశ్వాసము.

శ్రీరస్తు.

విక్రమార్కచరిత్రము.

తృతీయాశ్వాసము.

శ్రీకంఠకంఠనీల
ప్రాకామ్య ప్రశమనప్రభాసితకీర్తి
శ్రీకాంతాధిపవిద్యా
సాకల్యవివేకనిపుణ జన్నయసిద్ధా. 1

ఆ. మథురనుండి వచ్చి మదనరేఖాసూనుఁ, డన్నరేంద్రుఁ గాంచె నగ్రభంగి
నిరుపమానమైననిజలతాంగి యనంగ, సేనతోడ నాత్మసేనతోడ. 2

క. ఆభర్తృహరి నపారకృ, పాభావన విక్రమార్కపతి పాలింపం
బ్రాభవమునఁ గార్యరమా, వైభవుఁడై ప్రతిదినప్రవర్ధన మొందెన్.

క. తద్రాజ్యమ్మున నధికద, రిద్రుం డగువిప్రుఁ డొకఁడు శ్రీకాంతు మహేం
ద్రాద్రిపయిఁ దపము సేయఁగ, రుద్రుఁడు ప్రత్యక్షుఁడయ్యె రుచిరాకృతియై. 4

తే. ఇట్లు ప్రత్యక్షుఁడై నీయభీష్ట మెద్ది, వేఁడు మిచ్చెద ననిన నవ్విప్రవరుఁడు
సచ్చిదానందనిశ్చలస్వాంతుఁడైని, జాయురభివృద్ధి యగువర మడుగుటయును. 5

ఉ. ఒక్కఫలంబు చేత నిడి యుత్తమ మీఫల మేకభక్ష్యమై
మిక్కిలి యాయు విచ్చు నిది మృత్యుహరం బటుగాక తక్కినన్
ఒక్కఫలంబునుం గలుగ దుండుఁ జుమీ యని యానతిచ్చి తా
గ్రక్కున రాజతాద్రిమణికందరమందిరసీమ కేగినన్. 6

ఉ. భూసురవర్యుఁడున్ ఫలముఁ బొంది మహాప్రమదంబు నొంది యా
వాసముఁ గూర్చి వచ్చి నిజవల్లభ కత్తెఱఁ గెల్లఁ జెప్పినన్
గాసిలి భర్తవంకఁ గొఱగాములు పల్కి యిదేమి సిద్ధి యా
భాసున కేల చొప్పడుఁ దపఃఫలసంచితభాగ్యసంపదల్.

ఉ, లేమిఁ దొలంగఁ ద్రోవఁగ నిలింపశిఖామణి నార్తలోకర

ష్మామణిఁ గోరి ఘోరతరకాననభూమిఁ దపం బొనర్చి నీ
వేమిఫలంబు వేఁడితి వభీష్టఫలం బిది నిష్ఫలంబు ని
న్నే మనుదాన నింక నెటు లే మనుదాన మహాదరిద్రతన్.

వ. అని యత్యంత చింతాక్రాంత యైననిజకాంతం జూచి యమ్మహీసురోత్తముండు దన
చిత్తంబున. 9

ఉ. నిక్కము యట్ల లేమి గడు! నివ్వెఱ నివ్వర మేల వేఁడితిం
దక్కక యేను శంకరు నతం డిది యేటికి నిచ్చె నాతలం
పెక్కడ నమ్మనం గలనె నేమిటికై తపమాచరించితిం
బెక్కుడలంపు లేల నిఱుపేదల కబ్బునె యిష్టసంపదల్. 10

చ. ఇదిగొనిపోయి భర్తృహరి కిచ్చెద నిచ్చిన నాతఁ డాయుగ
భ్యుదయముఁ బొంది యుండు నది యొప్పదె దాతలు వృద్ధిఁబొందఁగా
మదిఁ దలపోయు నాశ్రితసమాజము నొందదె యిష్టసంపదల్
హృదయ మెలర్ప నిట్టిఫల మిచ్చిన నిచ్చునతం డభీష్టముల్. 11

చ. అని తలపోసి భర్తృహరి నంచితకీర్తినిధానుఁ గాంచి యా
వినుతఫలప్రభావము సవిస్తరతం దగ విన్నవించి యి
చ్చిన నతఁ డిచ్చె విప్రున కచింత్యము లైనధనంబు లిమ్మలం
1 దనపురి కేగి యాతఁడు ముదంబున నుండె రమాసమగ్రతన్. 12

వ. అమ్మదనరేఖానందనుండును దనసమీపంబున సమాసీన యైనయనంగసేనం గనుంగొని.

క. కూరిమి మీఱఁగఁజేరం, జేరిచి సర్వజ్ఞకరుణఁ జేరె నటంచున్
ధారుణిసుపర్వుఁ డొసఁగె న, పారతపోలబ్ధ మైనఫల మిది మనకున్. 14

2క. నరుఁ డొకఁ డిది సేవించిన, మరణజరాదులు దొఱంగి మను సంపదలన్,
అరు దిట్టిఫలము గన నీ, పరిపక్వఫలంబు భాగ్యఫలము లతాంగీ. 15

క. కావున నాకుఁ బ్రియంబుగ, నీ వీఫల మనుభవింపు మిదె కొమ్మని సం
భావన నిచ్చినఁ గొని చని, యావనితయు నిచ్చెఁ గూర్చుహయపాలునికిన్. 16

క. అమ్మందురకుఁడుఁ దద్గృహ, సమ్మార్జన కిచ్చె సంతసంబున నదియుం
గ్రమ్మన గోపున కిచ్చెఁ బ్రి, యమ్మున వాఁడును గరీషహారిణి కిచ్చెన్. 17

ఆ. ఆలమందనుండి యది మఱునాఁడు ప్ర, త్యూషవేళఁ దాఁ గరీషపూర్ణ
వేణుపాత్రమీఁద వెలయఁ బండిడుకొని, యాత్మగేహమునకు నరుగునపుడు. 18

---

1 దనపురి కేగెఁ గైకొనుచుఁ దద్ధన మంతయు వేడ్క మీఱఁగన్. అనిపాఠాంతరము

2 క. హరుకృపఁ గలిగినయది యిది, ధరణీదేవుండు మనకు దయచేసినవాఁ
డరు దెం దియ్యుర్విఫల మీ, పరిపక్వఫలంబు భాగ్యఫలము లతాంగీ. అని, పా,

వ. సకలసైన్యసమేతుండై వాహ్యాళివిహారంబున కరుగుచున్నభర్తృహరికిం దత్ఫలంబు దృష్టిగోచరం బగుటయు. 19

ఆ. దానిఁ జేరఁ బిలిచి తత్పాత్రలోనున్న, పండు పుచ్చుకొని యతండు నగుచు
వెండి యొక్కపండు విప్రుఁ డెప్పుడో తెచ్చి, తనకు నీక యమ్మికొనియె ననుచు. 20

ఉ. అప్పుడు విప్రు రాఁ బనిచి యవ్విభుఁ డిట్లను రెండుపండ్లు నీ
వప్పరమేశుచేఁ బడసి యందొకఁ డిచ్చి యొకండు దాఁచుకో
నిప్పుడ కానవచ్చెఁ జనునే యిటు వంచనసేయ నన్న వా!
* తప్పక యాఫలంబె వసుధావర దీనికి నెట్లు చేరెనో. 21

వ. అనిన విని యన్నరేంద్రుండు. 22

క. గోమయుహారిణిఁ గనుఁగొని, యేమిగతిన్ దొరకె నీకు నీఫల మనుడున్
ఆనుగువ దెలుపఁ గ్రమమున, నామర్మము దెలిసెఁ దత్తదంతరసరణిన్. 23

వ. అత్తఱిం గంతయుఁ గరతలామలకంబుగా నెఱింగి. 24

క. తనప్రియకాంత యొనర్చిన, యనుచితకర్మశిఖి యంతరంగము సంగం
బునఁ బరితాపము సేయఁగ, వనజాతేక్షణల రోసి వసుధేశుఁ డనున్. 25

† మ. కరకాబద్ధసురాలయంబులు మహాకాండోపరిం జిత్రతా
స్ఫురణల్ స్వస్వసువస్తులబ్ధనిరతుల్ శుంభత్ఫలాలేపముల్
కరికుంభస్తనిచిత్తవృత్తములు దత్కౌతూహలంబు న్మదో
ద్ధురదంతిశ్రవణానిలం బని తలంతుం బ్రాగ్వావాక్పద్ధతిన్.

క. గురుపాతకములగురువులు, పురుషులనరకములు చేరఁబోయెడు తెరువుల్
పరిభవమున నుఁగుఁబొరువులు, తరుణుల మైసిరులయొగులు తగునచ్చెరువుల్. 27

క. జాతులు నాతుల కెందున్, నీతము లేకున్కిఁ గామినీలోకానాం
జాతిః ప్రకల్పితా యను, నీతి పురాతనమె కాక నేఁటిదె యరయన్. 28

ఉ. మక్కువ తీపులుట్టిపడుమాటలుఁ జొక్కులతేలగింపులుం
ద్రెక్కొనుచూపు లాసతరితీపులు కోరిక లార్తియారికల్
మ్రొక్కులు మార్మిచిక్కు లతిమోహ మపోహము రూపశీలముల్
తక్కులదూలవాలములు దాయుదురే తరుణీజనంబులన్. 29

---

* తప్పక తత్ఫలం బొకటి తప్పదు లే దితరంబు నావుడున్. అని, పా.

† మ. హరిణీలోలవిలోచనామధురలీలాలాపరీతుల్ మనో
హరకేళీనవరూపయౌవనమదవ్యాపారముల్ రాగసా
గరనిర్మగ్నులఁ జేయవే మగలఁ దత్కౌతూహలంబు ల్మదో
ద్ధురదంతిశ్రవణానిలం బని తలంతు ర్గాఢ మేధానిధుల్. అని, పా. 26

ఆ. అని తలంచి భర్తృహరి విరక్తివహించి, యోగమార్గసంప్రయోగమునకు
ధరణివిభునిచేతఁ దగ ననుజ్ఞాతుఁడై, యేగుచుండి యతని కిట్టు లనియె. 30

క. కృతయుగకలియుగములలోఁ, మతిఁ దలఁపగఁ గలియుగంబ మానితధర్మ
స్థితి నెక్కుడు భవదవన, వ్యతికరమున సాహసాంక వసుధాధీశా. 31

క. తనబుద్ధి యొక్కకన్నును, నొనరినహితమంత్రిబుద్ధి యొకకన్నును గాఁ
గని సంచరింప నేరని, జననాథుని జగము దెగడు జాత్యంధునిఁ గాన్. 32

తే. సుహితమతిబహుశ్రుతుఁడనుమంత్రియొకఁడు, తనవిభుఁడునందుఁడనఁబడుధరణిపతికి
బ్రహ్మహత్యవచ్చిన నది పరిహరించెఁ, బతికిఁ గడుమంత్రికంటెను హితుఁడు గలఁడె

క. నావుడు నందమహీపతి, కేవెరవున బ్రహ్మహత్య యేతెంచెఁ దదిన్
శ్రీవిశ్రుతుఁడు బహుశ్రుతుఁ, డేవెరవునఁ బరిహరించె నెఱిఁగింపు తగన్. 34

వ. అనిన నతం డతని కిట్లనియె. 35

క. లాలితమణిమయగోపుర, సాలప్రాసాదసదనసంశోభితమై
భూలోకనాకమనఁగ వి, శాలాపుర మొప్పు విబుధసంభావితమై. 36

క. ఆనగర మేలు నందుఁడు, భానుమతీదేవి తనకుఁ బ్రాణేశ్వరిగా
ధీనిధి బహుశ్రుతుండు ప్ర, ధానుఁడుగా గురుఁడు శారదానందుఁడుగన్. 37

క. ఆనందమహీవల్లభుఁ, డానందరసార్ద్రహృదయుఁడై యేప్రొద్దుం
దా నగరువెడల కుండును, భానుమతీమోహపాశబద్ధుం డగుటన్. 38

క. జక్కవకవ వెక్కవ యగు, మక్కువతో రేయిఁ బగలు మనుజాధీశుం
డక్కాంత దక్క నొర్వక, దక్కటికార్యంబు లెల్లఁ దక్కి చరించున్. 39

శా. ఆరామామణితోడఁ గూరిమి నతండత్యాస్థఁ గ్రీడించు సం
సారస్ఫారసుఖైకసారసురతేచ్ఛాపూరనిర్మగ్నుఁడై
యారామాంతరకేళిపర్వతగుహాహర్మ్యాంతరాళంబులం
గీరాలాపముదాలిగీతవిలసత్క్రీడానివాసంబులన్. 40

సీ. ఆత్మకవనీమండలాసక్తిఁ బెడఁబాసి లలనానితంబమండలముఁ బొదువు
భద్రేభకుంభసంస్ఫాలనం బొల్లక భామవక్షోజకుంభములఁ బుణుకు
బాణప్రయోగపారీణత యొల్లక నారీకటాక్షబాణముల సొగయు
నిజరాజ్యతంత్రైకనిష్పత్తి యొల్లక భామినీరతితంత్రపరతఁ బొరలు
శిష్టజనసూక్తు లవి వెడచెవులఁ బెట్టి, తెరవసురతప్రియోక్తుల తీపి గోరు
నఖిలభూభారవహనకృత్యములఁ దొలఁగి, నందుఁ డంగనాధీనమనస్కుఁ డగుచు.

వ. అంత బహుశ్రుతుండు తనమనంబున. 42

ఉ. మేదిని దొంటిరాజులు రమింపరె యింతులయందు సక్తులై

యీదశ రాజ్యతంత్రరహితేచ్ఛ రమింపరుగాక యుక్తైకా
యేదెసనిల్చిన న్నిలిచె నేదెసఁ బాఱినఁ బాఱెఁ గాక యో
గాదని వంకలొత్తఁ దిలకంబులె రాజులచిత్తవృత్తముల్. 43

చ. అని తనయిచ్ఛలో వగచి యన్నరపాలునితో వినీతిగో
పనమతి మంత్రి యిట్లనియె భానుమతీరతిమోహపాశబం
ధనములఁ జిక్కి యిట్లునికి ధర్మమె కొల్వున కేఁగుదెంచి పు
స్ననఁ బ్రజవిన్నపంబులు వినంగదవయ్య నృపాల వేఁడెదన్. 44

చ. అమలసమస్తవస్తునిచయాస్పద మైనధరిత్రి రాణివా
సమును సుతుల్ సురత్నములు సాసుజనస్తుతుఁ డైనభూవరో
త్తమునకు నాదిరాజచరితల్ జవరాలు వరాలుఁ గూడ నా
ల్గుమణులటంట సిద్ధ మిది లోకవిరుద్ధము గాదె యియ్యెడన్. 45

ఉ. నావుడు మంత్రివర్యునకు నందమహీపతి ప్రీతి నిట్లనున్
దేవిఁ దొఱంగి యొంటిఁ జనుదెంచి వెలిం గొలువుండ నోప నా
దేవియు నేను గూడఁ జనుదెంచుట యుక్తము గాదె పాసినన్
జీవముఁ బాయువాఁడఁ గట చిత్తజుబారికి నోర్వవచ్చునే. 46

క. ఒకరే యొక్కమహాయుగ, మొకదిన మొకబ్రహ్మకల్ప మొకగడె యొకయేఁ
డొకనిమిషం బొకదిన మ, వ్వికచాబ్జముఖీవియోగవేదన నాకున్. 47

సీ. కైసేసి చెలువ నాకడ నల్ల నిలిచిన నంగజశ్రీఁ జూఱలాడఁ జూతు
నలవోక నవిద నన్నరగంటఁ జూచిన నీరేడుజగముల నేలఁ జూతు
నింతి కౌఁగిట నున్న నిందిరావల్లభుసౌభాగ్య మలఁతిగా సంస్మరింతు
కొమ్మ లేఁజిగురాకుఁగెమ్మోవి చవిగొని యమృతంబు నీరస మని తలంతు
జలజనేత్రపైఁ గూర్మి సంసారఫలము, చంద్రముఖితోడికూటమి జన్మఫలము
లలనరతిరాజసామ్రాజ్యలక్ష్మితోడ, రాజ్యలక్ష్మీవిలాసగౌరవము సరియె. 48

ఉ. కన్నులు గండుమీలుఁ దొలుకారుమెఱుంగులుఁ గాముబాణముల్
చన్నులు కుంభికుంభములు సంపెఁగబంతులుఁ జక్రవాకముల్
ప్రన్ననిమేను పుష్పలత పైఁడిసలాక ప్రసూనసాయకం
బన్నలినాక్షిఁ బాసి విరహవ్యథ నొంటిఁ జరింపవచ్చునే 49

క ఏనొకనిమిషం బైనను, భానుమతీదేవిఁ బాసి పాళిముఁ బట్టం
గా నోప నీవిచారము, మాను మనిన మంత్రి యనియె మనుజేశ్వరుతోన్. 50

ఉ. విన్నప మాదరింపు పృథివీవర దేవిఁ దొఱంగ నోపవే
నన్నలినాయతాక్షి రుచిరాకృతి చిత్రపటంబునం గడుం

జెన్నెసలార వ్రాసి యది చేరువ నుంచినఁ దద్విలాసకే
ళోన్నతిఁ జూచుచున్ దినము నొక్కముహూర్తము నిల్వ కొల్వునన్. 51

చ. అని నరనాథుసమ్మతి మహామతి మంత్రి బహుశ్రుతుండు స
య్యన నొకచిత్రకారుని మహాలఘుహస్తునిఁ బిల్చి వ్రాయఁగాఁ
బనిచిన వ్రాసె నత్తరుణిభావము కర్పునఁబోసినట్లు పే
ర్కొనఁ దగురూప మైనయనురూపమనోహరచిత్రరూపమున్. 52

తే. ఇట్లు చిత్రకారుఁడు రచియించినట్టి, చిత్రరూప మాలోకించి చిత్రరూప
విభ్రమాసక్తచిత్తుఁడై వెఱఁగుసొంది, తాను జిత్రరూపాకృతిఁ దాల్చె విభుఁడు. 53

ఉ. ఇమ్మెయి విస్మయాకులితహృత్కమలుం డయి చిత్రరూపముం
గ్రమ్మఱఁ జూచి చూచి పులకంబులు దాల్చి చెమర్చి కన్నుల
న్నమ్మదవారి గ్రమ్మ వదనంబున లేనగ వంకురింపఁగా
నెమ్మిఁ దదీయరూపరమణీయత వెండియుఁ జూచు నాదటన్. 54

వ. ఇట్లు చిత్రరూపావలోకనవినోదంబు సలిపి యందుఁ దన డెందంబు పరమానందంబు నొందఁ దనకౌతూహలంబు గురున కెఱింగింపఁ దలంచి తత్పటంబుఁ బంచిన నాచిత్ర సౌందర్యంబుఁ గనుంగొని శారదానందుండు. 54

క. ఈచిత్రరూపరేఖా, వైచిత్రి ప్రశంససేయ వశమే దీనిం
జూచినను భానుమతినిం, జూచినయట్లయ్యె నిట్టిచోద్యము గలదే. 55

చ. అని కొనియాడి దేవిరుచిరాకృతియం దొకమచ్చ పెందొడం
గనుఁగొన నొప్పు నీలమణికాంతి బెడంగయి చిత్రకార యీ
యనుపమచిత్రరూపమునయందు లిఖింపుము దాని నొప్పఁగా
ననవుడు నట్లచేసి లఘుహస్తుఁడు కస్తురితోడఁ దూలికన్. 56

తే. శారదానందగురుఁడు సుజ్ఞానపరుడు, వీకుఁ గొలుపఁగఁ జని నందవిభునిఁ గాంచి
చిత్రకారుఁ డాతెఱఁ గెల్లఁ జెప్ప విభుఁడు, వెలఁదితోడమచ్చ యేకాంతవేళఁ జూచి.

క. నందమహీపతి డెందం, బాందోళము నొంద శారదానందుఁడు మ
చ్చం దగ నిలిపెం గదె మ, త్సుందరితోడ నున్కి యెట్లు చొప్పడ నెఱఁగన్. 58

ఆ. అంతిపురములోని కన్యలపేరిటి, పోతుటీఁగనైనఁ బోలయకుండ
నాజ్ఞవెట్టి శారదానందగురునాజ్ఞ, వెట్టిసేరనైతి బేలనైతి. 59

క. ఎంతజితేంద్రియు లైనను, నెంతసదాచారు లైన నేకాంతమునం
గాంతలసంగతి నుండినఁ, గంతునికొంతాలపాలు గాకుందురె. 60

క. ఏకాంతంబునఁ గదిసిన, యాకాంతుం దలవసిష్ఠుఁడైనం గానీ
యాకాంత సీత గానీ, వేకరుగదె యగ్నిపొంత వెన్నయుఁ బోలెన్. 61

చ. అని తలపోసి నందవిభుఁ డష్ట బహుశ్రుతుఁ బిల్వఁ బంచి య
య్యనఘచరిత్రుతోడ హృదయవ్యథ యెల్ల నెఱుంగఁ జెప్పి చ
య్యనఁ గొనిపోయి యీ యఘమయాత్ముని ఘోరవిధిన్ వధించి ర
మ్మనవుడుఁ బూరుపార్థముగ నవ్విభుతోడ బహుశ్రుతుం డనున్. 62

తే. ఎంతపాపాత్ముఁ డైన మహీసురుండు, హింస కర్హుండు గాఁడని యెఱిఁగి యెఱిఁగి
మహితచారిత్రు గురుఁ బరామరిక లేక, చంపుమని పంపఁ దగునయ్య సదయహృదయ

తే. అనిన నెయ్యిపోసినయగ్గియట్ల మండి, యప్పుడుకఱచి కోపారుణితాక్షుఁ డగుచు
నుగ్రదృష్టిఁ జూచిన నాబహుశ్రుతుండు, వెఱచి వేగమ గురుఁ బట్టి విఱచి కట్టి.

క. పురజనులెల్లఁ గనుంగొని, పురపురఁ బొక్కంగ వధ్యభూమీస్థలికిం
ద్వరితగతిం గొనిచని య, గ్గురు హింసయొనర్ప మనసు గొలుపమిఁ దనలోన్. 65

తే. దేవితోడమచ్చ నిజదివ్యదృష్టిఁ జూచి, చిత్రరూపమునం దది చెలువు మిగుల
వ్రాయ బంచిన నీచేటు వచ్చెఁగాక, యితనిసుచరిత్ర మెవ్వరు నెఱుఁగ రెట్లు 66

ఉ. రాజవివేకియై నిరపరాధు మహీసురవర్యునిన్ జగ
త్పూజితుఁ బుణ్యవర్తను విధూతనమజ్జనకల్మషున్ వధూ
వ్యాజమునన్ వృథా కుపితుఁడై వధియింపఁగఁ బంపె దీని నే
రోజఁ దొలంగఁ ద్రోతు గురు నుత్తము నెమ్మెయిఁ గాతు దైవమా. 67

క. ఏమియుఁ గానఁడు పతి కాం, తామగ్నుఁడు గానఁ గార్యతతి యెట్టిదియో
కామాంధోఽపి నపశ్యతి, నా మును వినఁబడినపలుకు నైజము కాదే. 68

చ. పతి మతిమాలి కానిపనిఁ బంచినఁ జేయఁగ నుత్సహించినన్
హితమతినై యమాత్యుఁడు సహింపఁ గుదించియు నడ్డగించియుం
బతియపకీర్తిదోషములు పాపి చరించుట నీతి గాన నే
నితని నిగూఢవృత్తి భరియించెదఁ గాకని నిశ్చితాత్ముఁడై. 69

ఉ. కట్టినకట్టు లూడ్చి యనుకంప దలిర్పఁగ భూగృహంబునం
బెట్టి ప్రియోక్తులన్ గురు నభీతమనస్కునిఁ జేసి పాప మే
పట్టున లేమిఁ దేటపడఁ బల్కి మనోవ్యథఁ బాపి సర్వముం
గట్టడచేసి పెట్టి నృపకాశిదుఁ డున్నెడ కేగి యిట్లనున్. 70

క. దేవరయానతి జగతీ, దేవనిధానంబు వసుమతీనాథ కృతాం
తావాసవాసుఁ జేసితి, నావుడు విని నందవిభుఁడు నందితుఁ డయ్యెన్. 71

క. ఆలో నొకనాఁడు మహీ, పాలునిప్రియసుతుఁడు విజయపాలుం డనుదు
శ్శీలుఁడు మృగయాలోలత, వ్యాలమృగాభీల మైనవనమున కరిగెన్. 72

తే. ఏగు నెడ దుర్నిమిత్తంబు లెన్నియేనిఁ, గనియు వినియు నిశ్శంకతఁ జనకు మనుచు

దొరలు నిల్పిన నిల్వక దుర్నిమిత్త, ఫలము ముందటి కెఱిఁగికోవలయు ననుచు. 73

వ. ఇట్లునీతిదూరుం డగునాకుమారుండు దురహంకారుండై యపారసత్త్వభయంకరసంచారం బగుకాంతారంబు దఱిసి బహుప్రకారమృగయావిహారంబు లొనరించుచున్న సమయంబున. 74

ఉ. కొండొకవాలముం గుఱుచకొమ్ములు నన్నువ లైనవీనులున్
నిండిననీలమేఘరుచి నెక్కొనుచున్న తదీర్ఘ దేహముం
జండతరాస్యమండలము సర్వభయంకరలీలఁ గ్రాలఁగాఁ
దొండము లేనిభద్రకరితో నెన యైనవనీవరాహమున్. 75

ఉ. ముందట దవ్వులం గని సముద్ధతి నశ్వముఁ దోలుకొంచు నా
పందిపిఱుందఁ బోవ నది పాఱి లతాగహనంబు చొచ్చినన్
మందవిచారుఁడై నృపకుమారుఁ డొకండును నేగి దాని నం
టం దఱిమెన్ వరాహము కడంకఁ దిరోహిత మయ్యె నయ్యెడన్. 76

ఉ. పంది మొఱంగిపోయిన నృపాలతనూజుఁడు చిన్నవోయి! మ
ధ్యందినవేళ నొక్కసలిలాశయముం గని వాజి డిగ్గి తా
నందుఁ గృతావగాహుఁడయి యాగళపూరితతోయమందుఁ దృ
ప్తిం దురగంబు తాను వడఁ దేఱి మహాతపభీతి నయ్యెడన్. 77

ఉ. కొండొకసేపు నిల్చి చనుకోరిక రాకొమరుండు పద్మినీ
షండసుగంధమారుతవశస్ఫుటశీకరసిక్తమంజరీ
మండితభూరిభూరుహసమావృత మైనవటంబునీడఁ గూ
ర్చుండె ఖలీనరజ్జువున నొక్కెడ నశ్వముఁ గట్టి యిమ్ములన్. 78

వ. అయ్యవసరంబున సర్వజగదాభీలం బగునొక్కశార్దూలంబు తత్సమీపతరులతాకుంజపుంజంబుననుండి యమ్మనుష్యగంధం బాఘ్రాణించి రౌద్రరసోద్రేకంబునం జనుదెంచి బలువిడి లంఘింప నుంకించుటయు బిట్టు పొడగని యిట్టు నట్టు నెగసి వెనుకకు నీల్గి కుప్పించి దాఁటిన ఖలీనంబు లూనం బగుటయు హయంబు రయంబునం దనవచ్చిన తెరువునం బడి పఱువునం జనియె నంత నక్కుమారుం డతిభీతుండై పరిసరమహీరుహంబు నారోహణంబు చేసె నట్టియెడ. 79

సీ. అమ్మహోగ్రవ్యాఘ్ర మమ్మహీజముక్రింది కుద్వృత్తి నేతెంచి యొడుపుదప్పి
నప్పటిభుజగంబుననువున మ్రోఁగుచు వాల మలార్చుచు వాఁడికోఱ
లదరులువాఱ నోరంతయుఁ దెఱచుచుఁ గన్నులఁ గోపాగ్నికణము లురల
మీఁదు చూచుచు మ్రానిమీఁదికి నుఱుకంగ జంకించు చుగ్రవిస్ఫారఘోర
వజ్రనిర్ఘాతపాతరవమ్ము గొలుపఁ, గాలుద్రవ్వుచు నుండెఁ దత్సాలమూల

మున మొగంబున రౌద్రంబు మునుకొనంగ, విజయపాలునిచిత్తంబు విహ్వలింప. 80

చ. దిగు లడరంగ నిట్లు జగతీవరసూతి కుజంబు నెక్కుచోఁ
దగ నొకవృద్ధభల్లుకము తా నటమున్న వసించి యుండె న
య్యగవిపులాగ్రశాఖ నతఁ డప్పుడు ముందట నుయ్యి వెన్కలోఁ
తగు గొయి యున్నలా గయినఁ దల్లడ మందె వణంకుమేనితోన్. 81

వ. ఇట్లు దిగులువడి యున్న యన్న రేంద్రనందనుం గనుంగొని యతని నుద్దేశించి కారుణ్య
బుద్ధి నావృద్ధభల్లుకంబు మనుష్యభాషణంబుల మెల్లన నిట్లనియె. 82

చ. వెఱవకు రాజకుమార పులి వెన్దగులం బఱతెంచి నన్ను నే
డైఱ శరణంబుచొచ్చి తలిదీనత నిట్టిమహాభయార్తులం
గఱుకొని యెంతనిర్దయులఁ గ్రూరత కోర్చి వధింప నేర్తురే
తొలఁగుము చింత వంత నను దుష్టుఁగఁ జూడకు మన్న నెమ్మదిన్. 83

వ. అని పెక్కుభంగుల నక్కుమారునిభయంబు దీర్చి తనసమీపంబునకుఁ జేర్చి యుచితో
పచారంబు లాచరించి సారంబు లగు వన్యఫలాహారంబుల నాఁకలి దీర్చి యనునయించి
యున్నంత. 84

సీ. పశ్చిమాంభోనిధిప్రాంతదేశంబున రంజిల్లువిద్రుమకుంజ మనఁగఁ
జరమాద్రిశిఖరదేశంబునఁ గనుపట్టు కమనీయఘనరత్నగండ మనఁగ
నపరదిక్కామిని యమరంగఁ గనుఁగొను, పద్మరాగంపుదర్పణ మనంగ
పశ్చిమదిక్కుంభిపాలభాగంబున బొలుపొందు జేగురుబొట్టనంగఁ
బూర్వకంఠి వేలావనభూమిఁ బండి, కాలశుకతుండహృతిఁ బిట్టుగదలి యపర
జలధిలోఁ బడుదాడిమీఫల మనంగ, నబ్జినీవనబాంధవుఁ డస్తమించె. 85

క. తదవసరంబునఁ జొక్కులు, చదలం గలయంగ నొప్పెసఁగి నిగిడెఁ గడుం
గదిరినగగ్రశ్రీమెయి, నొదవినఘర్మాంబుకణసముత్కర మనఁగన్, 86

క. అంతటఁ జీఁకటి యఖిలది, గంతంబుల నిండెఁ బర్వ నయ్యెలుఁగు పరి
శ్రాంతుఁ డగునతనిభావం, బంతయు వీక్షించి మది దయారస మొదవన్. 87

ఆ. మేను మ్రాఁచువడఁగ మీలితోన్మీలిత, లోచనాంబుజయుగళుండ వగుచుఁ
దూఁగ నేల నాదుతొడలపై నెమ్మది, నిదురవోదు రమ్ము నృపకుమార. 88

చ. అని తనయంకపీఠిపయి నాతనిఁ జేరిచి నిద్ర వుచ్చె నం
త నది యెఱిఁగి బెబ్బులి ముదం బెసలారఁగ నెల్గుతోడ ని
ట్లను మది విశ్వసింపఁ జనునయ్య మనుష్యుల నందు రాజనం
దనుల నొకింతయేనియును మనంబున నమ్మదురయ్య యెయ్యెడన్. 89

క. తనకొక యాపదవచ్చినఁ, గనికరమున దానిఁ బాపి కాచినయప్పు

ణ్యునకుం దుదిఁ గీ డొనరిం, పనె మాచుఁ గృతఘ్నుఁ డెన్నిభంగుల నైనన్. 90

ఉ. కావున నిన్న రాధమునిఁ గైకొని నాకహితంబు సేయ నే
లా వనసాహచర్యబహుళంబుగ బాంధవ మెట్లుఁ జూడ వే
లా వధియించి వీనిపలలంబు సమాంశము నీకు నిచ్చెదం
ద్రోవుము నేలఁ గూల నతిధూర్తులతోడిసఖిత్వ మేటికిన్. 91

చ. అన విని వృద్ధభల్లుకము వ్యాఘ్రకులోత్తముతోడ నిట్లనున్
వెనుకొని నీవు చంపఁ దఱివేఁచి వడిం జనుదేర భీతిమై
వను శరణంబు వేఁడిన సనాతనబుద్ధిఁ బరిగ్రహించితిన్
విను మనఘుండు పట్టి మఱి విడ్వఁగ నేర్చునె యెట్టివారలన్. 92

తే. మరణభయమున వచ్చి నామఱువు సొచ్చెఁ, జంప నొప్పింపఁ గోపింపఁ జాల వీని
శరణువొందిన రక్షింపఁజాలియుండి, మనుపకుండినకంటెఁ గల్మషము గలదె. 93

మ. అనినం బెబ్బులి చిన్నవోయి మఱి యొండాలాపము ల్మాని యుం
డె నరేంద్రాత్మజుఁ డంత మేలుకొనియెన్ డెందంబునన్ రాజనం
దనుచో ప్పారయ వేఁడి పేరెలుఁగు నిద్రన్ మేను తూఁగాడెడున్
నను నీయంకతలంబున న్నిదుర నూనం జేయవే వేఁడెదన్, 94

చ. అనవుడు నిందు రమ్మని ధరాధిపసూతి నిజాంకపీఠియం
దునిచిన నిద్ర వోయినటు లుండెఁ జలింపక భల్లుకంబు శౌ
ర్యనిరతి నంతఁ గ్రోల్పులియు నాన్నృపనందనుతోడ నల్ల ని
ట్లను నిది యేఁ దొలంగి చనునప్పుడు నిన్వధియించు నెమ్మెయిన్. 95

చ. హితవరిమాట లాడి తుది నెగ్గొనరింపనె కాఁచియున్న యీ
కితవపువృద్ధబల్లుకము కృత్రిమమైత్త్రి నిజంబుగాఁ దలం
చితి నరమాంసభక్షణము జీవికగా మనుకష్టజీవి వ
మ్మితి వనకూలశత్రు లగుమిత్త్రుల నమ్మ దురయ్య యెయ్యెడన్. 96

తే. తొలడపై నిద్రవోయెడుదుష్టమృగముఁ, గొంకుకొసరు లేకిటు నేలఁ గూలఁ ద్రోవు
దీనిరక్తమాంసంబులఁ దృప్తిఁ బొంది, తొలఁగిపోయెద నీవుఁ బో దొసఁగు మాలి.

ఆ. అనినఁ జపలబుద్ధి యానృపాలకసూతి, పులిదురుక్తు లాత్మఁ గలఁపఁ గలఁగి
భల్లుకంబుఁ బట్టి పడఁద్రోసె నదియును, బడక యొక్కశాఖఁ బట్టి నిలిచె. 98

చ. పరహితకారి కెందు ననపాయశుభంబులు వొందుఁ జాల ము
ష్కరు లగుక్రూరకర్ము లపకారము సేయఁ దలంచి రేని న
ప్పురుషవరేణ్యుఁ గీ డొకటి వొందునె తేజము దక్కఁ దక్కురుల్
పొరయునె లోకబాంధవు నపూర్వమనోభవు సప్తసైంధవున్. 99

ఆ. అంత విజయపాలుఁ డతిభీతచిత్తుఁడై, వెల్లఁబాఱు పెటిఁగి భల్లుకంబు
కరుణ నిన్ను మున్ను గాఁచితి నింక నీ, వెట్టివాఁడవైన నెగ్గు దలఁప. 100

క. వెఱవకు నెమ్మది నుండుము, పెఱవారలబుద్ధు లాత్మఁ బెట్టునె యనఘుం
డొఱపిఁడిచాడ్పున నామది, నఱమర లేదొండు నమ్ము మనియె నరేంద్రా. 101

తే. అంతఁ జీఁకటి బెబ్బులియాసలెల్లఁ, బాసి పోయినకైవడిఁ బాసి పోవ
విజయపాలునినెమ్మోము విన్నఁబోయి, తెల్లవాఱినకైవడిఁ దెల్లవాఱె. 102

క. అప్పట్టు విడిచి యప్పుడ, చప్పుడు గాకుండఁ బులియుఁ జనె వేగమ దా
నెప్పుడు నుండెడునెలవున, కప్పుడె యానృపతిసుతుఁడు హర్షము నొందెన్. 103

వ. అంత. 104

సీ. సకలలోకంబులుఁ జక్రవాకంబులు నుల్లాసవారాశి నోలలాడ
నంధకారంబులు నలచకోరంబులు సొబగేది గొందులు సొచ్చి డాఁగ
నయనకంజంబులు నళినపుంజంబులు సువికాససంపద సొంపుమిగుల
రాయంచదాఁటులు మ్రోయు లేఁదేఁటులు గృహాసరోవరములఁ గేలిసలుప
విమలతారకములు వివిధకోరకములు, నచ్చటచట నల్లనల్ల విరియ
హల్లకములు బుధులహస్తముల్ మొగుడంగఁ, బూర్వశిఖరిమీఁదఁ బొలిచె నినుఁడు.

వ. అట్టియెడ నన్నరేంద్రనందనుండు మున్నుగా ఋక్షంబు వృక్షంబు డిగ్గి వానిచేసినయు పకారంబునకుఁ దగినశాపం బొసంగి యవ్వనాంతరంబున నిరంతరంబును ససేమిరా రావముఖరముఖుండవై పరిభ్రమించుచుండునది యెన్నండే నెవ్వఁడే నేతద్వృత్తాంతంబు బహిర్భావాయత్తంబు గావించు నప్పుడ విగతశాపుండవై యెప్పటియట్ల సుస్థిరత్వంబున వర్తింపఁ గలవాఁడ వని వరం బిచ్చి భల్లుకంబు చనియె. తదనంతరంబ విపినాంతరంబున నక్కుమారుండు ప్రభూతశాపవికారుండై పరిభ్రమించుచుండె నట రాకుమారుని యశ్వరత్నంబు పల్యాణంబుతోడన పఱతెంచినం జూచి పౌరజనం బచ్చెరువడి యేకతంబున నిది యేకతంబున వచ్చెనో నిన్న విజయపాలుండు వేఁట్లవెడలినప్పు డనేక దుర్నిమిత్తంబులు దోఁచెఁ దన్నిమిత్తంబున నిట్లయ్యె నింక నెట్లయ్యెడునో యని దిగులుమిగులం జని నందభూమీశ్వరునకుం దగుతెఱంగున నత్తెఱం గెఱింగించిన నతండు ధైర్యంబు పెల్లగిల్ల నుల్లంబు దల్లడిల్లఁ గుమారాన్వేషణతత్పరుండై వాహనారోహణంబు చేసి సముత్సాహసన్నాహవాహినీసమేతుండై పురంబు నిర్గమించి నిసర్గధార్ష్ట్యమృగవర్గనిరర్గళస్వనదుర్గమం బగువనదుర్గంబు ప్రవేశించినం దత్సైనికు లందఱు నన్నిమార్గంబుల నరిగి యొండొరులం గడవం బాఱియు నెలుంగెత్తి చేరం జీరియు నీఱంబులు దూఱియుఁ జెట్టుచెట్టును ముచ్చట్టుదిరిగియుఁ దిరిగినచోటులనె తిరిగియు నడవియెల్లను దడవి తద్వని యొక్కయెడ నక్కుమారుం డొక్కరుండును దిక్కు—

మాలి దీనదశం బిశాచంబుచందంబున సతతంబును ససేమిరా యనుచుం బరిభ్రమించు చున్నం గని విన్నవించిన నందభూపాలుండు నిజనందను విజయపాలుం దోడ్కొని సపరివారంబుగాఁ బురంబునకు నేతెంచి యక్కుమారునియపస్మారంబునకు దేవభూదేవ తాసమారాధనంబుల మణిమంత్రతంత్రక్రియాసాధనంబుల నానావిధభూతబలివిధానం బుల మహాదానంబుల నాచరించి యేమిటను డిందుపాటులేకుండిన నందభూపాలుండు తనడెందంబునం గొందలం బందుచు నక్కుమారునివికారంబునకుఁ బ్రతీకారం బెవ్వం డు సేయసమర్థుం డతనికి నర్ధరాజ్యం బిచ్చెద నని సర్వదిశల విశదంబుగాఁ జాటంబ నిచి శారదానందగురుం డొక్కరుండునుం దక్క నిక్కొఱగామి సక్కఁజేయ నెక్క డివాఁడునుం గొఱగాఁడు. అజ్ఞానంబున నాసుజ్ఞాననిధానంబు గోలుపోయితి నేమిసే యుదు నని పరితపించుచున్నం గని బహుశ్రుతుండు నేలమాలె నున్నత్రికాలవేదిపాలి కిం జనుదెంచి నమస్కరించి యామూలచూడంబుగాఁ దద్వృత్తాంతం బంతయు నెఱిం గించి యిట్లనియె. 106

తే. వేల్పులకు మ్రొక్కి వెజ్జులవెంటఁ దిరిగి, మంత్రవాదుల రప్పించి మందు లరసి
కొడుకువెఱ్ఱి యేమిటఁదీర్పఁగూడకున్నఁ, బుడుకువేఁడుబు గొన్నాఁడు పుడమిఱేఁడు

సీ. నావుడు శారదానందుఁ డూహించి దివ్యజ్ఞానసరణి సర్వంబు నెఱిఁగి
యిది యేను జక్కఁజేసెద నీవు నందభూవిభునికడ కేగి యిట్టులనుము
మనశారదానందుననుఁగునందన సప్తసంవత్సరప్రాప్త సంవిదగ్ధ
పరపురుషేక్షణాపరిహృతవ్రతశీల కల దొకర్తది తిరస్కరిణిలోన
నుండి విజయపాలునితోడ నుచితభంగి, మాటలాడిన వేఁడుబు మాన నోపు
నని హితంబుగఁ జెప్పి నీవానృపాలు, నట్లు సేయ నియోగింపు మనఘచరిత. 108

చ. అనిన బహుశ్రుతుండు చని యత్తెఱఁ గెల్లను విన్నవించి యా
జనపతి యున్న యాకొలువుసాలవెలిం దెరవాటె యగ్గురుక్
గొనిచని యుంచె నందనుఁడు కోరి నిరంతరముక్ ససేమిరా
యని పలవించుచుండఁ గొలువై నృపుఁ డుండె నిజాప్తకోటితోన్. 109

వ. అట్టియెడ శారదానందుం డమందానందకందళితహృదయారవిందుండై నృపనందనునపస్మా రంబు దిరస్కారంబుసేయం దలంచి హృద్యంబు లయి పూర్వోక్తచతురక్షరాద్యంబు లై తదీయవిపినవృత్తాంతసూచనాద్యంబు లైనపద్యంబులు నాల్గు నిట్లని పఠియించె.

*తే. సకలలోకోపకారసంచారు లైన, సాధుజనులవంచింపుట జాణతనమె.
తొడలపై నమ్మి నిద్రవోయెడువయస్యుఁ, బగతుపాలను ద్రోయఁ బాపంబు గాదె,

*క. సజ్జనభావము గల్గుసు, హృజ్జనులను మోసపుచ్చుటిది నేదుపె నీ
పజ్జం దొడపైఁగూర్కిన, యజ్జంతువుఁ జంపఁజూచుటది పౌరుషమే,పా,

తే. అనిన నాసకారంబు సుజ్జన యొనర్చి,యక్కుమారుఁడు "సేమిరా" యనుచు నుండె
నందన్నృపుఁ డాప్తులైనజనంబు లెల్ల, దాన నద్భుతానందచేతస్కు లైరి. 112

వ. తదనంతరంబ. 113

క. సేతువుదర్శింప మహా, పాతకములుఁ బాసిపోవుఁ బ్రాణసఖునకున్
ఘాతుకమతి నొనరించిన, పాతక మేతీర్థసేవఁ బాయునె నరునిన్. 114

క. అన విని సే యనునక్షర, మనుగతముగఁ బలుకు టుడిగి యటమీఁద "మిరా"
యనుచుండె నక్కుమారుఁడు, జనపతి నెమ్మొగము హర్ష జలధిం దేలెన్. 115

వ. శారదానందుండు మఱియును. 116

క. మిత్త్రద్రోహి కృతఘ్నుఁడు, ధాత్రీసురహంత హేమతస్కరుఁడు సురా
పాత్రీభూతుఁడు నిందా, పాత్రులు వీరెల్లనరక భవనావాసుల్. 117

క. అనిన మివర్ణము సుజ్జన, యొనరించి నరేంద్రసూతి యుడుగక "రా, రా"
యని పలుకఁ జూచి యప్పుడు, మనుజేశ్వరుఁ డుత్సహించె మంత్త్రియుఁ దానున్.

వ. మఱియు శారదానందు డిట్లనియె. 119

†క. రాజులు మెచ్చఁగ దిక్కుల, రాజులను జయించి ధనము రాజులచేతన్
ఓజఁగొని విప్రకోటిం, బూజింపు మనూనదానభోజనవిధులన్. పా. 120

ఆ. అనిన విజయపాలుఁ డపుడ యాశాపవి, కారమానుపూర్వికముగ విడిచి
స్వస్థుఁ డై యరణ్యవాసవర్తన మెల్ల, విభున కెల్లవారు వినఁగఁ జెప్పె. 121

ఉ. చెప్పిన నందభూవిభుఁడు చిత్తమునం గడుఁజోద్య మంది తా
నప్పుడ దిగ్గనన్ యవనికాభిముఖుం డయి యీరహస్య మీ
చొప్పునఁ జెప్ప నెవ్వరికిఁ జొప్పడు? నొప్పుగ నిట్టి దిమ్మెయిం
జెప్పినచొప్పు నా కెటులు చెప్పితి? చెప్పుము నీవు బాలికా. 122

క. వాకిలి వెడలి యెఱుంగవు, గాకోమరునియెలుఁగుపులి యరణ్యాంతర భా
షాకలనం బెట్లాదవెను, మా కున్న నిజంబుఁ జెప్పుమా గురుపుత్త్రీ. 123

వ. అనిన శారదానందుం డన్న రేంద్రున కిట్లనియె. 124

తే. సర్వభూదేవదేవప్రసాదమహిమ, శారదాదేవివరమున సకలలోక
వర్తనంబులు గానంగవచ్చు మాకు, భానుమతిమచ్చఁ గన్నట్టు భావవీథి. 125

తే. అనినఁ బతి శారదానందుఁ డగుట యెఱిఁగి, సరభసము నొంది యత్తిరస్కరిణి దీసి
భయముభక్తియు సిగ్గు విస్మయముఁ దోఁప, లేచి గురునకు వందనం బాచరించె.

తే. అట్లు ప్రణమిల్లి గురుని నత్యాదరమున, గారవించి బహుశుత్తుఁ జేరఁ బిలిచి

†క. రాజేంద్ర విజయపాలుని, రాజితశుభమూర్తిఁ జేయ రతిగలదేనిన్
బూజార్హుల వీరెల్లరఁ, బూజింపు మనూనదానభోజనవిధులన్.

కరము కరమునఁ గీలించి కరముఁ బ్రీతి, సందుఁ డాతని కలియె సానంద మెసఁగ.

ఉ. నిందకు నోర్చి దోషము గణింపక రిత్తకు రిత్త శారదా
నందునిఁ జంపు మన్న నది న్యాయము గాదని యెంత చెప్పినన్
మందమతిన్ వినం దెఱఁగుమాలిననన్ను మొఱంగి కాఁచి మ
మ్మిందఱ సత్క్రియానిరతి నిప్పుడు గాఁచితి చెప్ప నేటికిన్. 128

తే. దోసమును నపకీర్తియుఁ దొలఁగఁ బెట్టి, నాఁడు గురుఁ గాఁచుకొంటివి నేఁడు నన్ను
సుతునిఁ గాఁచితి త్రిస్థానశుద్ధి గాను, నీఋణం బింక నేమిట నీఁగువాఁడ. 129

క. నీకతమున నిహపరములు, నాకిట సిద్ధించె నీసనాతనబుద్ధి
ప్రాకారముకలిమి నఘా, నీకంబుల గెలుచు టరుదె నృపనయవేదీ. 130

తే. అని యనేకవిధంబుల నాదరించి, మంత్రి కతిసుస్థిరైశ్వర్యమహిమ యొసఁగి
శారదానందగురునకు దారవోసి, యగ్రహారసహస్రంబు నర్థి నిచ్చె. 131

క. ధృతిమంతుఁడు ధీమంతుఁడు, మతిమంతుఁడునైనమంత్రి మహిసెత్తతి సే
నతిసంపద గోరెడుఁబతి, కతఁడబ్బుట పెన్నిధాన మబ్బుట గాదే. 132

ఆ. వరరథాశ్వసుభటవర్గ మెల్లను గల్గి, చాలినంతభూమి యేలఁగల్గి
తగినమంత్రి లేనిధరణీశు రాజ్యంబు, గాలిఁ దూలు దీపకళికఁబోలు. 133

వ. కావున. 134

ఆ. భట్టి నీకు హితుఁడు పరమవిశ్వాసియు, భట్టిబుద్ధి మేలుబంతి నీకు
సకలరాజతంత్ర సర్వాంగరక్షకు, భట్టినీతి వజ్రపంజరంబు. 135

వ. అట్లగుటం జేసి మీరిరువురుం జేరి చరితార్థులరై వాగర్థంబులుంబోలె నభిన్నప్రభావం
బుల వర్తిల్లునది యని హితోపదేశంబు చేసి పరమయోగానంద జితేందిరానందనుం
డై మదనరేఖానందనుండు నిజేచ్ఛం జనుటయు. 136

శా. శ్రీకర్ణాటమహామహీశ్వర సదాసేవాప్రధానోత్తమా
నీకస్తుత్య లిపిక్రియానిపుణపాణిద్వంద్వపంకేరుహా
యాకల్పాంతకనిత్యకీర్తిజలజాస్యాకేళిగేహీభవ
ల్లోకాలోకధరాధరావృతధరాలోకైకరక్షామణీ. 137

క. రాజప్రసాదసముదిత, తేజఃకీర్తిప్రతాపదీపితలక్ష్మీ
రాజితనీతిధురంధర, రాజముఖీపుష్పచాప రసికకలాపా. 138

భుజంగప్రయాతము.

సరోజాననానందసౌందర్యమూర్తీ, సరోజాతసంజాతచాతుర్యపూర్తీ
ధరిత్రీసురాధీనదానానువర్తీ, శరచ్చంద్రికాపూరసారూప్యకీర్తీ.

గద్యము. ఇది శ్రీమదఖిలకవిమిత్త్ర పెద్దయన్నయామాత్యపుత్త్ర
శారదాదయావిధేయ జక్కయనామధేయ ప్రణీతంబైన
విక్రమార్క చరిత్రం బనుమహాకావ్యంబునందు
దృతీయాశ్వాసము.

శ్రీరస్తు.

విక్రమార్కచరిత్రము.

చతుర్థాశ్వాసము.

శ్రీమదపారకృపారస
సామగ్రీవర్ధమానసకలార్థిజన
స్తోమబహువిభవ యనితర
సామాన్యగుణాభిరామ జన్నయసిద్ధా. 1

వ. అమ్మహీశ్వరుండు తదుపదిష్టప్రకారంబున వసుంధరాపరిపాలనపరాయణుండై యుండునంత నొక్కనాఁడు. 2

శా. ఆలోలామలదీపవల్లికలతో నాకాశసంచారియై
కైలాసం బిటవచ్చు టెట్లొకో యనంగా శోణచంచజ్జటా
జాలం బొప్పఁగఁ బాండురద్యుతులతో సాక్షాత్కరించెన్ మహీ
పాలాగ్రేసరుఁ బ్రోల నారదుఁడు భూభాగంబు భూషించుచున్. 3

ఉ. అమ్మునినాథశేఖరుని నర్థి నెదుర్కొని భక్తిమైఁ బ్రణా
మ మ్మొనరించి సన్మణిసముంచితకాంచనపీఠి నుంచి నె
య్యమ్మున నర్ఘ్యపాద్యవిధు లాదిగఁ బూజ లొనర్చి యెంతయున్
సమ్మద మొందఁ జేసి సురసంయమితోడ నరేంద్రుఁ డిట్లనున్. 4

చ. తలకొని యున్నతొంటిసుకృతంబుకతంబున వచ్చి మీఁదటం
గలిగెడుశోభనంబులకుఁ గారణమై మఱి వర్తమానని
శ్చలదురితంబులం దలఁగి సన్మునినాథకులావతంస ని
ర్మలభవదీయదర్శనము మాకొనరించెఁ ద్రికాలయోగ్యతన్.

వ. అనిన నమ్మునీశ్వరుండు సర్వంసహాధీశ్వరున కిట్లనియె.

సీ. పరమధర్మజ్ఞత బ్రాహ్మణప్రవరుల నరసి రక్షింపుదే యనుదినంబుఁ
బ్రజఁ దల్లిదండ్రులపగిదిఁ బాలింపుదే పరులాత్త్రోరవుశేక బ్రదుకుదునట్లు
దివిజభూజముఁ బోలె దీనార్థిసమితికి నభిమతార్థము లిత్తె యాదరమున

ననిఁ బ్రాణ మిచ్చినయట్టివారలవారి కెల్ల తేజంబులు నిచ్చి మనుతె
యాజ్ఞపాత్రిక సంపద లర్థి నిచ్చి, బంధువర్గంబుఁ బోషించితె బహువిధముల
సకలవర్ణాశ్రమాచారసరణి తప్ప, కుండ నియమించెదే మహీమండలమున. 7

క. సప్తాంగ రక్షసేయుదె, సప్తోపాయములఁ బరుల సాధించితె మదికిన్
సప్తవ్యసనము లుడుగుదె, యాప్తుల రక్షింతె సాహసాంకమహీశా. 8

క. మంత్రంబును రక్షింపుదె, తంత్రాచరణంబులందుఁ దత్పరమతివై
మంత్రము పరమంత్రిమున, స్వతంత్రాసకరప్రభావసంపన్నులతోన్. 9

క. ఆజ్ఞ వెలయింతె దిక్కుల, యజ్ఞాదిక్రియల సురల నలరింతువె నీ
విజ్ఞులఁ బరిపాలింపుదె, సుజ్ఞానపరీక్షచేసి సుకవుల మనుతే. 10

*క. అని కుశలప్రశ్నముగతి, ననిమిషముని రాజనీతి యాద్యంతంబుం
దన కెఱుఁగ నానతిచ్చిన, విని వినయము తోడ మనుజవిభుఁ డిట్లనియెన్. 11

చ. పరిచితసర్వశాస్త్రపథపారగులై వసుంధరేశ్వరుల్
నిరుపమలీలమై నడచునీతిపథంబు సంచరింప నా
తరమె మహాత్మ మీకృపకతంబున నింక నిరంకుశక్రమ
స్ఫురణమహామహీభరణభూరినయోన్నతి నుల్లసిల్లెదన్. 12

వ. అనిన నన్నరేంద్రచంద్రునకు మునికులాగ్రగణ్యుం డిట్లనియె. 13

చ. అలఘువినూత్నరత్నముల కన్నిటికిం గుదురై నరోహణా
చలపతిరీతి నీవఖిలసద్గుణశాలుల కాలవాలమై
వెలయుట నిన్ను వాసవుఁడు వేయివిధంబులఁ బ్రస్తుతించు ను
జ్జ్వలతరభాగ్యసంపద భవత్ప్రతిమానులె యన్యభూపతుల్. 14

ఉ. ఇట్టి భవన్మహత్త్వ మిదియెల్ల విదర్భవిభుం డెఱింగి నీ
పట్టపుదేవి గాఁదగినపట్టి వరంబునఁగోరి యీశ్వరుకై
గట్టిగఁగొల్చి తత్కరుణఁ గాంచె మనోభవరాజ్యలక్ష్మికిం
గట్టనుఁగైనమూర్తి గుణగణ్య ననంగవతీకుమారికన్. 15

ఆ. వెలఁదిసోయగంబు వీక్షింప వినుతింప, వేయికన్ను లమరవిభున కిచ్చి
రెండువేలజిహ్వ లంపటాధీశున, కొసఁగెఁబోలుఁ బంకజోద్భవుండు. 16

సీ. భామినీమణిమధ్యభాగంబు కృశ మని కటితటంబున నిల్పె గౌరవంబుఁ
దొయ్యలివలిచన్నుదోయి కర్కశ మని యడుగుల మార్దవం బలవరించెఁ
గమలలోచనకుంతలములు వక్రము లని తనువల్లికకుఁ జక్కఁదన మొసంగెఁ

---

* పా. క. అన నిని మతమున నలరుచు, ననిమిషమునినాథుతోడ నతిగంభీర-
స్వనమునఁ బ్రియపూర్వకముగ, వినయముతోడుతను మనుజవిభుఁ డిట్లనియెన్.

బూఁదీఁగఁబోఁడిచూపులు చంచలము లని మెలపు నెన్నడపున మేళవించె
నబలనఖములు క్రూరంబు లని తలంచి, సౌమనస్యంబుగుణమున సంతరించె
నీరజాసనుఁ డెంతకు నేరఁ డనుచు, జగము గొనియాడ నొప్పు నాచిగురుఁబోఁడి.

తే. తమ్ము లాకొమ్మనెమ్మోముతమ్ము లనఁగ, బింబ మాయింతికెమ్మోవిబింబ మనఁగ
జాతి యానాతిలేనవ్వుజాతి యనఁగ, రామ యొప్పారు లోకాభిరామ యగుచు.

సీ. తులకు వచ్చియు రాదు తళుకులఁగని యైనఁ గోమలికాంతికిఁ గుందనంబు
సరియయ్యుఁ గాదు నిశ్చల మైనజిగి నొప్పుకాంతయూరులతోడఁ గరభయుగము
*ప్రతివచ్చియును రాదు సతతాచ్ఛవిచ్ఛవి తరుణికంధరతోడ దరవరంబు
†జోడయ్యుఁ గాదు మించులనటించుచున్న చానచన్నులతోడఁ జక్రమిథున
మింతినెమ్మోము ప్రతిచేసి యెన్నునోటఁ, జందురుని మేను పూర్వపక్షంబు నొందు
ననఁగ జగమున నావిదర్భావనీశు, ననుఁగుఁదనయకు నెనరైనయాతివ గలదె. 19

శా. ఆనారీమణి తండ్రిసమ్ముఖమునం దశ్రాంతముం గ్రొత్తగా
నానానాయకపాఠకోత్తము లొగిన్ సంగీతసాహిత్యవి
ద్యానైపుణ్యము మీఱ నీగుణవిలాసాకారరేఖాదుల
న్వేమాఱ్లన్ గొనియాడఁగా విని రసోన్మేషంబు సంధిల్లఁగన్. 20

వ. పంచశరశరప్రపంచచంచలాయమానమానసయై యుండునంత. 21

తే. సిద్ధపుర మేలురాజు ప్రసిద్ధబలుఁడు, శకమహీనాథచంద్రుఁ డాచంద్రవదన
నడుగఁ బుత్తెంచి యీకున్న నాగ్రహించి, యేపున విదర్భమీఁద దండెత్తఁ దలఁచె.

వ. కావున. 23

క. హారువరమున జనియించిన, వరపుత్త్రిక యగుననంగవతి ననురాగ
స్ఫురణమ్మున వరియించుట, కరణీయము నీకు నిపుడు కరుణాభరణా. 24

క. నావుడు నాకార్యము వసు, ధావల్లభుఁ డెంతయేని తాత్పర్యముతోఁ
గావింప నియ్యకొనుటయు, నావిబుధమునీంద్రముఖ్యుఁ డరిగెను బిదపన్. 25

క. వేసవివేఁడి సహింపక, వేసఱుజీవులకు నెల్ల విశ్రాంతికర
శ్రీసంపాదనకరమై, యాసన్నంబయ్యె నంబుదాగమ మంతన్. 26

సీ. గగనరత్నము కట్టుమొగులతో నుదయించెఁ జరమదిక్కునఁ దోఁచె శక్రధనువు
పూర్వాపరవ్యాప్తిఁ బొలుపారె జలరేఖ లాలోలగతి వీచె మూలగాలి
మెఱుఁగుమొత్తంబులు మెఱసె నుత్తరమునఁ గడఁగె దక్షిణపుమేఘములగములు
ప్రాలేయభానుండు పరివేషగతుఁ డయ్యెఁ జాతకంబులు నింగి సంచరించె

---

* ప్రతియయ్యునుం గాదు బహువిలాసములకురమణిరూపముతోడ రత్నపుత్త్రి
† సమత నొందియు నొంద దమితశృంగారంబు గలయింతినాసతోఁ గాంచనంబు

నెఱలపెనుపట్టై నేలపైఁ గొఱలఁ జొచ్చె, మొనసి చీమలగమి గ్రుడ్డుమోవఁ దొణఁగెఁ
గుజముకొనగొమ్మ డిగి క్రిందికొమ్మమీఁది, నిలుపు గైకొను పులుఁగులయెలుఁగు లెచ్చె.

ఉ. తూనిఁగలాడెఁ దోయనిధిఁ దోరపుమ్రోఁత జనించెఁ బంక్తులై
కానఁబడెన్ బలాకములు కప్పురెయులుంగు చెలంగె నిర్జల
స్థానములందుఁ గుంజముతుదం గృకలాసము నిల్చి నింగికై
యాననమెత్తె భూమిగజ మఁగములన్ బెరయించెఁ బిచ్చుకల్. 28

క. తదనంతరంబ జనముల, కిది పగ లిది రాత్రి యనుచు నేర్పఱుపంగా
హృదయముల కగోచరమై, చదలం బొదలంగఁ జొచ్చె జలధరవితతుల్. 29

క. ధారణిఁ గలమేలెల్లను, ధారాశరరాశివర్షధారలచేతన్
నీరామని గాఁగల దని, పూరాల్చినభంగి ముసురు పొరిఁబొరిఁ గురిసెన్. 30

సీ. ప్రథమోదబిందులఁ బల్లవించె ననంగ నింద్రగోపద్యుతి నిలఁ దనర్చె
భానుచంద్రుల నూడుపట్టి గెల్చె ననంగఁ గంధరపటలాంధకారమడరె
జలదానిలంబునఁ బులకించెనో యనఁ గుటజభూజంబులు కోరగించె
స్తనితమర్దళరవంబునకు నాడె ననంగ వనమయూరములు నర్తనము చేసెఁ
బాంథజనచిత్తచిత్తసంభవమహాగ్ని, ఘనతరజ్వాలజాలానుకరణనిపుణ
వివిధవిద్యుత్పరంపరావిభ్రమంబు, లఖిలహరిదంతరంబుల నతిశయిల్లె. 31

మ. దళితానంతదిగంతమై ఘుమఘుమధ్వానంబు సంధిల్లఁగాఁ
గలయం బాములు వ్రేలఁగట్టినటు లుగ్రవ్యగ్రలీల న్నిర
ర్గళధారాళకరాళమై కురిసె వర్షం బెండ నేయింటివా
రలుఁ బొర్గింటికి నేఁగకుండఁగ నహోరాత్రంబుఁ జిత్రంబుగన్. 32

తే. ధరణియెల్లఁ గదంబపుష్పరచితంబు, దిక్ప్రకరమెల్ల సరసనర్తితమయూర
మంబరంబెల్ల నీరదాడంబరంబు, విరహిజనచాతకము లెందు విశ్రమించు. 33

మ. రమణీయోన్నతసౌధసీమల విహారప్రౌఢి సంధించుచోఁ
దమకం గర్జితఘోరఘోషములు నిద్రాభంగముం జేసినం
బ్రమదం బందిరి కాముకుల్ సముదశుంభత్కుంభికుంభద్వయ
క్రమవక్షోరుహకుండలీమదవతీగాఢోపగూహోన్నతిన్. 34

చ. లలితగతి న్మయూరికలు లాస్య మొనర్పఁగ భేకజంపతీ
కలకలనాదము ల్సెలఁగ గర్జనవాద్యము లుల్లసిల్లఁ గం
దళకుసుమాంజలుల్ వెలయ నర్తనశాలయనం దనర్చె భూ
తలము విచిత్రవారిదవితానతిరస్కరిణీసమేతమై. 35

ఉ. హారిమయూరవిభ్రమము లంచలఁ జెందఁగఁ దద్విలాసముల్

తారలఁ జేరెఁ బుష్పితకదంబవిజృంభణ సప్తపర్ణనా
నారుచిరప్రసూనభజనం బొనరించె శరత్సమాగమం
బారయ నంబుదాగమ మహామహిమోన్నతి నాక్రమించినన్. 36

చ. శరదుదయప్రభావమునఁ జంద్రదినేంద్రులతేజ మెక్కెఁ ద
ద్గరిమలఁ గైరవాంబుజవికాసము మించెఁ దదీయవాసనం
బరఁగె మదాలిమాలికలు భావసముద్భవవర్తనోన్నతిం
బొరసి నిశాహముల్ సిరులఁ బొంది సుఖింతురు మేదినీ జనుల్. 37

మ. జలజచ్ఛత్రరుచింబ్రకాశతరకాశశ్రేణికాచామరం
బుల భద్రాసనకాంతి రాజ్యపద మొప్పల్ మీఱఁ గుంభోద్భవుం
డెలమిన్ దక్షిణదిక్కునం దుదితుఁ డయ్యెం జంద్రతారాబలం
బుల మేలైనదినంబు లెవ్వరికి సమ్మోదంబు సంధింపవే. 38

ఉ. బాలలు లీలతో బలుసుఁబండులచాయఁ దనర్చి పండి కై
వ్రాలినరాజనంబులకు వచ్చుశుకంబులఁ జేరనీక పోఁ
దోల రవంబుతోఁ జెలఁగుఁదోఁటలనీడల నుండి పాడి రు
న్మీలితహావభావరమణీయకరాంకుని సాహసాంకునిన్. 39

వ. ఇవ్విధంబున శరదాగమంబు దనప్రయోజనంబునకు ననువర్తనమాత్రం బగుటయు దండయాత్రాసముత్సుకసేనాసనాథుండై సాహసాంకమహీనాథుండు తగినకాలరులం బంచుటయు సుమతిసూనుండు లేఖాముఖంబున నంతయు నెఱింగి రాగమంజరీపుత్త్రిమిత్త్రుం డైనచిత్రరథుం డనుగంధర్వపతిని జంద్రపురరాజ్యసింహాసనాసీనుం గావించి యాక్షణంబ. 40

సీ. రథివిక్రమప్రౌఢరథికలీలారూఢనానావిధస్యందనములతోడ
సహజదానోద్దండచండశుండాదండబంధురసింధురప్రతతితోడఁ
జారుమూర్తికమహాశ్చర్యసంచారణ కమనీయతరతురంగములతోడఁ
బరభూవరవ్యూహభయదోగ్రసన్నాహగర్వితసుభటవర్గములతోడ
మందరాచలమంథానమథ్యమాన, నిరవధికనీరనిధిఘోషనిర్విశేష
పటుపటహముఖ్యవాద్యజృంభణముతోడ, భట్టిచను దెంచి వసుమతీపాలుఁ గాంచె. 41

తే. అర్ఘ్య దండప్రణామంబు లాచరింప, నమ్మహామంత్రిముఖ్యుని నానరేంద్రుఁ
డతిముదంబున నాలింగనాదు లైన, సముచితోపచారంబుల సత్కరించి. 42

వ. సాదరావలోకంబున నాలోకించి లోకవృత్తాంతంబు నడుగుటయు నతనికి సుమతిసూనుం డిట్లనియె. 43

సీ. ఏరాజునకుఁ జెల్లునెంతయు నరు దైన మణిపాదుకాదులుమహిమఁ గొనఁగ

నేరాజునకుఁ జెల్లు నింద్రుని మెప్పించి నవరత్నసింహాసనంబు వడయ
నేరాజునకుఁ జెల్లు నీరజాసనుసభ బ్రహ్మాస్త్రలాభసంపద వహింప
నేరాజునకుఁ జెల్లు నితరదుర్లభ మైన యుట్టిచేరులుగోయు దిట్టతనము
దేవపతి యైనశ్రీమహాదేవుదేవి, కాళికాదేవి యేరాజుకడిమి మెచ్చి
లీల నుజ్జని వేయేఁడు లేల నిచ్చె, ననుచు నిలయెల్ల దేవర నభినుతించు. 44

చ. అనిన దరస్మితాస్యుఁ డగునమ్మనుజేంద్రునితోడ భట్టి యి
ట్లను జగదంబ వత్సరసహస్రము రాజ్యము నీకు నిచ్చె నా
యినుమడియేండ్లు లిద్ధరణి యేలునుపాయము సేయువాఁడ నే
ననుటయు నవ్విభుండు మది నచ్చెరువంది వినంగఁ గోరుటన్. 45

వ. అవధరింపు మని మనుజవల్లభునకు భట్టి యిట్లనియె. 46

సీ. జగదంబ భవదీయసాహసోన్నతి మెచ్చి యిచ్చె నుజ్జయిని వేయేఁడులేల
నావరం బెబ్భంగి ననుభావ్య మైనది యటుగాన నొకయుక్తి యవధరింపు
మేఁటేఁట నొనరింపు మితరదేశవిహార మాఱునెలలు రాజ్య మాఱునెలలు
నిమ్మెయి రెండువేలేండ్లులు చెల్లినఁ ఋరి నున్న యట్టివత్సరము లెల్ల
శాంభవీవరలబ్ధవత్సరసహస్ర, మయ్యె దేశాంతరావాప్తివలనఁ
జనిన వేయేండ్లు మనబుద్ధిసంచితములు, ఘనయశస్సాంద్ర విక్రమార్కక్షితీంద్ర. 47

వ. అనిన నతనిమనీషావిశేషంబునకు సంతోషించి. 48

మ. అతఁడుం దాను గార్యలబ్ధిగతి నేకాంతంబ యూహించి స
మ్మతితో సిద్ధపురీశుపైఁ జనుటకు న్మాహూర్తికోత్తంస ని
శ్చితవేళన్ మొరయింపఁ బంచుటయు మించెన్ దండయాత్రాసము
ద్ధత నిస్సాణధణాధణధణధణంధాణంధణ ధ్వానముల్. 49

సీ. పాలమున్నీటిలోఁ బవ్వళించినయట్టి నీలవర్ణుఁడు నిద్ర మేలుకొనియె
వెగడొంది రవి తేరినొగలఁ గట్టినయట్టి వాహంబు లణకలు వైచుకొనియె
నదరిపాటున బిట్టు బెదరి పర్వతపుత్త్రి కందర్పదమనునిఁ గౌఁగిలించెఁ
బన్నగంబుల కెల్ల భయము మిక్కుటముగాఁ బాతాళలోకంబు బమ్మరిల్లెఁ
గమలజుని వేదపఠనంబు కవలువోయె, నద్రు లెల్లను నచలత్వ మపనయించె
దిగ్గజంబులు జిఱజిఱదిరిగి స్రుక్కె, వారిరాసులు పిండలివండు లయ్యె. 50

వ. అంత. 51

క. సంగరములు గలుగుటఁ జతు, రంగమ్ములు సమ్మదాంతరంగము లగుచున్
గరిగాతరంగసంగత, రంగము లై బెరసె నెరసి రంగత్క్షోణిన్. 52

ఉ. చుట్టము లైనగాహులుతులు నూరెలఁ బేరెలమిన్ జవోజ్జ్వలా

రట్టజవాహారోహణవిరాజితులై తనుఁజేరి కొల్వఁగాఁ
బట్టపుదంతి నెక్కికొని భట్టి నృపాలుని సేన కంతకుం
బెట్టనికోటయై నడచె భీకరసన్నహనాభిలాషుఁడై. 53

మ. జయలక్ష్మీసతితో ననంగవతి నిచ్చం గైకొనం గోరి యు
జ్జయినీనాథుఁడు దివ్యభూషణవిలాసం బొప్ప నాయోధన
ప్రియుఁడై పెండ్లికి నేఁగుభంగి వెడలెం బృథ్వీజనశ్రేణికా
నయనానందదరత్నకాంచననవీనస్యందనారూఢుఁడై. 54

వ. ఇవ్విధంబున రాజమందిరద్వారంబు వెడలి యాంగికంబు లగుశుభసూచకంబులు ననుకూలసమీరసంచారంబులును నానాదర్శాదిమంగళద్రవ్య సందర్శనంబులు నవనీసురాశీర్వాదంబులు నగణ్యపుణ్యాంగనాముక్తమౌక్తిక శేషావిశేషంబులును నభంగతురంగహేషాఘోషంబులు నంగీకరించుచు, నిరర్గళప్రసాదశరణార్థిశరణుండై పురంబు నిర్గమించి సకలసేనాసమన్వితుండై కదలి కతిపయప్రయాణంబుల విదర్భానగరంబు చేరంజన యప్పురంబునకుం గ్రోశమాత్రంబున నతిపవిత్రం బైన వేత్రవతీతటంబున నతిమాత్రవిశాలరమణీయంబును నత్యంతమహనీయంబును సమస్థలంబును నైనస్థానంబున నత్యాశ్చర్యకరణప్రచండం బయినయోగదండంబున వ్రాసినం దక్షిణంబ. 55

సీ. బంధురకాంచనప్రాకారములతోడఁ బరిఖాజలౌఘసంపదలతోడ
మహనీయతరదివ్యమందిరంబులతోడ రమణీయదివ్యసౌధములతోడ
మణిమయబహుసభామండపంబులతోడ నగణితదివ్యగేహములతోడ
వర్ణితశృంగారవనవితానముతోడఁ గమలకైరవవనోత్కరముతోడ
నప్రమేయాతివిస్తరాయామ మగుచు, నొక్కపుర ముద్భవిల్లిన నుచితభంగి
సకలసామంతపరివారసమితితోడ, విక్రమాదిత్యవసుమతీవిభుఁడు విడిసె. 56

చ. తలఁచినమాత్ర బాత్రిక సుధామధురాన్నము లుద్భవింపఁగాఁ
బలుమఱుఁ గంధ రాల్చిన నపారధరంబులు సంభవింపఁగాఁ
గొలఁదికి మీఱుసైన్యములకుం బరితృప్తి యొనర్చె ధారణీ
తలపతి యిష్టభోజనవిధానమునన్ విపులార్థసత్కృతిన్. 57

వ. ఇవ్విధంబున సకలసైనికులను సంతోషితస్వాంతులం గావించి పేరోలగంబున్న సమయంబున శకమహీశ్వరురాయబారి చనుదెంచి సముచితప్రకారంబునం బ్రవేశించి నిశ్శంకంబుగా సాహసాంకనరేంద్రుని కిట్లనియె. 58

ఉ. మున్ను శకక్ష్మారమణముఖ్యుఁ డనంగవతిన్ వరింప వే
డ్కన్ నిజసర్వసైన్యబలగర్వము మీఱ విదర్భమీఁద స
త్వోన్నతశక్తిమై విడిసి యుండఁగ నీ వొకపోటుబంటవై

మిన్నక వచ్చి తేల పులిమీసల నుయ్యేలలూఁగ వచ్చునే. 59

సీ. ప్రియతనూజులపేళ్ళు వెట్టి పెంపొందిరి మాళవనేపాళమగధపతులు
ఏకోటఁ గప్పంబు లిచ్చి వర్ధిల్లిరి సౌవీరసౌరాష్ట్రనగరనృపులు
పుత్త్రుల గిరవులు పుత్తెంచి బ్రతికిరి కుంతలావంతీశకకురువిభులు
కన్యలఁ గొనివచ్చి కానుకఁగా నిచ్చి మనిరి కాళకరూశమద్రపతులు
జగతి నేరాజు మారాజుచరణయుగము, గాంచి కొలువనివాని నేఁ గాన నెందు
[1]గాదమున మాటుపడియున్న కాయవోలె, నుజ్జయిని డాఁగియున్న నీ వొకఁడు దక్క.

తే. కాకతాళీయముగ మహాకాళికరుణ, నుజ్జయినిరాజ్యవైభవ మొనరెఁ గాక
యుట్టిచేరలు గోయుట లెట్టియరిది, యెలుకఁ గొఱుకదె యటుకంటి వెన్నియైన.

క. ఇప్పుడు శకవిభుఁ జెనకుట, యెప్పుడును మున్న బొంతయును లాతమునుం
గప్పెరయును బాదుకలును, జొప్పడినవి బ్రతుకుటొప్ప జోగియుఁబోలెన్. 62

చ. పలుకులు వేయు నేటి కిఁక బ్రాహ్మణసూనుఁడ వీవు నీకు దో
ర్బలమున కేమికారణను బాఁపనపోటును గప్పకాటునుం
గలదె ధరిత్రి భట్టిమొన గట్టిగ నమ్మకు మోసపోకు నీ
కొలఁదులె రాచకార్యములు కోమటి బుద్ధులఁ దీర్పఁదీఱునే. 63

ఆ. శకనరేంద్రచంద్రచరణాబ్జసంసేవ, విడిచి యావిదర్భవిభునిఁ గలసి
వచ్చు టోడ విడిచి వదరు వట్టుట సుమీ, చెప్పఁదగినమాట చెప్పినాఁడ. 64

వ. అనిన విని ప్రహసితముఖారవిందుండై సుమతిసూనుం డాక్షేపవాగ్గర్జితంబుగా నిట్లనియె.

క. ఇట్టి వివేకమహోన్నతి, యిట్టినయోచితవిహార మేరికిఁ గలదే
యిట్టినిను దూతఁగాఁ జే, పట్టినపతి వేఱె భాగ్యపరుఁ డన నేలా. 66

వ. అని మఱియు నిట్లనియె. 67

తే. తొల్లి యొకకాకి రాయంచఁ దొడరినట్లు, శకుఁడు సమగనిశ్శంకుని సాహసాంకుఁ
జెనకఁజూచుట యెన్న నీతనికిఁ దనకు, హస్తిమశకాంతరము గాదె యలవుకలిమి.

క. మాటలు పదివేలాడినఁ, బోటరిరైయి రణములోన భుజబలమెల్లం
దేటపడఁ జూపకుండిన, మేటియశం బేల కలుగు మీరాజునకున్. 69

శా. భూచక్రాఖిలరాజ్యభోగ మొనరుం బోరన్ జయం బందినం
బ్రాచీనాయకలోకలోలనయనాపంచాస్త్రకేళీకళా
వైచక్షుణ్యము సంభవించుఁ గదనవ్యాపారతన్ మాలినన్
"కా చింతా మరణే రణే" యనుట నాకర్ణింపవే యెన్నఁడున్. 70

ఉ. ఇంచుక సూదివేదన సహించినమాత్ర నృపాంగనాకుచో

1. గాదము = సస్యములోనున్న గడ్డి.

దంచితసౌఖ్యకేళి సతతంబును [1]గంచులి గాంచు నాజి ని
ర్వంచనఁ దీవ్రబాణనికరక్షతదేహుల కబ్బవే మరు
చ్చంచలలోచనాఘనకుచస్తబకద్యుతిసంగసౌఖ్యముల్. 71

క. కావున మీభూవిభునకు, నీవిధ మంతయును దెలియ నెఱిఁగించి రణ
శ్రీవిక్రమంబు నెఱపఁగ, రావింపుము రజ్జులాట రాజోచితమే. 72

వ. అనియె ననంతరంబ విక్రమార్కమహీపాలుండు శకభూపాలుదూతకుఁ గనకమణిభూ
షణాంబరతాంబూలాదిసత్కారంబు లొనరించి వేత్రవతీతటంబుపుణ్యస్థలంబుగావున
నెల్లి యుద్ధంబునకు సిద్ధపురీశ్వరుం డిచ్చటికిసన్నద్ధుండై వచ్చునట్లుగా నెఱింగింపుమని
వీడ్కొలిపి తద్వృత్తాంతం బంతయు విదర్భేశ్వరునకుం జెప్పి పంపి తదానీతంబులైన
యుపాయనంబు లంగీకరించి నిజభృత్యామాత్యులం దమతమనివాసంబులకుఁ బోవం
బనిచి సముచితప్రకారంబున నుండి మఱునాఁడు ప్రభాతసమయంబున. 73

క. నానామంజులమాగధ, గానధ్వను లెసఁగ మేలుకని సంధ్యాదుల్
పూని యొనరించి బహువిధ, దానానందితవిశిష్టధరణీసురుఁడై. 74

క. గరుణాంగరాగమాల్యా, భరణప్రభ లలర నుదయపర్వతముపయిం
గరమొప్పునరుణుఁడో యన, నరదముపై నెక్కివిక్రమార్కుఁడు వెడలెన్. 75

క. దక్షిణనయనాస్పందము, దక్షిణపవనానుకూలతయు నిజవిజయం
బక్షయముగ నెఱిఁగింపఁగ, నాక్షణమున సాహసాంకుఁ డానందించెన్. 76

క. అటమున్న భట్టియనుమతిఁ, బటుగతిఁ బడవాళ్లు సైన్యప్రతతులకెల్లం
జటులతరసమరలీలా, ఘటనకు వెడలుఁడని యెలుఁగుఁగాఁ జెప్పుటయున్. 77

సీ. సంగరసన్నాహసమయం బెఱింగించు నిఖిలమంగళతూర్యనిస్వనములుఁ
గట్టుమట్టుననుండి కదలించినఁ జెలంగు భీకరశుండాలబృంహితములు
రథములఁ గట్టి సారథులు మట్టిన మిన్నుదన్నెడి రథ్యవితానములును
బంతంబు లొండొండ ప్రకటించుసుభటులసాహసోచితవాక్యసంకులములుఁ
గలసివిలసిల్లుసాహసాంకక్షితీంద్ర, చంద్రు శిబిరాంగణస్థలి సాంద్రరవము
పూర్ణచంద్రోదయోదీర్ణఘూర్ణమాన, మగుమహార్ణవఘోషంబు ననుకరించె. 78

క. సందీపితరిపుకుంజర, సందళనక్రీడనైకసాహసలీలా
నంద మలర సింగంబుల, మందగతి న్వీరభటసమాజము నడచెన్. 79

మ. విలయారంభవిజృంభణంబున సముద్వేలంబులై క్షుంభినీ
వలయంబుం గబళింపఁ గైకొనుమహావారాకరానీకవీ
చులభంగిన్ జవసత్త్వవిస్ఫురణలం జూపట్టె యప్పట్టునన్

1 కంచులి—అవిక.

విలసిల్లెం దురగంబు లాశ్వికులకున్ వీర్యం బవార్యంబుగన్. 80

చ. సలలితగండమండలము సన్మదధారల నివ్వటిల్లఁగా
నలఘువినూత్నరత్నకనకాంచితభూషణదీప్తులొప్పఁగా
వెలువడె నున్మదద్విరదబృందము నిర్ఝరదీప్రవల్లికా
కలకలితంబు లై ననడగొండలదండముఁ గ్రేణిసేయుచున్ 81

క. దివినుండి భువికి డిగ్గిన, దివిజవిమానము లనంగ దివ్యమణివిభా
నివహము దిశలకు నిగుడఁగ, నవలీలన్ వెడలె నప్పు డరదములగముల్. 82

మ. ప్రతివీరప్రళయాంతకుం డగువిదగ్ధక్షోణిపాలుం డినా
యతతేజుం డని సాహసాంకమను జేంద్రాలోకసంభావనో
చితసంభాషణమాధురీమహిమచేఁ జిత్తంబు లార్జించుచుం
జతురంగంబులఁ దోడునూపె సమరోత్సాహైకసన్నాహుఁడై. 83

ఆ. దేశకాలబలము దెలిసి దైవబలంబు, కలిమి నచ్చి బాహుబలము బెరయ
మూలబలముతోడ మోహరంబుగఁ దీర్చి, సుమతిసుతుఁడు సైన్యసమితి నడపె. 84

క. ద్విరదములకు నరదములును, నరదములకు నశ్వములును నశ్వంబులకున్
వరభటులును వరభటులకు, నరిగెలవారలును బన్ని రగ్రేసరులై. 85

ఉ. అంతకు మున్న సిద్ధనగరావనినాథునిదండనాథుఁ డ
త్యంతబలాభిరాముఁడు మహారథనాముఁడు సర్వసైన్యముల్
సంతనకట్టి భాహుబలసారధనుండు విదేహధారణీ
కాంతుఁడు శాలివాహనుఁడుఁ గయ్యపువేడుకతోడఁ దోడుగన్.

క. ఆరెండుసేనలందును, వీరాగ్రేసరులు సమరవిక్రమకేళీ
ప్రారంభజృంభణాహం, కారత నొండొరులమీఁటి కనుపట్టి రొగిన్. 87

క. భీకరసంగరలీలా, లోకనకౌతుకదిగీశలోకేశసురా
నీకవిమానంబులచే, నాకాశము నిరవకాశమై విలసిల్లెన్. 88

వ. ఇవ్విధంబునం బ్రతిఘటించి పూర్వాపరసముద్రంబులుంబోలె వీరరసోద్రేకంబున
విజృంభించి. 89

సీ. అరుణదృగ్రుచులును నాయుధప్రభలును మార్తాండదీప్తితో మాఱుమలయ
హుంకారములు భేరిభాంకారరవములు వలయాద్రిఁ బ్రతివిరావముల నినుప
సింహనాదంబులు శింజినీధ్వనులును నాశాకరులగుండె లదరఁజేయ
నట్టహాసంబులు హయహేషితంబులు గగనంబు తోరణకట్టికొనఁగ
నుభయబలములసుభటులు నుగ్రవీర, రసవిజృంభణ మురుదుగా రహిఁ గడెంగి
కదియునప్పటిపటుపాదఘట్టనమున, నుర్వి యంతంత నుబ్బూఁత లూఁగఁదొణఁగె.

ఉ. అత్తఱి సాహసాంకమనుజాధిపుబంధురగంధసింధురో
దాత్తకపోలమండలమదద్రవధారలతావు లెక్కి వం
జిత్రము లత్తఱిం జెదరి సిద్ధపురీంద్రచమూగజేంద్రసం
విత్తిమదంబు లింకె నరిబృందము డెందము చిన్నవోవఁగన్. 91

వ. అంత. 92

మ. దివిజస్త్రీకుచకుంభకుంకుమముతో దివ్యాంగనావీటికా
నవకర్పూరరజంబుతో నమరకాంతాదేహహారిద్రపం
కవిశాలోన్నతితో సురీనిటలభాగన్యస్తకస్తూరితో
నవనీరేణువు సాటియై పరఁగె నాశాకాశసీమంబులన్. 93

చ. కలయఁగ ధూళి దృగ్రుచులు గప్పిన జోదులు శబ్దవేదులై
పెలుచఁ గడంగి నేమిరవబృంహితహేషితసింహనాదసం
కులముగనుల్లసిల్లు రథకుంజరఘోటకసద్భటావళిం
గొలఁదికి మీఱఁగా ధరణిఁ గూల్చిరి బాణపరంపరాహతిన్. 94

ఉ. అప్పుడు కుండలీకృతశరాసనులై విలుకాండ్రు తూపులం
గప్పిరి నింగి నాంగికముగాఁ గయిసేసినవన్నె లన్నియుం
జిప్పిలు దట్టపుం జెమటఁ జిందఱవందఱగాఁగఁ జాలనిం
పొప్పఁగఁ దీవ్రభానుకిరణోగ్రత నడ్డముచేసిరో యనన్. 95

ఉ. చాపము లింద్రచాపములచందము చూపఁగ గెంపుసొంపువా
ల్దూపులు క్రొమ్మెఱుంగులకుఁ దోడుగఁ దర్జనగర్జ లొప్పఁగాఁ
జాపధరాంబువాహములు సాయకవృష్టులయేపునూప ను
ద్దీపితరక్తవాహినులఁ దెప్పలఁదేలెను భూతసంఘముల్. 96

చ. బలములురెంటఁ బేరుగలబంటులరోషమహానలంబులం
దొలిదొలి ధూమముల్ నిగిడి తోన శిఖావళు లంకురించి ని
ప్పులు ధరమీఁదఁ బేర్చుక్రియ భూరజముల్ దివిముట్టి రక్తధా
రలు గనుపట్టి తొట్టె సమరస్థలి నెల్లను మాంసఖండముల్. 97

వ. అట్టియెడ నుభయబలంబుల నుభయబలంబులును సేనాముఖంబుల సేనాముఖంబులును
గణంబుల గణంబులును వాహినుల వాహినులును నక్షౌహిణుల నక్షౌహిణులును దలఁప
డి సన్నాహంబుల సముత్సాహంబులు పోషింపఁ గోపంబు లాటోపంబుల భూ
షింప హుంకారంబు లహంకారంబుల ముదలింపఁ జలంబు లచలంబులం బొదలింప న
వార్యంబు లగుశౌర్యంబులు నఖర్వంబు లగుగర్వంబులు నశాంతంబు లగుపంతంబులు
నవరోధంబు లగువిరోధంబులు నఖేదంబు లగుసింహనాదంబులు నద్భుతారంభంబు

లగుసంరంభంబులు నుల్లసిల్లఁ జలంబులు వదలక బలంబులు ప్రిదులక బీరంబు లెడలక బింకంబులు సడలక బిగువులు దక్కక బిరుదులు స్రుక్కక వెలవెలంబాఱక వెన్ను చూపి జాఱక తాలిమి దింపక మాలిమిఁ జెంపక తలఁగక మలఁగక విఱుగక సురుఁగక కేడింపక జోడింపక వెఱవక చేముఱవక, అత్తళంబులఁ గత్తళంబులు సించియు శరంబుల శిరంబులు ద్రుంచియుఁ గుంతంబుల దంతంబులు పొడిచేసియు నారసంబుల నీరసంబుల నేసియు పరిఘంబులఁ గేతనంబు లడిచియు శూలంబుల ఫాలంబులు వ్రొడిచియుఁ గత్తుల నెత్తులు వగిలించియు బల్లెంబుల సెల్లెంబుల నుగిలించియుఁ గుఠారంబులఁ గఠారంబుల మరల్చియు వీరావేశంబుల విహరించునవసరంబునం, బలి యవసరంబు నెఱపం దెఱపి గని వెఱవిడి తఱపికొన్న విధంబున శిబిరంబు చొచ్చి బలునుగలం బరిమార్చి యార్చి పేరువాడి వీరాలాపంబు లాడువారును, ఱొమ్ములు గాఁడి వీఁపుల వెడలి నేలం గీలుకొని యున్న తోమరంబు లాధారంబులుగా నిలిచి గతప్రాణులయ్యును సమీరసంచారంబునఁ జలించుకతంబునఁ జేతనులుం బోలెఁ బరులకు భయంబాపాదించువారును, ద్విరదంబు లరదంబులం బొరల నెత్తనొరగినయారసంబున నాభీలంబు లగుకరవాలంబులు వెక్కి దంతకాండంబులతోడన కండతుండెంబులుగా ఖడించి చిత్రలీలావిలాసనిరవధికు లై నరథికు లని యమరవరులచేతం బొగడు వడయువారును, బహుముఖంబులగుశరముఖంబుల మర్మోద్ఘాటనంబు సేయుటంజే వర్మంబులతోడన చర్మంబులు సించిన రక్తప్రసిక్తంబు లగుశరీరంబులు చెందిరపుఁ గీలుబొమ్మలట్ల చెలంగం గలన నెక్కటికయ్యంపు నెయ్యంబునం బెనంగువారును, గరవాలభిండివాల ప్రముఖప్రహరణంబులు ప్రతిహతంబు లగుటయు రయంబునం బ్రతిభటప్రయుక్తంబు లగు నాయుధంబులు గైకొని పరాక్రమించువారును, నెత్తురుల జొత్తిల్లినయంగకంబులు పల్లవితంబు లైన యశోకంబులును బుష్పితంబు లైనకింశుకంబులును శలాటుకీలితంబు లైనవటంబులును ఫలితంబు లైనకింపాకంబులునుం బోలె నుల్లసిల్లం జెల్లగిలక కయ్యంబు సేయువారును, నయిదుపదిసేయక యవక్రవిక్రమంబునం బరాక్రమించి చని దేదీప్యమానంబు లయిన దివ్యవిమానంబు లెక్కి కృతాలింగన లైనసురాంగనలకు హర్షోత్కర్షంబుగాఁ దమచేత వికలాంగంబు లైనచతురంగబులం జూపి పౌరుషంబులు ప్రకటించువారును నై కలహాభోజనయనపారణం బైనదారుణరణవిహారణం బొనరించుసమయంబున. 98

ఉ. ఏమెయి రెండువాహినుల నెక్కువతక్కువ యింతలేక సం
గ్రామము సేయునప్పుడు పరాక్రమ మొప్పఁగ శాలివాహన
క్ష్మామహిళేశ్వరుండు విలసద్బలసంపదసొంపు చూపినం
దామరపాకునీటిక్రియఁ దల్లడమందెను వైరిసైన్యముల్. 99

క. నిజబలము వీఁగఁ బాఱిన, భుజబల మలరఁగ విదర్భభూవరుఁడు మహో

గజ మబ్జినిఁ జొచ్చినగతి, విజిగీషు విదేహసైన్యవితతిఁ గలంచెన్. 100

చ. అతనిమహోగ్రవిక్రమసమగ్రత సైఁపక శాలివాహనుం
డతిశితశక్తి వైచిన సహుంకరణస్ఫురణన్ విదర్భభూ
పతి యతితీవ్రబాణముల భగ్నము సేయుటయు న్విదేహరా
జతులితచాపహస్తుఁడయి యవ్విభుపై శరవృష్టి నించినన్. 101

చ. కనుఁగవఁ గెంపుసొంపడరఁగా నతఁ డానరనాథుచాపముం
దునిమి హయంబులం జదిపి తోడనె సారథి నేపుమాపి కే
తనము ధరిత్రిఁ గూల్చిన రథంబును డిగ్గి యతండుం
గినుక దలిర్ప సైనికుల గీటణఁగించెఁ గృపాణపాణియై. 102

క. అంత విదర్భేశుఁడు విల, యాంతకుగతి నాక్రమించి యవ్విభు నడిదం
బెంతయు బెడిదపుఁగూపుల నింతింతలుతునియలై మహిం బడ నేసెన్. 103

తే. ఏసి కంఠము గుఱిచేసి యేయఁ దలఁచి, శరము దొడిగినమాత్ర నచ్చెరువుగాఁగ
నారితోడనకూడ బాణాసనంబుఁ దునిమె నొక్కమ్మున మహారథుండు గడఁగి.

వ. ఇవ్విధంబున సురక్షితదేహుండై విదేహుండు తత్సమయసమానీతం బగునొండురథం
బెక్కి పరాక్రమించుటయును. 105

తే. అమ్మహారథశాలివాహనులమీఁద, భల్లనవకంబు నేసిన భట్టిమేన
వారలును నేసి రన్నేసి వాలుటమ్ము, లాహవమ్మున నీడుజోడాడినట్లు. 106

వ. మఱియును. 107

క. ఆయిరువురు నమ్మెయిఁ దను, నేయుశరావళుల నెల్ల నిసుమంతలుగాఁ
జేయుచు భట్టియుఁ దద్ఘన, కాయనిషంగముల సాయకంబుల నించెన్. 108

క. ఆసమరప్రౌఢికి మది, రోసించి విదేహనరవరుండు చమూపా
గ్రేసరులకుఁ జెయివీచిన, నాసురగతి శకబలంబు లతనిం బొదివెన్. 109

వ. ఇట్లు పొదువుటయును. 110

సీ. మొక్కలంబుగఁ జొచ్చి ముక్కొనవ్రయ్యఁగా భటకోటిచట్టలు వాపిపాపి
యారోహకులతోన హయములఁ గబళించి వేమాఱు నేలతో వ్రేసివ్రేసి
భద్రేభములు వీఁపుపడఁ దాఁకఁ గోల్కొని గుండెలు పగులంగఁ గ్రుమ్మిక్రుమ్మి
రథ్యసారథులతో రథము లుద్ధతిఁ బట్టి దిర్దిఱ వినువీథిఁ ద్రిప్పిత్రిప్పి
విమతరాజన్యవరసైన్యకమలషండ, ఖండనోద్దండవిహరణక్రమనిరూఢి
నెదురులేక రణంబులో నేపుచూపె, భట్టి జగజెట్టి దీకొల్ప భద్రగజము. 111

తే. ఆకరీంద్రునియాటోప మపనయించి, మాఱుకొన్న విదర్భేశుఁ బాఱఁదోలి
సాహసాంకక్షమానాథచంద్రు నెదిరి, సిద్ధపురినాథుఁ డిట్లనుఁ జేవ మెఱసి. 112

సీ. అత్యద్భుతము లైనయస్యులసామ్ములు కుటిలమార్గమునఁ గైకొనఁగవచ్చు
నింద్రజాలప్రవిద్య నేచ్చోట నైనను బయలు పట్టణముగాఁ బన్నవచ్చుఁ
గపటంపుఁగంథచేఁ గలిగినయర్థంబు సకలార్థులకు వెదచల్లవచ్చు
నాకలోకాధీశు నటనమాటలఁ దేల్చి వరరత్నపీఠంబుఁ బడయవచ్చుఁ
గాక పరిపంథిదర్పాంధకారహరణ, సుప్రతాపప్రదీపవిస్ఫురణశరణ
పటుతరాయససుకృపాణపాణి నైన, నను నెదుర్కొని యని నీకుఁ జెనక వశమె.

మ. అని సంరంభవిజృంభణస్ఫురణమై నావిక్రమార్కక్షితీం
ద్రునిపై నంపపరంపరల్ గురియఁగాఁ దోడ్తో నతం డన్నియుక్
ఘనశస్త్రాహతిచే నణంచి విలసత్కాండప్రకాండంబులం
దునిమెం గేతనరథ్యసారథిరథస్తోమంబుఁ జిత్రంబుగన్. 114

ఉ. ఒండొకతేరు గైకొని సముద్ధతి సిద్ధపురీశ్వరుండు కో
దండగుణధ్వనుల్ చెలఁగఁ దచ్చతురంగవరాహవక్రియా
పండితమూర్తియై మెఱసి పావక సాయక మేసె నాత్మలో
మండెడుకోపవహ్ని నరిమండలిపైఁ బచరించుపోలికన్. 115

క. ఆవిశిఖశిఖికిఁ దలఁకొక, యావంతయు లేక విక్రమాదిత్యధరి
త్రీవరుఁడు వనధివల్లభ, దైవత్యం బైనశర ముదగ్రత నేసెన్. 116

సీ. మెఱుఁగులు గ్రమ్మెడుమేఘాస్త్ర మేసినఁ బవనబాణంబునఁ బరిహరించె
విషము లుమియుకాద్రవేయాస్త్ర మేసిన గరుడబాణంబున గర్వమణఁచె
సముధికోన్నత మైనశైలాస్త్ర మేసిన నింద్రబాణంబున నేపుమాపె
దృష్టిరోధం బైనతిమిరాస్త్ర మేసిన నరుణబాణంబున విరియఁ జేసె
నిత్తెఱంగున శకధారణీశదివ్య, శరపరంపరఁ బ్రతిబాణసమితి నణఁచి
యడరి పుంఖానుపుంఖ నానాస్త్రశస్త్ర, వితతి నందంద యతనిపై వెల్లిగొలిపె. 117

వ. ఇట్లు నిరర్గళప్రసారంబు లైనశరాసారంబులకు మిసిమింతుండు। గానిశకమహీకాంతునిం జూచి యాశ్చర్యధుర్యుండై సాహసాంకనృపవరుండు భట్టితో నిట్లనియె. 118

ఉ. ఇంతకుమున్ను నన్ను నెరుఁ డెవ్వఁడు మార్కొని యింతసేపు వి
క్రాంతి వహించి మించి భుజగర్వము చూపినవాఁడు లేఁడు నే
డెంతయు మేటియై శకమహీపతి దివ్యశరప్రయోగదు
ర్దాంతనితాంతనైపుణధురంధరుఁడై యనిసేయు టెట్లొకో. 119

వ. అనిన సుమతిసూనుం డిట్లనియె. 120

క. ఉగ్రుం డితఁ డొనరించిన, యుగ్రతపంబునకు మెచ్చి యొసఁగినవరసా
మగ్రి యిది యితని నెరయఁడు ర, ణాగ్రంబున నెదిరి గెలుచు టరిది నరేంద్రా. 121

వ. దీనికిం బ్రతివిధానం బొకటి విన్నవించెద నది యవధరింపు మని యిట్లనియె. 122

మ. చరణాబ్జంబులు యోగపాదుకలతో సంధించి యాకాశసం
చరణారంభవిజృంభమాణరణదీక్షాదక్షత న్మించి వా
విరి బ్రహ్మాస్త్రము నిన్నరేశ్వరునిపై వేగం బ్రయోగింపు సు
స్థిరలీలన్ సమకూరు నీకు జయలక్ష్మీనిత్యసాంగత్యముల్. 123

తే. అనిన స్వామతేయునిబుద్ధి కాత్మ నలరి, చరణములఁ బాదుకలు మెట్టి చదల నిలిచి
మంత్రతంత్రానుసంధానమార్గశుద్ధి, వెలయ బ్రహ్మాస్త్ర మేసె నవ్విమతుమీఁద. 124

శా. ఆదివ్యాస్త్రము భీషణానలశిఖాహంకారశంకావహ
ప్రాదుర్భూతపటుస్ఫులింగపటలీ ప్రచ్ఛన్నదిగ్భాగమై
యాదార్యంబున వాసవాదిసకలాశాధీశహృన్మూలముల్
భేదిల్లం జని సంహరించె జగదాభీలున్ శకక్షోణిపున్. 125

వ. ఇవ్విధంబున శకక్షోణీశ్వరుండు హతుం డగుటయు నద్దివ్యబాణంబు నుపసంహరించి హతశేషులైన విరోధివరూథినీనాథులకు నభయప్రదానంబు దయచేసి ప్రధానపురస్సరుండై వచ్చి శరణంబుసొచ్చిన శకమహీనాథనందనుం గనుంగొని కరుణించి తదీయ సామ్రాజ్యంబునం బ్రతిష్ఠించి. 126

సీ. నవరత్నమయభూషణస్ఫారరణభూమి విలసిల్లుకల్యాణవేది గాఁగ
దళితకుంజరకుంభకలితమౌక్తికరాజి కమనీయశేషాక్షతములు గాఁగ
సమరసంక్రీడనసందర్శనాగతసురకోటి పెండిలిదొరలు గాఁగ
బహువిధజయతూర్యపటునిస్వనంబులు రమ్యమంగళవాద్యరవము గాఁగ
నుచితకాలజ్ఞుఁ డగుభట్టి యొజ్జ గాఁగఁ, జటులమైనప్రతాపాగ్ని సాక్షి గాఁగ
విజయలక్ష్మీసముద్వాహవిలసనమున, సాహసాంకమహీనాథచంద్రుఁ డొప్పె. 127

వ. అప్పుడు తదీయమహనీయపరాక్రమప్రభావంబునకు హర్షించి శతమఖప్రముఖబర్హిర్ముఖులతనిపై దివ్యప్రసూనవర్షంబులు గురియించి తమలో నిట్లనిరి. 128

సీ. పాథోనిధానంబు బాణాగ్రమున నిల్పి గరిమమీఱినచాపధరుఁడు దక్కఁ
బెనుఁగూపమునఁ బడ్డ పృథుకకందుకము బాణతతిఁ బుచ్చి యిచ్చినధన్వి దక్క
నఖిలరాజులు చూడ యంత్రమత్స్యము నేసి ప్రౌఢి మించినధనుఃపాణి దక్క
ననిలోనఁ బరశురామునకు మిక్కుటముగాఁ గడిమి చూపినవిలుకాఁడు దక్కఁ
జిత్రకోదండవిద్యావిశేషసహజ, సాహసక్రమవిక్రమోత్సాహలీల
విక్రమాదిత్యవసుమతీవిభునిఁ బోల, నన్యరాజన్యవరులకు నలవి యగునె. 129

వ. అని యనేకప్రకారంబులఁ బ్రశంసించుచు నిజనివాసంబులకుం జనిరి. తదనంతరంబ పటుపటహభేరీమృదంగాదిమంగళతూర్యనిస్వనంబులును బాఠకపఠనరవంబులును మా

గధగీతికానినదంబులును వందిసంకీర్తనస్వనంబును సముద్భటసుభటపీరాలాపకలకలం బును నభంబు నైసర్గికగుణంబు నాపాదింపఁ ద్రిభువనభవనమోహనాకారరేఖార మానందనుం డైనరాగమంజరీనందనుండు నిజసౌందర్యసందర్శనాలోల లోలలోచనా లోచనకువలయితగవాక్షలక్షితప్రాసాదశోభాకరం బైనవిదర్భానగరంబు ప్రవేశించి, ప్రాగ్ద్వారవేదికానివేశితసముదీర్ణపూర్ణకుంభంబును రంభాస్తంభసంభావనానందనం దన మాలికావిలసనంబును భూసురాశీర్వాదమేదురంబును విశాలవిజృంభితజగజ్జేగీయ మానగౌరీకళ్యాణగానపరికల్పితకర్ణపారణంబును విదర్భేశ్వరదర్శితంబు నైనతదీయ ప్రధానాగారంబున విడిసి సకలసైన్యంబును సముచితప్రదేశంబుల విడియింప సుమతి నూను నాజ్ఞాపించి విదర్భేశ్వరుని నిజనివాసంబునకుఁ బోవ నియమించిన నతం డిట్ల నియె. 130

క. దురమున నెదురై యేరికిఁ, బరిమార్పఁగ రాకయుండఁ బరమేశ్వరుచే
వరములు గాంచినశకవిభుఁ, బొరిగొంటివి నీవు నితరభూపతు లెవరే. 131

చ. సుమతి శకుండు మత్పరముకోటపయిన్ విడియంగ నెంతయుం
గమలదళంబుమీఁదియుదకంబునుబోలెఁ జలించునాదుడెం
దము భవదీయశౌర్యసముదగ్రతప్రాపున నుల్లసిల్లి సిం
హము మెడగంటవోలె నభయంబునఁ బొందె వసుంధరేశ్వరా. 132

చ. హరునివరంబునం గనినయాత్మజఁ బట్టపుదేవి గాఁగ నో
నరవర నీవు నిత్తు నని నామదిఁ గోరిక సంభవింప సు
స్థిరతరకీర్తిసంపదలఁ జెంది సుఖింపఁగఁ గంటి రాజశే
ఖరునకుఁ గూఁతు నిచ్చి నుతి గాంచినశీతనగేంద్రుకైవడిన్. 133

చ. జనవర నీపురోహితుల శాస్త్రరహస్యనిరూపణక్రియా
వనజభవప్రభావు లగువారి ముహూర్తము నిశ్చయింపఁగాఁ
బనుపు శుభస్యశీఘ్ర మనుపల్కు నిజం బొనరింపు మన్న గొ
బ్బునఁ బతిచిత్తవృత్తి గని భట్టి విదర్భుఁడుఁ దాను వేడుకన్. 134

క. ఉభయపురోహితసమ్మతి, శుభలగ్నము నిర్ణయించి సొంపుగఁ బురికిన్
విభవోచితశృంగారము, నభినవముగఁ జేయఁ బనుచు నాక్షణమాత్రన్. 135

సీ. కుడ్యభాగంబులఁ గుంకుమంబులు పూసి వేదికాస్థలుల జవ్వాది నలికి
కస్తూరి ముంగిళ్లఁ గలయంపిగాఁ జల్లి నిగ్గుఁగప్పురమున ముగ్గు వెట్టి
కంబాలఁ జీనిచీనాంబరంబులు చుట్టి గోపురంబులఁ బైఁడి కుండ లెత్తి
మేడల ముత్యాలమేలుకట్టులు గట్టి రత్నదీపిక లగారముల నుంచి
కనకకాండేరంభాస్తంభకలితముఖర, పట్టపటపుష్పచామరపల్లవాది

తోరణము లెల్లవీథులఁ దోఁగలింపఁ, జేసి కైసేసి రభినవశ్రీలు మెఱయ. 136

వ. అంత. 137

సీ. మెఱుఁగులగతిఁ జూపు మెఱుఁగుఁగన్నులచూపు పసిఁడికమ్మలమీఁదఁ బరిఢవింప
మొలకవెన్నెలనవ్వు మురిపంపులేనవ్వు చెక్కుటద్దములపైఁ జెంగలింప
జక్కవకవ మించుచనుఁగవ నగుమించు మణిహారదీప్తితో మచ్చరింప
హరినీలములఁ గప్పు నలకలనుఁగొప్పు కస్తూరితిలకంబు గారవింప
నలిన మోహనమంత్రదేవతయొ నా న, సంగవతికాంతు మన్నించు ననుఁగుబోటి
యగుచకోరిక యనుచకోరాక్షి వచ్చి, సాహసాంకమహీపాలచంద్రుఁ గాంచి. 138

తే. ప్రణతి యొనరించి సరససంభాషణముల, రాగమంజరిసుమనోరాగ మెఱిఁగి
చిత్త మౌచిత్యవృత్తి వశీకరించి, విన్ననువుమీఱ నిట్లని విన్నవించె. 139

క. నినుఁ జూచినచూపులనే, తనుఁ జూడఁగ నవును మదనతాపోపశమం
బనుచు విదర్భేశ్వరుసుత, పనుపఁగ నినుఁ జూచువేడ్కఁ బనివింటిన్నృపా. 140

వ. ఎట్లనినం దదీయదశావిశేషంబు లవధరింపుము. 141

క. దేవర మోహనలీలా, లావణ్యవిలాసగుణకలాపము లెన్నో
భావింతురో యిట్లని నుతి, గావింతు రనంగవతిసకాశమునఁ జెలుల్. 142

సీ. కాంతామనోహరాకారుఁ డౌ మారుండు సర్వజ్ఞకలహానిశ్చయుఁడు గాని
శ్రితపరిరక్షణస్థేముఁ డౌ రాముండు వరపుణ్యజనభయంకరుఁడు గాని
మహితదివ్యాస్త్రసమర్థుఁ డౌఁ బార్థుండు గురుసుతాప్రియగుణకరుఁడు గాని
సంతతవిభవనిస్తంద్రుఁ డౌ నింద్రుండు కులగోత్రభేదనోగ్రుండు గాని
యనుచు వారలగుణముల నపహసించు, సరణి సర్వజ్ఞులును బుణ్యజనులు గురులుఁ
గులనగేంద్రులుఁ గొనియాడఁ గొమరుమిగిలె, విక్రమార్కమహీపాలచక్రవర్తి. 143

ఉ. ఆరసికాగ్రగణ్యుని సమంచితరూపగుణప్రసన్నగం
భీరతఁ గన్నఁ గామినుల పేరిటి రాలయినం గరంగ సం
సారఫలంబు గాదె యెలజవ్వని నీకుఁ దదీయనర్మలీ
లారసనర్మకేళిరతిలాలితసౌఖ్యము సంభవించుటల్. 144

వ. అని యిట్లనేకప్రకారంబుల. 145

చ. పలుమఱు నెచ్చెలుల్ సెవులపండువుగా నినుఁ బ్రస్తుతింపఁ ద
త్సలలితసారభాషణసుధారసధారలఁ దొప్పఁదోఁగి తొ
య్యలి హృదయాలవాలమునయం దనురాగలతావితానముల్
మొలచుఁ బటెంగి యంగజుఁడు మోహనబాణము నారిఁ గూర్చినన్. 146

సీ. నిలువుటద్దము సూడ నెచ్చెలితో నాడ సరసోక్తులకు నవ్వ సరులు గ్రువ్వఁ

చిత్తరువులు వ్రాయఁ జిలుకఁ బెండిలిసేయ సరసాన్నము భుజింప మరు భజింపఁ
దల్లిచిత్తము పట్టఁ దారహారము పెట్టఁ గ్రొవ్విరు లెవ్వడఁ గూర్పఁ గురులు దీర్పఁ
గనకసౌధముచేరఁ గమ్మజాజులు గోర నాట్యరంగము ద్రొక్క నటన కెక్క
హంసనడపింప జలకేళి కగ్గలింప, వీణవాయింపఁ బాన్పుపై విశ్రమింప
నెఱుఁగ కిట్లొక్క నాఁడొకయేఁడు గాఁగ, బాల వలవంతఁ జింతించు కీలెఱింగి.

వ. ఆకాంత యేకాంతంబున నిట్లంటి. 148

ఉ. ఇంతవిచార మేల తరళేక్షణ యెంతటివాని నైన నీ
కాంతునిఁ జేయుదాన రతికాంతునిపాగము లాన నీకు నా
యంతటిబోటి గల్గఁ దగవా వగఁజెందఁగ నీమనోరథం
బింతయుఁ జెప్పు మేమిటికి నేనుఁగు నెక్కియు దిడ్డి దూఱఁగన్. 149

క. నావుడుఁ దొంగలిఱెప్పల, క్రేవల నునుసిగ్గు లంకురింపఁగ నాపై
భావానుకూలలీలా, భావితముగఁ జూడ్కి నిలిపి బాలిక తనలోన్. 150

ఉ. చెప్పఁ దలంచు సిగ్గు తనుఁ జెప్పఁగనీమికి సంచలించుఁ దాఁ
జెప్పెడుమాట యెవ్వరికిఁ జెప్పకుమీ యనఁ జూచు నంతటం
జెప్పక యుండ రాదు మఱి చెప్పఁగ రాదని కొంకు నెమ్మెయిం
జెప్పక పోదు పొమ్మనుచుఁ జిత్తము నూల్కొనఁ జేసి యిట్లనున్. 151

తే. నిజకరస్పర్శ మొనరించి నీరజముల, నర్కుఁ డలరించునది యెంత యున్నకరణి
వినినయంతన విక్రమవినుతుఁడైన, యర్కుఁ డలరించె నాహృదయాంబుజంబు. 152

వ. అని భావగర్భితంబుగా నిన్నుఁ బేర్కొనుటయు. 153

మ. తలఁపోఁతల్ దల తెత్తెఁ దాల్మి సడలెం దాపంబు దీపించెఁ జేఁ
తలు డిందెన్ ధృతి వీడుకోలు గొనియెన్ దైవాఱెఁ గన్నీరు కో
ర్కులు గోవావులకోడెలై నిగిడె సిగ్గుల్ దూరమై పోయె న
గ్గల మయ్యెం దమకంబు పద్మముఖికిం గందర్పుచే నెంతయున్. 154

వ. ఆసమయంబునం బ్రదీపించునుద్దీపనవిభావప్రభావంబు భావించి సోపాలంభంబుగా నె
చ్చెలు లిట్లనిరి. 155

సీ. కుంభోదకముఁ బోసి యంభోజముఖి పెంపఁ జూతంబు కొమ్మలు సూపఁ దొడఁగె
ఫలరసంబులు వోసి బాలిక పోషింపఁ జిలుక మోమెఱ్ఱఁగాఁ జేసికొనియె
మాలమాలల దాఁచి ముద్దియ పాలింప నలరులు ములుకులై యంటఁ దఱిమెఁ
బ్రాణంబుగా నింతి భావింపఁగా గాలి యంతకుదెసనుండి యాక్రమించె
వెలఁదిచేసినమే లెల్ల వీటఁబుచ్చి, యివి యకారణవైరులై యేఁపఁ జొచ్చె.
జలజముఖులార యన్యపుష్టముల కెందుఁ, గొమ్మఁ గొనిపోవు టారయ గుణముగాదె.

వ. అనుచు నమ్మదవతిమదనవికారంబులకుఁ ప్రతికారంబులు శీతలోపచారంబులుగా
విచారించి. 157

క. నవమకరందయుతంబై, ప్రవిమలనీహారసలిలపరిమిళితంబై
1యివతాళించుజలమ్మున, నువిదకు మజ్జనవిధాన మొనరించి తగన్. 158

తే. జిగి దొలంకెడుచెంగల్వసెజ్జ నుంచి, గంద మందంద డెందంబునందు నలఁది
తరుణరంభాదళాంభోజతాళవృంత, పవనసంపాదనక్రియాప్రౌఢి మెఱసి. 159

ఉ. కట్టిరి సన్నపుందనుపుఁగావి కటీతటి మేనితీఁగపై
నొట్టిరి కమ్మపుప్పొడి సమున్నత మైనకుచద్వయంబుపైఁ
బెట్టిరి క్రొత్తముత్యములపేరులు కంకణనూపురాకృతిం
జుట్టిరి పాణిపాదములఁ జొక్కముగా బిసకాండకాండముల్. 160

వ. మఱియును. 161

సీ. చంద్రికాంతపుఁగోరఁ జల్లనిపన్నీరఁ దొరఁగెడుకన్నీరు తుడిచి తుడిచి
మంచునఁ దోఁగినమించులేఁజిగురాకు లొయ్యనఁ గరముల నొత్తి యొత్తి
తేఁటి ముట్టనిపువ్వుఁదేనియఁ బుప్పొడి మెదిచి పాదంబుల మెత్తి మెత్తి
సిర మైనపచ్చకప్పురము గందముతోడఁ గలిపి పాలిండ్లపై నలఁది యలఁది
మలయపవనుండు పలుమాఱు మలయకుండ, నలరుటెంటిగవాక్షంబు. లరసి యరసి
యొందుఁ గందర్పతాపంబు డిందుపడమిఁ, జెలువ నీరాక మది నపేక్షించునంత. 162

క. ఆవెలఁదిభాగ్యదేవత, యావిర్భావంబుఁ బొందిన ట్లిచ్చటికిన్
దేవర విజయంచేసిరి, గావునఁ దత్తపముఫలము గానఁగవచ్చెన్. 163

క. ముట్టడి మాన్పి విదర్భకుఁ, బట్టముగట్టితి విదగ్ధపతి నతనిసుతఁ
గట్టుము మరురాజ్యమునకుఁ, గట్టిగఁ బట్టం బవశ్యకర్తవ్య మగున్. 164

క. ననుఁ బాసి యొక్కనిముసము, తనయంతన యుండ దావిదర్భేశ్వరునం
దన నేను నట్లకావున, నను ననుపఁగ నవధరింపు నయతత్త్వనిధీ. 165

వ. అని విన్నవించుచకోరికం గనుంగొని సాహసాంకనరేంద్రచంద్రుం డిట్లనియె. 166

ఉ. నారదమౌనిచేత నొకనాఁడు వినోదముపోలె విన్నమీ
నీరజనేత్రసోయగము నేఁడును నామదిఁ బాయదన్న ని
చ్చారతిఁ గూడిమాడి యనిశంబును నొక్కెడ నున్నయట్టినీ
కారమణీవియోగమున కాత్మ యొడంబడునే చకోరికా. 167

చ. అని సరసప్రసంగముల నమ్మదిరాక్షిని గారవించి కాం
చనమణిభూషణావళు లసంఖ్యము లిచ్చి ప్రియంబు మీఱఁగా

1 ఇవతాళించుజలమ్మున = శీతలజలముచే

ననిచి యథోచితక్రియల నమ్మనుజేశ్వరుఁడుండునంత స
ద్వినయధీనుండు భట్టి చనుదెంచి నమస్కృతి చేసి యిట్లనున్. 168

క. పురిశృంగారముఁ జూచిన, నరులకు నెల్లను నవాఙ్మనసగోచరమై
కర మొప్పుచున్న దెల్లియు, పరిణయలగ్నంబు వలయుపను లొడఁగూడెన్. 169

శా. భూపాగ్రేసర యుష్మదీయచరు లుద్బోధింప నానావిధ
ద్వీపానీతగజాశ్వరత్నరమణీదివ్యాంబరశ్రేణిచే
నీపాదాంబుజసేవ సేయుటకునై నెయ్యంబుతో వచ్చినా
రాపూర్వాపరదక్షిణోత్తరదిగంతానంతధాత్రీశ్వరుల్. 170

వ. అని విన్నవించి వారలం గానిపించుటయు. 171

క. సకలనృపప్రకరంబును, బ్రకటితముగ సాహసాంకపదపీఠికకున్
మకుటమణిదీపకలికా, నికరము నీరాజనముగ నిర్వర్తించెన్. 172

వ. అప్పుడప్పుడమిఱేఁడు తదానీతంబు లైనపావడంబులు గైకొనియె నంతం దదనుమతి వడసి భట్టియు రాజలోకంబును నిజనివాసంబులకుం జనిరి. మఱునాఁడు శకమర్దనుండు ప్రభాతసమయసముచితకృత్యంబులు నిర్వర్తిం మనంత నక్కడ. 173

చ. హితులఁ బ్రధానవర్గముఁ గవీంద్రుల బంధుల మిత్త్రులం బురో
హితులను దండనాథుల మహీపతులం బరివారముం గళా
వతులను మాగధోత్తముల వందిజనంబు దిగంతరాగత
క్షితిపతులన్ విదర్భపతి శ్రీవెలయంగ సభాంతసీమకున్. 174

వ. ప్రియపూర్వకంబుగాఁ బిలిపించి గంధాక్షతకర్పూరతాంబూలంబు లాదిగా సత్కారం
బు లొనరించె ననంతరంబ. 175

సీ. సంప్రీతిఁ గిన్నరేశ్వరుఁడు పుత్తెంచిన రమణీయచీనాంబరములు గట్టి
కడువేడ్క నాకలోకస్వామి యనిపిన మందారకుసుమదామములు దాల్చి
వినయంబున దినేంద్రతనయుండు పంచినబంధురశ్రీగంధపంక మలఁది
భక్తితో భువనాధిపతి మూత్రి తెచ్చిన నవరత్నమయభూషణములు దొడిగి
తనువిలాసంబు కనుఁబాటు దాఁకకుండఁ, గా నొనర్చిరి గాక శృంగార మనఁగ
సతియుఁ బతియును వచ్చి రప్రతిమలీల, సఖులు దోడ్తేర నుద్వాహసదనమునకు.

క. అత్తఱి విదర్భభూపతి, చిత్తంబున సంతసంబు చిగురొత్తఁగ వి
ప్రోత్తములు వేదమార్గా, యత్తంబుగ నాచరించి రౌచిత్యంబుల్. 177

వ. తదనంతరంబ మౌహూర్తిక దత్తశుభముహూర్తంబున. 178

క. సాహోదారసుధారస, ధారాహారానుసారిధరణీదివిజో
దీరితవేదధ్వనితో, గౌరీకళ్యాణమధురగానము మెఱసెన్. 179

ఉ. శ్రీ మెఱయం బురోహితవిశిష్టమతంబున విక్రమార్కధా
త్రీమహీశ్వరుండు సముదీర్ణత నించిన సేసఁబ్రాలు కాం
తామణికేశభారమునఁ దద్దయు నొప్పె మరుండు లీలతోఁ
గోమలనీలగుచ్ఛములఁ గూర్చినముత్తెపుజల్లియో యనన్. 180

వ. తదనంతరంబ. 181

సీ. పసిఁడిపండ్ల మించుపాలిండ్లనుమించు కరమూలములకాంతిఁ గౌఁగిలింపఁ
గరమూలములకాంతి కడలెత్తి యందంద కేయూరదీప్తులఁ గీలుకొనఁగఁ
గేయూరదీప్తులు గిఱికొని నెరసుతోఁ గంకణద్యుతిమీఁదఁ గాలుద్రవ్వఁ
గంకణద్యుతి సోయగము మీఱఁ బలుమాఱు రత్నాంగుళీయకప్రభలఁ జెనకఁ
దనదు మెఱుఁగారు కెంగేలుఁదమ్ము లెత్తి, ప్రాణవిభుమౌళిపైఁ దలఁబ్రాలు వోయు
నపుడు కాంతను మైపులకలంకురించి, కోరకితమల్లికావల్లి కొమరు దాల్చె. 182

ఆ. ఇరువురందు నప్పు డెక్కువ తక్కువ, యింత లేక కూర్మి యెఱుకపడియె
సహజరీతిఁ బుష్పశరుఁడు త్రాసునఁ దూఁచి, ప్రియముతోడఁ బంచి పెట్టినట్లు. 183

క. ఆలో నాలోలేక్షణ, కేలం దనకేలుఁదమ్మి గీలించి మహీ
పాలశిఖామణి లీలా, ఖేలగతి వివాహవేదికిం జనుదెంచెన్. 184

వ. చనుదెంచి హోమకార్యం బనుసంధించి. 185

క. సూరిజనసస్యసమితి న, పారముగా సాహసాంకపర్జన్యుఁడు సొం
పారఁగ గంధాబంధుర, ధారాళకరాళకనకధారలఁ దనిపెన్. 186

ఉ. అంత శకాంతకుండును దిగంతనృపాలకులున్ సమస్తసా
మంతులు భట్టియాది యగుమంత్రిజనంబు విదర్భధారణీ
కాంతుఁడు దోడితేరఁ జని గారవ మొప్పఁగ భుక్తిమండపా
భ్యంతరవీథిఁ దత్తదుచితాసనపంక్తి సుఖోపవిష్టులై. 187

సీ. మించు కన్నులు గోరగించు రాజాన్నంబు నుపమింపరాని సద్యోఘృతంబు
నమృతోపమానంబు లగుపిండివంటలు నుజ్జ్వలంబై యొప్పు నోలుపుఁబప్పు
మది కింపుఁ బెం మకమ్మనిపదార్థంబులు బహుపాకరుచులైనపాయసములుఁ
దగువాసనావాసితము లైనపచ్చళ్లు వడియఁగట్టినయానవాలపెరుఁగు
సరసమధురరసావళిసముదయములు, పంచసారసముంచితపానకములుఁ
గమ్మకస్తురి నెత్తావిఁ గైవుచేసి, యూరుఁగాయలుఁ జల్లనియుదకములును. 188

వ. మఱియు[illegible]నరచనారంజితంబు లగుబహువిధమాంసవ్యంజనంబులును రసికరసనాతి
పూఫలంబు లగుపరిపక్వఫలంబులును యువతికరనిర్మథితంబు లగుమథితంబులు నుపయో
గించిరంభోరూకరాంభోజశాతకుంభసంభరితంబులును సుగంధబంధురంబులు నగుజలం

బులం గృతావనులై విదర్భేశ్వరుండు ప్రియపూర్వకంబుగా నొసంగుతాంబూలాం
బరమణిభూషణాదిసత్కారంబులు గైకొని వివాహోత్సవస్తుతికథాముఖరులై దిగం
తరాగతు లగుమహీపతులును మఱియునుం దగువారును బాంధవులును దమతమదేశం
శంబులకుం జనిరి. తదనంతరంబ. 189

మ. జవసత్త్వప్రభవప్రభావభరితాజానేయవాహంబులన్
శ్రవణోత్సారితచంచరీకమదచంచద్వారణవ్రాతమున్
నవరత్నాభరణవ్రజంబు నయనానందారవిందాక్షులన్
నవశస్త్రావలులన్ వధూవరులకున్ వైదర్భుఁ డిచ్చెం దగన్. 190

క. చుట్టములసురభి వీవని, భట్టికిఁ దగఁ బ్రియము చెప్పి పంకజనయనా
పట్టాంశుకమణిభూషా, రట్టజహయగంధసింధురంబుల నొసఁగెన్. 191

క. ఆసమయమునఁ గుమారిం, గైసేసి తదీయజననిఁ గాన్పించి చకో
రీసుదతి సుప్రయాణ, శ్రీసూచన చేసి ప్రణతి సేయించుటయున్. 192

తే. తల్లిపాదంబులకు మ్రొక్కి తలిరుఁబోఁడి, యశ్రుపూరంబు ఱెప్పల నప్పళింపఁ
గలికికన్నులు మకరందజలము గ్రమ్మ, కమ్మతమ్ములతమ్ములై కరము మెఱసె. 193

వ. అత్తెఱంగెఱింగి యమ్మహాదేవి యక్కుమారీరత్నంబు నక్కునం జేర్చి చెక్కుటద్దంబు
లు పుణుకుచు నిట్లనియె. 194

సీ. ఏరాజు నుజ్జయినీరాజ్యపదమున నంబికాదేవి పట్టంబు గట్టె
నేరాజు తనసభ కేతెంచినవిరించి యచ్చెరువంది బ్రహ్మాస్త్ర మిచ్చె
నేరాజు నాట్యవిద్యారసజ్ఞత మెచ్చి భద్రాసనం బిచ్చె బలవిరోధి
యేరాజునకుఁ గల్గె నీశ్వరశరగర్వయుతుని సిద్ధపురీశు నూర్చుకడిమి
యట్టిరాజుపట్టపుదేవి వైననీవు, సకలరాజన్యకాంతలు చరణయుగముఁ
గొలువఁ గొలువుండుదువు గాక కోమలాంగి, నీకు నేలమ్మ కన్నుల నీరునింప. 195

క. పతికనుసన్నల మెలఁగుము, పతిహితు లగువారి నెఱిఁగి పాటింపు మదిం
బతి దైవముగాఁ దలఁపుము, పతియ సుమీ యేడుగడయు భామామణికిన్. 196

వ. అని బోధించి పునఃపునరాలింగనంబు చేసి తదీయనర్మసఖి యగుచకోరికం జూచి
యిట్లనియె. 197

సీ. పతియును నేనును బార్వతీపతిచేత వరముగాఁ గొంటి మీవాలుఁగంటి
నర్కతేజుఁడు విక్రమార్కభూమానాథుఁ డల్లుఁ డయ్యెడిభాగ్య మబ్బె మాకు
రమణునితోడ దూరముగాఁగ నేఁగుచోఁ బొలఁతికి నీవట్టిబోటి కలిగ
నేమిటఁ జూచిన నీయంతి తొలుమేన సుకృతంబు సేయుట ప్రకట మయ్యె
నింక నిటమీఁదఁ దగుబుద్ధి యెఱుఁగఁజెప్పి, విభునిచిత్త ముపార్జించువెరవు గఱపి

పాడియు నీడయుఁ బోలె వీడ్వడక మెలఁగి, యబలకంటికి ఱెప్పవై యరయవమ్మ.

వ. అని యప్పగించి యనుపుటయుఁ జకోరికాప్రముఖసఖీసహస్రంబు గొలువ నాందోళి
కారూఢయై చనుదెంచినప్రియాంగనం గనుంగొని సంతుష్టాంతరంగుండై సాహసాంక
మహీనాథుండు. 199

చ. వినయముతో విదర్భపతి వీడ్కొని దేవియుఁ దాను రత్నకాం
చనరథ మెక్కి వందిజనసంస్తుతి మాగధగానమంజుల
ధ్వనులను హృద్యవాద్యనినదంబుల దిక్కులు పిక్కటిల్లఁగాఁ
జనియె రమాసమేతుఁ డగుసారసనేత్రుని గ్రేణి సేయుచున్. 200

వ. అటుమున్న సర్వసన్నాహసమేతుండై వెడలి భట్టియుం జనుదేర విదర్భానగరంబు నిర్గ
మించి పయనంబున యోగదండప్రకాండకల్పితానల్పపురనిరూపణంబుల దివ్యపాత్రి
కావిచిత్రాన్నపానసంతర్పణంబులఁ గంథానుసంధీయమాననానావిష్కృవిరచిత ద్రవ్యం
బుల నాత్మనిర్విశేషంబుగా నశేషసైనికులకుం బరితోషం బొనరించుచుఁ జని నిజాగమ
నోత్సవాలంకృతం బైనయుజ్జయినీపురంబుం బ్రవేశించునప్పుడు. 201

క. ఆన్నరపతిచంద్రుని సొక, కన్నియ మణిసౌధజాలకంబునఁ జూడం
గన్నుల వలఁగన్నులతోఁ, నున్న ట్లునిమ్మిలనయనయుగరై యొప్పెన్. 202

సీ. వెరసుఁజూపులతోన నెయ్యంబు కూర్మికి నెర వైనతియ్యంబు నిగుడుచుండ
విరులగాదిలి రైనవేణీభరముతోన కేలిమై గనయంబు కీలుసడల
హృదయంబులోపల నెసఁగుకోర్కులతోన మేదీఁగెఁ బులకలు మెండుకొనఁగ
విలసితలీలారవిందంబుతోడన చెలిమూఁపుఁ గీల్కొన్న చేయి సడల
మఱపు వేడ్కయు మదిలోన మచ్చరింప, చెమరుఁ గలపంబు గ్రొమ్మేన జిగిఁ దనర్ప
నింపుఁ దమకంబు మనములో నినుమడింప, రమణి యొక్కతె వసుమతీరమణుఁ జూచె.

చ. నెఱవుగ వన్నె వెట్టి రమణీమణి పయ్యెద సంతరింపఁగా
మఱచి నరేంద్రుఁ జూడఁగ నపుండగతిం జనుదేర హారమ
య్యతిచనుముక్కుం దగిలి యెంతయు నొప్పె రథాంగదంపతుల్
తెఱఁ గొదవంగఁ బట్టి తరితీపులఁ బెట్టు మృణాళమో యనన్. 204

చ. మలయజకర్దమం బలఁది మౌక్తికభూషణభూషితాంగియై
పొలఁతుక యోర్తు రాచిలుకఁ బోద కరాగ్రమునంద యుండ భూ
తలపతిదర్శనంబునకుఁ దత్పరతం జనుదెంచి నిల్చె న
జ్జ్వలరుచితో నృపాలునకు శారద సన్నిధి చేసెనో యనన్. 205

ఆ. రాజవదనిఁ జూచు రాజబింబాస్యల, కలికిమెఱుఁగుఁజూపుగములు పర్వి
కలువతోరణములు గట్టినవిధమున, నప్పురంబువీథు లొప్పమిగిలె. 206

చ. సమధికచంద్రికాధవళసౌధసమున్నతచంద్రశాలలం
బ్రమదము మీఱ నిల్చి పురభామలు సేసలు చల్లుక్రొత్తము
త్తెములు దనర్చె నమ్మదవతీమనుజేంద్రులమీఁద వేలుపుం
గొమిరెలు కల్పభూజనవకోరకముల్ గురియించిరో యనన్. 207

వ. ఇవ్విధంబున సర్వజననయనపర్వంబు లగునపూర్వవిలాసవైభవంబులు మెఱయం జని
రాజమందిరంబు ప్రవేశించి రథావరణంబు సేసి యనంగవతీమహాదేవిని సఖీజనసమే
తంబుగా నంతఃపురంబున కరుగ నియమించి యాస్థానమండపంబున మణివిచిత్రద్వా
త్రింశత్సాలభంజికాభవ్యంబైనదివ్యసింహాసనంబున నాసీనుండై యున్న యవసరంబున.

సీ. కాంచనమణిముద్రికాప్రభాజాలంబు పసిఁడిపళ్లెరములమిసిమిఁ జెనకఁ
గలికికెంగ్రేఁగన్నులఁ గ్రొమ్ముక్రొమ్మెఱుంగులు వరదీపకళికల వన్నె వెట్టఁ
గమ్మపువ్వులతావి కర్పూరవర్తికాసౌరభంబులతోడ సరసమాడఁ
గంకణంబులఝుణాత్కారంబు తోఁగమై యాశీర్వాదంబు నాదరింపఁ
దరళతాటంకమౌక్తికోదారకాంతి, గండదర్పణదీప్తుల గారవింప
రాజముఖులు గావించి రారాజమణికి, రచితరుచిచక్రవాళనీరాజనములు. 209

వ. తదనంతరంబ. 210

తే. సామతేయాదిసామంతసముదయంబు, నాత్మసదనంబులకు నేఁగ నానతిచ్చి
యంతిపురమున కేఁగి ధరాధినాథుఁ, డుచితలీలానురక్తుఁడై యుండునంత. 211

చ. అనవిరిదమ్మిఁ దేనియక్రియ న్మది రాగరసంబు గాఢమై
పరఁగ విహారసౌధమణిబద్ధగవాక్షము చేరి వేడ్కఁ బ్రో
ద్దరయువిదర్భరాజతనయం గరుణించినభంగి దోఁపఁగాఁ
జరమదిశామహీధరముచాటున కేఁగ దినేంద్రుఁ డత్తఱిన్. 212

తే. కోక నమోన్యాన్యసంభోగకాంతు నున్న, సాహసాంకవిదర్భరాజన్యసుతల
హృదయరాగంబు పుంజమై యొసఁగెననఁగ, నుదయరాగంబుతోఁ జంద్రుఁ డుల్లసిల్లె.

శా. తత్కాలోచితకృత్యముల్ నడపి రత్నస్నిగ్ధభూషావలీ
సత్కాంతిప్రకరంబు రాగరససాక్షాద్భావముల్ పూనఁగా
నుత్కంఠైకసఖీసహాయుఁ డయి రాజోత్తంసుఁ డుండెన్ సము
ద్యత్కేళీసదనాంతకాంతబహుశిల్పాకల్పతల్పంబునన్. 214

క. అంతఁ జకోరిక మొదలగు, కాంతలు వైదర్భతనయఁ గైసేసి మహీ
కాంతుం డున్న విహారగృ, హాంతరమున కెలమిఁ దెచ్చు నాసమయమునన్. 215

చ. పదములఁ ద్రొట్రుపాటొదవఁ బ్రాణసఖీజనభాషణంబులన్
మదిఁ దమకంబు లజ్జయును మచ్చరికింప వణంకు మేనిలో

మదవతి మందమందగతి మార్దవ మొప్పఁగ వచ్చెఁ బైపయిం
బొదలుచునున్న రాగరసపూరముతో నెదిరించుకైవడిన్. 216

వ. వచ్చి విహారగేహ గేహళీప్రదేశంబున నిలిచి. 217

క. లోపలికి నరుగ నులుకుచుఁ, బైపై మిథ్యారహస్యభాషలఁ గాల
క్షేపము సేయుచుఁ జెలితోఁ, బ్రోపాడుచు నుండె నబల తోరపులజ్జన్. 218

సీ. కలువ రేకుల మీఱుకలికికన్నులకాంతి మేల్కట్టుముత్యాల మెఱుఁగు వెట్ట
నిండుఁజందురు నేలు నెమ్మొగంబు బెడంగు నిలువుటద్దమునకుఁ జెలువు నొసఁగ
నరుణాబ్జముల మించునడుగుల నునుఁజాయ నెలకట్టు కెంపులనిగ్గుఁ జెనకఁ
గాగు మెఱుంగులఁ గైకొని తనుదీప్తి కనకకుడ్యప్రభ గారవింప
సారఘనసారధూపాదిసౌరభంబు, లలఁతియూర్పులనెత్తావి నతిశయిల్ల
మందిరాభ్యంతరము సొచ్చె మానుదేఱి, భీతమృగనేత్ర ప్రియసఖీప్రేరణమున. 219

చ. వలభుజముం గపోలమును వంచి మలంచినమోము లజ్జయున్
లలితకటాక్షముం బ్రియవిలాసముఁ జిత్తముఁ జిత్తజాతుఁడుం
దలఁపులుఁ గోర్కులున్ బెరయఁ దద్దయు నొప్పె విహారశయ్యపై
విలసితలీల బాల బొటవ్రేల నిలాతలమున్ లిఖించుచున్. 220

చ. అతులితభావగర్భితము లైనమృదూక్తులచేతఁ గేలికిం
బుతపుత వోవుచున్న నృపపుంగవుచిత్తమెఱింగి నిర్గమో
ద్గతమతి యైననెచ్చెలికిఁ గన్నుల మ్రొక్కులతాంగిభావ మూ
ర్జితరతిరాజరాజ్యపదసీమకుఁ బట్టము గట్టె భూవిభున్. 221

వ. తత్సఖీనిర్గమనానంతరంబున. 222

సీ. మేలంపుమాటల మెచ్చులు పచరించి తోరంపుసిగ్గును దొలఁగఁ దోలి
పరమసౌఖ్యాయత్తపరిరంభణంబునఁ దనువల్లిఁ బులకలు దళముకొలిపి
పారవశ్యదము లై పరఁగుచిట్టంటులఁ జనవున గనయంబు సడలఁజేసి
క్రొత్తలయందెల్లఁ గ్రొత్తలై పరఁగెడుకామతంత్రంబుల గరిమ గఱపి
బాలికామణి సుఖవార్ధి నోలలార్చి, కాముసామ్రాజ్యలక్ష్మికిఁ గర్త్రిఁ జేసెఁ
బ్రసవశరశాస్త్రమతకళాపారగుండు, సాహసాంకమహీపాలచక్రవర్తి. 223

చ. చిలివిలి వోవుకోరికలు చిత్తములం దల లెత్తి దేహముల్
పులకల నీనఁగాఁ దమకముల్ నిగుడన్ సుఖపారవశ్యతం
దలఁపుల కద్ధగింపఁ బ్రమదంబునఁ బట్టినచోటు లెల్లనుం
గళ్లలు సక్కలై మెఱయఁగా రతిసల్పిరి వేడ్క దంపతుల్. 224

క. సురతావసానలీలా, పరిరంభము మీఁదరతికిఁ బ్రారంభముగాఁ

దరుణియు వరుఁడు రమించిరి, కర మరుదుగఁ జతురశీతికరణప్రౌఢిన్. 225

సీ. తొంగలిఱెప్పలతుదలు గైవ్రాలినఁ గొసరుఁజూపులయందు మిసిమి దోఁపఁ
దారహారముల నర్తనఁ గళాసించినఁ గుచకుంభములు మీఁదఁ గొంతనిక్కఁ
గుంతలంబుల త్రుళ్లగింతలు సడలినఁ గెమ్మోవిచుంబనక్రీడ కెలయ
మణికాంచివలయంబు మౌనంబు గైకొన్న నురునితంబముకేళి యుత్సహింపఁ
జెమటచిత్తడి మైపూఁత దెమలిచనిన, నెమ్మనంబునఁ దమకంబు నివ్వటిల్ల
నున్నజలజాక్షియొప్పు నృపోత్తమునకు, మదనపునరుద్భవనికారమంత్ర మయ్యె. 226

సీ. సంపూర్ణపూర్ణిమాసాంద్రచంద్రాతప విలసితశశికాంతవేదికలను
మంజరీసంజాతమకరందనిష్యంద మాకందమాధవీమండపముల
శృంగారవనమహాశృంగారమణిశృంగ హాటకశైలశృంగాటకముల
సంఫుల్లహల్లకసహవాసవాసనోజ్జ్వలదీర్ఘదీర్ఘికాసైకతముల
గగనగంగాతరంగిణీగంధవాహ, బంధురోదగ్రసౌధాగ్రభాగములను
నవనవోల్లాసరతికళానైపుణములఁ, బ్రతిదినంబు రమించిరి పతియు సతియు. 227

వ. ఇత్తెఱంగున సాహసాంకమహీనాథుండు చిత్తానందంబుగ విదర్భరాజనందనం దగిలి కందర్పలీలావిలాసంబులం జతురుదధివలయవలయిత మహామహీపరిపాలనఖేలనంబులం బ్రవర్తిల్లుచు మఱియును. 228

శా. నారీచిత్తసరోమరాళ నవనానాగంధసౌగంధ్యవి
స్తారోదారభుజాంతరాళ ప్రతిభాసర్వజ్ఞ సోమాబ్జవి
స్మేరాకారశరన్నిశాకరకరాశ్లేషప్రియంభావుక
స్ఫారక్షీరపయోధిలంఘనకళాజంఘాలకీర్తీశ్వరా. 229

క. భూరిమణిహేమభూషా, పూరితకన్యాప్రదానపుణ్యచరిత్రా
పేరయనన్నయవరతన, యారత్నశ్రీమదక్కమాంబాపుత్త్రా. 230

బంధురవృత్తము.

విలసితబహుధనవితరణకరుణా విశ్రుతవీరగుణాభరణా
జలరుహనవదళసలలితచరణా సత్కవిసన్నుతసంచరణా
కలుషవిమతధగఘనమదహరణా కాంతినవీనసుధాకిరణా
జలనిధివలయితజగదుపకరణా సారయశోధనతాభరణా.

గద్యము. ఇది శ్రీమదఖిలకవిమిత్త్ర పెద్దయయన్నయామాత్యపుత్త్ర
శారదాదయావిధేయ జక్కయనామధేయ ప్రణీతం బైన
విక్రమార్కచరిత్రం బనుమహాప్రబంధంబునందుఁ
జతుర్థాశ్వాసము.

శ్రీరస్తు.

విక్రమార్కచరిత్రము.

పంచమాశ్వాసము.

శ్రీహారితగోత్రభూషణ
సాహసనవసాహసాంక సంగీతకళా
దోహళ సత్కవిసన్నుత
సాహిత్యరసప్రసంగ జన్నయసిద్ధా. 1

వ. ఇవ్విధంబున ననంగవతీసమేతుండై యున్న యన్నరేంద్రుం డభినవసుఖంబు లనుభవిం
చుచు నుండునంత. 2

సీ. రాజకీరకుమారరాజి కక్షరశిక్ష యొనరింప వచ్చినయొజ్జ యనఁగ
గలకంఠనికురుంబకములకు వాకట్టు విడిపింప వచ్చినవెజ్జ యనఁగ
దరులతాదులకు వార్ధకము మానఁగ మందు సేయంగవచ్చిన సిద్ధుఁ డనఁగ
సంప్రణయక్రోధదంపతీనివహంబుఁ గలుప వచ్చినచెలికాఁ డనంగ
మందమారుతోద్ధూతమరందబిందు, సిక్తషట్పదజ్యారవశ్రీవిలాస
మకరకేతుప్రతాపసమగ్రమై వ, సంత మేతెంచె సంతతోత్సవ మెలర్ప. 3

క. వలరాజుమూలబల మగు, నలిశుకపికములకుఁ జైత్రుఁ డభిమతభోజ్యం
బులఁ గూర్చె ననఁగఁ దరువుల, నలరులుఁ దలిరులును బండ్లు నక్కజ మయ్యెన్. 4

క. కిసలయకింజల్కరస, ప్రసవశిలాటుప్రభాపరంపర లెసకం
బెసఁగ మకరందవృష్టికిఁ, బొసఁగంగా నింద్రధనువు వొడమినభంగిన్. 5

మ. కనదంభోజముఖీనవీనపదరాగవ్యాప్తిపూర్వంబు గా
నన లుల్లాసముఁ బొందె సంపెఁగలు నానాకాననశ్రీవిలా
సిను లభ్యాగమవేళఁ జైత్రునకు నౌచిత్యంబు గావింప నె
త్తిననీరాజనదీపమాలిక లనఁ దేదీప్యమానంబులై. 6

చ. పరువపుఁబుష్పరేణువులపై మకరందపువెల్లిడొల్లి బం
ధురవనదుర్గమార్గ మతిదుస్తమమై చెలువొంద నెందు న

చ్చరువుగ మందమందగతిఁ జెందె మహాబలుఁ డయ్యుఁ జాలదు
స్తరమని కన్నె తావు లగుతావుల వ్రేఁగున వాయు వాహనిన్. 7

చ. విరహులఁ బట్టి తెచ్చి మనపీఁట భటావలి నెవ్వరైనఁ బూఁ
దరటులపాలు సేయమియ తప్పు సుఁడీ యని చాటుచున్న కం
బరరిపుఘంటికారవముభంగిఁ జెలంగె సశోకతాడన
స్ఫురితవిలాసినీచరణభూషణఘోషణ మెల్లతోఁటలన్. 8

క. తిలకితవసంతలక్ష్మికి, తిలకములై నిరుపమానతేజోగరిమం
దిలకములు తరళనయనా, తిలకింబులు చూడఁ జూడఁ దిలకము లొప్పెన్.

క. కాముకులుఁ గామినులునుం, గామాతురు లగుట యరుదె ఘనతరులతికా
స్తోమము ప్రేమము గైకొనె, నామని నబ్జజునకైన నలవియె పొగడన్. 10

సీ. కమలగర్భునిఁ బుత్త్రికాకాముఁ గావించి కౌశికు వెలయాలిఁ గవయఁ బనిచి
నిందిరావిభు గొల్లయిల్లాండ్రఁ దగిలించి రజనీశు గురుసతిరతి కొనర్చి
రుద్రుని నగ్నపౌరుషునిఁగా నొనరించి శుకుని తాశకుఁ గామసుఖము నేర్పి
పులిశాయుధునిఁ బట్టి కోడాట లాడించి ఋశ్యశృంగుతపస్సమృద్ధి మాన్పి
విషమశరునకు త్రైలోక్యవిజయ మొసఁగె, నిట్టిచరితంబు లెఱిఁగినయట్టినరులు
విజితకాముల మనుమాట విడువుఁడనుచుఁ, బల్కఁ గణిఁ బల్కెఁ దోఁటలఁ జిల్కగములు

వ. ఇత్తెఱంగునఁ జిత్తసంభవుసామ్రాజ్యలక్ష్మీనివాసం బైనమధుమాసంబు సకలజంతుజం
పతీసంపాదితమనోవిలాసం బై భాసిల్లునంత నొక్కనాఁడు. 12

క. నరపతి యనంగవతితోఁ, వరసతులు భజింపఁ బ్రమదవనమున కరిగెన్
సురసతులు గొల్వ శచితోఁ, హరి నందనవనములోని కరిగినభంగిన్. 13

వ. అంత. 14

మ. అలరుం దేనియ నర్ఘ్యపాద్యములు పర్యాయంబుతో నిచ్చి యిం
పులు మీఱన్ విరవాదిజాదివిరులం బుష్పాంజలుల్ చేసి యు
జ్జ్వలభృంగీనినదంబులం గుశలసంప్రశ్నంబు గావించి భూ
తలనాథున్ భజియించె గంధవహుఁ డుద్యానాంతరాళంబునన్. 15

వ. ఆసమయంబున. 16

క. కాననవసంతలక్ష్మియొ, నా నుపవనపాలబాల నయవినయగతిం
గానుక తెచ్చినగుచ్ఛము, కానుక గావించె విభుఁడు కాంతామణికిన్. 17

ఉ. ఇచ్చిన నిచ్చలో నలరి యింతి దరస్మితకాంతి చెక్కులం
దచ్చుపడం బ్రసన్నవదనాంబుజయై వనపాలబాలికం
బొచ్చెము లేక రత్నమయభూషణభూషితఁ జేసి దానితో

మచ్చిక మీఱఁగా మసృణమంజులభాషల నల్ల నిట్లనున్. 18

సీ. ప్రోదిగాఁ బన్నీరుపోసి పెంచినకన్నెసురపొన్న యున్నదే సుందరాంగి
పాలుపోసఁ బచ్చకప్పురపుబోదున నిడ్డ విరజాజి యున్నదే హరిణనయన
చెలమిఁ గస్తురిబూదిమెఱుఁగునఁ బెరిఁగినసంపెంగ యున్నదే చంద్రవదన
క్రొవ్వారుజవ్వాదికుదురునఁ బెరిఁగినచేమంతి యున్నదే కోమలాంగి
సంతతంబును బూఁదేనె జాలువాఱఁ, గమ్మగందవుముద్దలఁ గట్టవెట్టి
కాలువలు దీర్చినపసిఁడికేళికూళి, నిండి తొలఁకాడుచున్నదే నీలవేణి. 19

వ. అనిన నయ్యనంగవతీమహాదేవికిం బ్రమదవనపాలబాలికాలలామం బిట్లనియె. 20

చ. జనవరవంశవారినిధిచంద్రుఁ డనం దగుచంద్రగుప్తునం
దనుకరుణాసుధారసమునం ద్రిజగంబులు పల్లవింపఁగాఁ
బనివడి ప్రోదిచేసి పెనుపం బెనుపొందినతోఁటలోనినూ
తనలతికావలీతరువితానమునొప్పులు చెప్ప నేటికిన్. 21

క. నావుడుఁ దదీయవచనప్రావీణ్యంబునను ధరణిపతి ప్రముదితుఁడై
యావైదర్భియుఁ దానును, గేవలలీలావనాంతకేళీరతుఁడై.

శా. లీలాశైలము లెక్కుచుం దరుణవల్లీలాస్యముల్ చూపుచున్
డోలారోహణకేళిఁ దేలుచు మదాటోపాళిగానధ్వని
శ్రీలాలించుచుఁ గీరభాషణములం జిత్తంబులన్ మెచ్చుచుం
గాలోన్మీలితపుష్పభూరుహతతిం గైసేయుచుం జాడ్కలన్. 23

సీ. మంజరీసంజాతమకరందమధుమత్తచంచరీకద్వంద్వసంభ్రమములఁ
గోరకితానేకకోమలవల్లికావేల్లితభూజాతవిలసనముల
సహకారఫలరసాస్వాదనసంతుష్టశుకసతీపతిరుతిప్రకటనముల
గిసలయాంకురరసగ్రసనసముత్కంఠకలకంఠవిటవిటీకలకలములఁ
గనియు వినియు వసంతసంక్రాంతరాగ, సర్వసామాన్యమహిమ కాశ్చర్యమంది
చెలి కెఱింగించి కొనియాడి చెప్పిచెప్పి, ప్రమదవనకేళిఁ దేలిరి పతియు సతియు. 24

చ. అలరులు గోయుచోట నళు లాననసౌరభ మాన మూఁగినం
గలఁగుట గాంచి కొప్పుపయిఁ గమ్మనిసంపెఁగదండ సేర్చి తొ
య్యాలి హృదయంబునందుఁ గుసుమాపచయవ్యసనంబు గ్రమ్మఱన్
మొలవఁగఁజేసినన్ నృపతిముఖ్యునిఁ బ్రాఘలు మెచ్చి రందఱున్. 25

సీ. అరవిరిపూదండ లఱుత నించెద నని యనువునఁ జనుదోయి నంటి యంటి
పుప్పొడి నెరసొయ్యఁ బోవ నూఁదెద నని నయనచుంబనకేళి నడపి నడపి
చిప్పిలుపూఁదేనె జీరువాఱెడు నని పాణిపద్మము గేలఁ బట్టి పట్టి

యలిమోహితలను నింత యలుకంగ నేలని చిక్కనికౌఁగిటఁ జేర్చి చేర్చి
నృపకులాగ్రణి మేలపునెపము గాఁగ, నలరుబంతిఁ గళాస్థాన మురసి యరసి
రమణి నిబ్భంగి బహుబాహ్యరతులఁ గలఁచి, సరవి సుఖములఁ జాతుర్యసరణి మెఱసి.

ఉ. అంచనిపువ్వుగుత్తిదెసకై యళిసాఁపఁగ నేల బాలకో
యాగ దలఁపయ్యె నేని నెగయ న్నిను నెత్తెద నంచు సంతసం
బందఁగ నెత్తియెత్తి విభుఁ డందఱుముందఱ డించుచుండఁగా
నందినకంటె సంతసము నందె లతాంగియు మాటిమాటికిన్. 27

చ. తనరునశోకభూరుహలతాముకుళంబుల నంతరాంతరం
బున నిడి పొన్నక్రొన్ననల భూపతి మాలికగా నొనర్చి చూ
పిన గరువంపుఁగెంపు లెడవెట్టిన మౌక్తికహారలీల నె
క్కొనఁ జనుదోయిపై నునిచెఁ గోమలి లేనగ వంకురింపఁగన్. 28

సీ. పల్లవంబులయొప్పుఁ బరికించుఁ బరికించి యబ్జాస్యకెమ్మోవి యాసఁ దివురు
విరులగుత్తులమిందు వినుతించు వినుతించి కామినిచనుదోయి గదియఁ గోరుఁ
గీరభాషణములఁ గీర్తించుఁ గీర్తించి యంగనసరసోక్తులాస నేయు
నెలదీఁగెపడుదల నీక్షించు నీక్షించి రమణిమైపొందు చిత్తమున నిల్పు
నిత్తెఱంగునఁ జిత్తజాయత్తుఁ డగుచుఁ, జెలువయును దాను బూసెజ్జఁ జేరుటయును
దరుణు లొండొరుఁగనుసన్నఁ దార్చుకొనుచుఁ, జెలఁగి పుష్పాపచయకేలి చేసిరంత.

ఉ. ఆసురపొన్న నాకు నలువం దెడి వేగమె పువ్వు లన్నియుం
గోసెద నన్నఁ గైకొనినకోమలిగర్వము సైఁప కాత్మలో
నీ సొదవంగఁ బెల్లు జనియింపఁగఁ జేసెఁ బ్రసూనరాజి లీ
లాసరసత్వ మొప్పఁగ విలాసిని యోర్తు దరస్మితంబుచేన్. 30

క. సన్నపుఁ బల్లవములు గని, కన్నియ యాచనుమిట్ట లనుచుఁ గనుఁగొని ప్రౌఢుల్
మిన్నక యుల్లసమాడిరి, కన్నెఱికము దొరఁగెఁ జెక్కుగఱచిన దనుచున్. 31

చ. తొలఁగి నికుంజపుంజములు దూఱుచు దాఁగురుమూఁత లాడుచుం
గెలఁకులఁ జొచ్చి నిల్చినసఖీజనము న్నవకంపుఁదీఁగెలం
దెలియఁగ లేనిముగ్ధలకుఁ దెల్లమిగా నెఱిఁగించెఁ దత్సఖీ
సలలితరత్నభూషణవిశాలవిరోచనదీప్తిజాలముల్. 32

చ. బలువిడి ఫాలలోచనునిపైఁ బ్రసవాయుధుఁ డెఁగునప్పు డీ
యళులును గోకిలంబులు శుకాళియు మందసమీరణంబుఁ గెం
దలిరులు వచ్చినం గడుఁ బ్రతాపసమగ్రుఁడు గాఁడె యంచుఁ జె
ల్వలు వనవైభవస్ఫురణ వర్ణనచేసిరి కేలి సల్పుచున్. 33

చ. అరవిరజాజిగుత్తి నరుణాధరదీధితిచే నశోకమం
జరిని ఘనస్తనప్రభలఁ జంపకగుచ్ఛము నీలకుంతల
స్ఫురణఁ దమాలకందళముఁ బోలఁగఁజేయుచు నొక్కప్రౌఢ య
చ్చెరువుగ నైంద్రజాలికవిశేషముఁ జూపు సఖీజనాలికిన్. 34

చ. అలరులతోఁటలోన విరులన్నియుఁ గోసితి రంచు బోటులన్
పాలయఁగ నేల బాల యిటు చూడఁగదే తిలకావనీరుహం
బులదెస ద్రవ్వితండములు పుష్పము లున్నవి యంచుఁ బ్రౌఢయై
పలుకువయస్య నేర్పు గలభాషిణులెల్లను మెచ్చి రిచ్చలన్. 35

వ. ఇత్తెఱంగున మత్తకాశిను లుత్తరంగితప్రమదవనవిహారం బొనరించి చాలించి. 36

చ. చెదరినచిత్రలంబులును జెక్కులఘర్మకణాంకురంబులున్
వదలినకేశపాశములు వాడిననిద్దపుమోముదమ్ములుం
బదనెరవైనవాతెఱలుఁ బైకొనునూర్పులు నుల్లసిల్లఁగాఁ
గదిసినయయ్యనంగవతి గాదిలిబోటులతోడ నిట్లనున్. 37

క. *అలఘుతరాంశుకజాలము, కలగొనె నభమందు ఘర్మకాలము మాడ్కన్
జలకేలి యుచిత మనవుడు, కెలఁతుక కిట్లనిరి చెలులు నిపుణత మెఱయన్. 38

చ. లలితవళీతరంగరుచులం దరలేక్షణ మీనలోచనాం
చలవదనాంబుజద్యుతి లసత్కుచచక్రవిలాసరేఖ నే
ర్పలరెడునీతనూసరసియందు నిరంతరమున్ విహారముల్
సలిపెడురాజహంసునకు సైఁచునె తక్కినపద్మినీరతుల్. 39

ఉ. నావుడు నాననాంబుజమునన్ దరహాసము తొంగలింప ధా
త్రీవరముఖ్యుఁ డామదవతీతతి కిట్లను నింతయేల యే
నీవనజాక్షియాజ్ఞ నొకయించుక యైనను మీఱువాఁడనే
సేవకు లైనవారికి విశృంఖలవృత్తిఁ జరింపఁ గూడునే. 40

క. అని సరసవచనరచనలఁ, దనప్రియసతి నలరఁజేసి ధరణీశ్వరుఁ డా
వనితారత్నముఁ దానును, వనజాక్షులు గొలువ వనజవనమున కేఁగెన్. 41

ఆ. అంత నెదురువచ్చి యరవిందమకరంద, కలితసౌరభములు గానుకిచ్చి
యబ్జినీసమీరుఁ డమర యథోచిత, స్థితి నరేంద్రుమనసు చెలఁగఁజేసె. 42

మ. భువనాధీశ్వరుదర్శనోత్సవసుఖంబుం బొంది యానందతాం
డవముం జూపెడుభంగి నాకమలషండం బొప్పె భృంగాంగనా
రవగానంబులతో సరోజదళనేత్రశ్రీవిలాసంబుతో

---

*పా. నులివాల్గువాడుచున్నవి, లలితమహోతరుణదేహలతికలుమనవున్.

నవచిత్రాభినయోర్మిహస్తఘటనానావిలాసంబుతోన్. 43

ఉ. ఆకమలాకరంబున విహారము సల్పఁగ నుత్సహించి శో
భాకరనూత్నరత్నసముదంచితకాంచనదివ్యభూషణా
నీకములం దొలంగ విడి నీరజలోచన లొప్పి రోలిఁ గా
రాకుల నుజ్జగించి చెలువారెడుమవ్వపుఁదీఁగెలో యనన్. 44

ఉ. ఆ నెలఁతల్ సరోజినికిపై దిగునప్పుడు నూత్నరత్నసో
పానములం దదీయతనుబంధురబింబము లుల్లసిల్లెఁ దే
జోనిధి యైనయానృపతిసోయగమున్ దరిసించువేడ్కఁ గం
బూని జలాధిదేవత లపూర్వగతిం జనుదెంచిరో యనన్ 45

సీ. ఉవిద లందఱుఁ గూడి యొక్కట్టుఁ జెలరేఁగి కరయంత్రధారలఁ గప్పికప్పి
జలములో మునిఁగినసఖులయిక్క లెఱింగి సలిలంబులోఁ గేలి సలిపిసలిపి
పంచపట్టుల నిల్చి పడఁతు లొండొరులతో నలవునఁ జల్లుఁబో రాడియాడి
సలిలకేలికి నోడి చనుభీరువును బట్టి జలజపరాగంబు చల్లిచల్లి
యొసర నొండొరుభుజము చేనూఁదియూఁది, సరసగతులను జెలఁగి మత్సరము లోర్చి
కినిసి తొడరినయింతుల గెలిచి గెలిచి, జలవిహారము సలిపిరి సంతసమున. 46

చ. మృగమదపంకిలాంగు లొకమే నొకమే ఘనసారచందన
స్థగితలు నైనకామినులు సాటిగ నొండొరుఁ జల్లియాడుచో
సగమున నల్పుదెల్పు లగుచాయలు నొందఁ గళిందకన్యకా
గగననదీసమాగమముకై వడిఁ బద్మిని యొప్పె నత్తఱిన్. 47

చ. నెలఁతలు కంఠదఘ్న మగునీర విహార మొనర్ప నిల్చినం
గొలను తదాననస్ఫురణఁ గ్రొత్తమెఱుంగు వహించెఁ బెక్కుత్రి
ప్పలఁబడి యొక్క చంద్రుని నపూర్వముగాఁ గను టెంత యంచు సా
జలనిధి నెంచి లీల బహుచంద్రులఁ దా నొనరించెనో యనన్. 48

క. చందనము సలిలకేలిని, బొందెడలినయొక్క యింతి ప్రోడతనముసం
గందర్పముద్ర లుండెడు, కందువలకు మాటుసేసెఁ గచనిచయంబున్. 49

ఆ. సలిలకేలి సల్పుభామలమోములు, కమలసమితి యనుచుఁ గదిసియలులు
కురులసిరులు చూచి కొన్ని తేఁటులు మున్న, మూఁగి యున్నవనుచు మొగిని జనియె.

తే. ఆననాంబుజసౌరభ మానునలులఁ, జోపనేరక సఖులలోఁ జొచ్చి నీట
మునిఁగి యవి వారిమోముల ముసురుకొనిన, నవ్వుచును లేచి యొక్కతె నవ్వుచుండె.

ఉ. అంత మహీవిభుండును బ్రియాంగనయున్ స్వకరావలంబనా
నంతసుఖానురక్తులయి యబ్ధిని డిగ్గఁగఁ దత్కరంబు ల

త్యంతము రోమహర్షణసమగ్రతఁ గైకొని సాధుదండవి
క్రాంతి సరోరుహవ్యయవికాసవిలాసముఁ జూపె నత్తఱిన్. 52

ఆ. జలముమీఁద నీఁదుసర్వంసహాకాంత, కెలమి మూఁపుఁ దెప్ప యిచ్చినట్లు
జలముమీఁద నీఁదుజలజాతనేత్రకు, నెలమి మూఁపుఁ దెప్ప యిచ్చె విభుఁడు. 53

చ. బిసములపేరులున్ సలిలబిందులకర్ణికలుం జెలంగఁగాఁ
బసిమి మెఱుంగుగాఁగ నవపద్మపరాగము చెందిరంబుగా
లసితపరాగకేసరకలాపసమగ్రత చిన్నిపువ్వుగాఁ
బొసఁగ నమర్చి నూతనవిభూషణఁ జేసెఁ బ్రియుండు ప్రేయసిన్. 54

చ. కరమనురక్తి భూవిభుఁడు కంజదళాయతచారునేత్రపైఁ
బోరిఁబోరిఁ జల్లునీట మయిపూఁత గరంగినఁ జన్నుదోయిపై
నరుదుగఁ గామముద్రలు బయల్పడకుండఁగఁ గప్పె ధారణీ
శ్వరకరనిర్గళత్సలిలసాంద్రసరోజసమాజపత్త్రముల్. 55

చ. అరవిరిదమ్మిఱేకుల నయంబున మైఁ గబళించి యొండొరుల్
సరిపడఁ జల్లులాడునెడఁ జంద్రనిభాననలెల్లఁ జల్లు భా
స్వరశతపత్త్రజాతములు చాల శరీరముఁ బొందిన న్నమ్మకో
హారరుచిఁ జూపె భూపతి సహస్రవిలోచనుఁ గ్రేణిసేయుచున్. 56

శా. రాజేంద్రుండు విదర్భరాజతనయారత్నంబుఁ బెన్నుద్దులై
రాజీవాక్షుల నుద్దులుంచుకొని నీరం జల్లుఁబోరాడుచో
రాజీవాకర మొప్పె వాసవశచీరంభాదిదివ్యాంగనా
రాజత్ఖేలన ఘూర్ణమానఖధునీప్రాకామ్యముం బూనుచున్. 57

వ. అయ్యవసరంబున. 58

సీ. రాజూపంపున నొక్కరాను వైదర్భిపైఁ గరయంత్రధారోదకంబు గురిసె
నద్దేవికనుసన్న ముద్దియయొక్కర్తు జననాథుపై నించెఁ జల్లునీరు
రమణునియానతి రమణి డగ్గఱి యొర్తు తమ్మిపుప్పొడిఁ దాను నెమ్మిఁ జల్లె
నయ్యంగవతికరాబ్జసంజ్ఞ నొకర్తు కువలయాధిపుపై చెఁ గువలయముల
వరుఁడు నీలోత్పలంబుల వైవ ననచి, హల్లకంబుల వైచెఁ దా నాత్మవిభునిఁ
గాంతలును దాను నిబ్భంగి గలసి మెలసి, వనజవనకేళి యొనరించి తనివిఁ బొంది. 59

క. శ్రీరమణీమణిఁ గైకొని, క్షీరాంబుధి వెడలుగరుడకేతనుభంగిన్
నీరజలోచనఁ దోకొని, నీరజషండంబు వెడలె నృపవరుఁ డంతన్. 60

సీ. అలికభాగంబున నంటినకురులతోఁ గరఁగినయంగరాగములతోడ
నరుణిమ వాసినయధరబింబముతోడ దీపించుమదనముద్రికలతోడ

దళ మైనమవ్వంపుఁబులకాంకురములతోఁ జూపుల నునుఁగెంపు సొబగుతోడఁ
జెదరినమకరికాచిత్రపత్త్రికలతోఁ బరఁగెడునూర్పుఁదెమ్మెరలతోడఁ
దావల శెడఁగారుసునువల్వతోడ నపుడు, రతికళాసించివచ్చినరమణ మెఱయఁ
గొలను వెలువడి వచ్చి రాజలజముఖులు, వసుమతీనాయకానంగవతుల బలసి. 61

క. చీనాంబరమణిభూషణ, నానాగంధానులేపనవమాల్యములన్
మానినులును వైదర్భియు, మానుగఁ గైసేసికొనిరి మచ్చరికములన్. 62

చ. అనుపమరత్నభూషణసమంచితవస్త్రములన్ సుగంధచం
దనవికచప్రసూనములఁ దద్దయు నేర్పలరం బ్రసాధికా
జనము లలంకరించినఁ బ్రసన్నవిలాసవిభాసమానుఁడై
మనుజవరేణ్యుఁ డొప్పె శివుమన్ననఁ గన్నరతీశుఁడో యనన్. 63

క. సమయజ్ఞతఁ బొడసూపిన, సముచితపరివారవందిజనబృందములుం
బ్రమదలుఁ గొలువఁగ భూపతి, ప్రమదముతో నరిగె నాత్మభవనంబునకున్. 64

వ. ఇత్తెఱంగున నవీనచిత్తానందంబున విదర్భరాజతనయాలీలాలాలనంబునఁ జతురుదధి
వలయవలయితవసుమతీపరిపాలనంబు ఖేలనంబుగాఁ బ్రవర్తిల్లుచు నుల్లసిల్ల సకలమ
నీషావిశేషపరిగ్రహణచాతురీధురంధరుండై యవ్వసుంధరాధిపసింధురుండు సర్వేశ్వరీ
ప్రసాదాసాదితసామ్రాజ్య నియమితవత్సరసహస్ర ద్విగుణీకరణపరిణతం బగుసుమతి
సుతునిమతంబునం బ్రతివత్సరంబు నాఱేసినెల లన్యదేశపర్యటనం బనుసంధించుతలం
పున యోగీశ్వరవేషధరుం డై దివ్యపాదుకాపాదితస్వైరసంచారంబువలనను యోగ
దండ పరికాండపరికల్పనాసల్పనానానగరకల్పనావిహారంబులవలనను విచిత్రమణి
పాత్రికాసంజాతసరసాన్న సముచితాభ్యవహారంబులవలనను దుకూలకంథానిష్క్రాంత
నిష్కావళీకృతపరోపకారంబులవలనను విచిత్రంబు లగునమానుషచరిత్రంబులం బ్రవర్తి
ల్లునప్పుడు. 65

సీ. స్తంభనమోహనోచ్చాటనాకర్షణమారణోద్వేజనోన్మాదనములు
వాదవయస్స్తంభవశ్యపురక్షోభ గజకరణాదృశ్యకరణములును
బహుపక్షిమృగముఖ్యబహురూపధారణావిధిపరకాయప్రవేశములును
సర్వాంజనమహేంద్రజాలమాయోపాయమణిమంత్రతంత్రసామగ్ర్యములును
ద్వీపదుర్గాదిదుర్గప్రదీపనములు, నమృతకరభాస్కరోదయవ్యత్యయములు
సకలజంతుభాషాపరిజ్ఞానములును, నాదిగాఁ గలవిద్యల నతిశయిల్లి. 66

క. ఒక్కొకమరి తనయంతన, యొక్కొకమరి సుమతిసూతియుం దానునునై
యెక్కడ నభిమత మైనను, నక్కడ విహరించుచుండు నాఱేసినెలల్. 67

తే. అంత నొకనాఁడు లోకవృత్తాంత మరసి, యరుగుదెంచినవారలయందు నొకఁడు

తాను గనినట్టిచోద్యంబు ధరణిపతికి, వినయ మెసఁగంగ నిట్లని విన్నవించె. 68

క. దేవరపనుపున నేఁ జని, భూవలయము దిరిగి యొకయపూర్వము గంటిం
బావనగతిఁ బ్రవహించును, దైవతనది చిత్రకూటధరశృంగమునన్. 69

తే. సజ్జనంబులు సద్భక్తి మజ్జనములు, సేయ నన్నీరు పన్నీరుచెలువు నొందు
సుకృతహీనులతనువులు సోఁకనేని, కజ్జలముభావమున నొందుఁ దజ్జలంబు. 70

ఆ. అన్నగంబుపొంతఁ బన్నగాభరణుని, నిలయ మొప్పు వప్రవలయ మొప్పు
గోపురంబుతోడ నేపున రాపాడు, గోపురంబుకోడఁ గొమరుమిగిలి. 71

తే. తత్సమీపకాననభూమిఁ దపసియొకఁడు, కలఁడు మౌనవ్రతుండు నాఁ గణఁక మెఱసి
వెదలుసల్లినభస్మంబు వెండికొండ, బోలె నపరిమాణోన్నతిఁ బొలుపుమిగిలె. 72

తే. ఎంతగాలంబు గలదో మున్నింక నెంత, కాల మొనరింపఁగలవాఁడొ కణఁగియుపుడు
సలుపుచున్నాఁడు హోమంబు చలముపట్టి, యతనికోరిక లెవ్వరు నరయ రధిప. 73

చ. అన విని విక్రమార్కవిభుఁ డప్పుడు చారుఁడు మున్నుగాఁగ వే
చని కనియెన్ సమాధిగతసంయమిరత్నవినూత్నపేటమున్
ఘనమదహస్తిహస్తపరికంపితసానుగతాగవాటముం
గనదురుగత్న వచ్చిఖరక్రమకిరీటముఁ జిత్రకూటమున్. 74

క. కని తద్గిరివిశ్రుతవా, రి నియతి సుస్నానము నొనరించి మహాదే
వునిగుడి కరిగి వినతుఁడై, చని హోమనివాసమునను సమ్మతితోడన్. 75

క. చని యమ్మునివరు నడిగిన, ననుపమ మగుమౌన ముడిగి యతఁ డిట్లని చె
ప్పెను బెద్దగాలమును నే, నొనరించెద నుమగుఱించి హోమం బనఘా. 76

క. నాకోర్కి యొసఁగ దిప్పఁడు, నాకోరిక యొసఁగుదనుక నడపుదు హోమం
బీకరణిఁ బ్రతిదినంబును, జేకొని మధుసిక్త మైనశ్రీఫలసమితిన్. 77

ఆ. అనిన సాహసాంకుఁ డంబిక నెల్లని, బ్రముదితాత్ముఁ జేయఁ బ్రతినపట్టి
మధునిషిక్త మైనమాలూరసత్ఫల, వితతిఁ దాను నట్ల వేల్వఁ దొణఁగ. 78

క. అత్యంతనియతి వేల్చినఁ, బ్రత్యక్షము గాక యున్నఁ బ్రార్థివుఁడు శిరం
బత్యాశ్చర్యము గాఁ గొని, ప్రత్యయమతి వేల్చి వరమువడయుదు ననుచున్. 79

చ. అడిదము కేలఁ బూని మెడయం దొడఁగూర్చిన దేవి వచ్చి య
ప్పుడ వెసఁ జేత నున్నయసి పుచ్చి మదిం గడుమెచ్చి యేవరం
బడిగిన నిత్తు నీ వడుగు మన్నఁ గరంబులు మోడ్చి భక్తి యే
ర్పడఁ బ్రణమిల్లి యిట్లనియెఁ బార్థివుఁ డాజగదేకమాతతోన్. 80

క. వర మీవచ్చితి నా కిటు, పరమేశ్వరి నిమిషమాత్రఁ బ్రత్యక్షం బై
వర మొసఁగవు పాడనూపవు, చిరకాలం బితఁడు తపము సేయుచు నుండన్. 81

తే. ఏమికారణ మానతియిమ్ము నాకు, ననిన నంబిక యిట్లను నతనితోడ
నేకభావంబు నాపయి నింతలేదు, జపవిధాన మెఱుంగక జప మొనర్చు. 82

క. మనసాం దైవజపంబును, మునివ్రేళ్లనె యెన్ను జపము మునుమేనవిలం
ఘన మొనరించుజపంబును, మునుకొని లెక్కిడనిజపము ముఖ్యం బగునే. 83

వ. అదియునుంగాక. 84

క. దేవుండు లేమి కలిమియు, భావింపఁగ రాదు కనకపాషాణములన్
భావమున నునికి సిద్ధము, గావున భావంబు ప్రథమకారణ మనఘా. 85

క. చిత్తంబు పాపసహితం, బెత్తెఱఁగున్న నిత్తు నితని కీప్సితఫలముల్
రిత్తకు రిత్త ఫలించునె, యుత్తమఫలసిద్ధి భావ మొందనిక్రియలన్. 86

క. నీసాహసనియతికి వి, శ్వాసమునకు నిచ్చ మెచ్చి వర మిచ్చెద నీ
వాసక్తి నెద్ది వేఁడినఁ. జేసెద నిష్టార్థసిద్ధి చేసెద నీకున్. 87

వ. అనినం బరమదయాలవాలుండును విశిష్టధర్మశీలుండును నైనవిక్రమార్కమహీపాలుం
డద్దేవి నుద్దేశించి యిట్లనియె. 88

ఉ. ఈముని యింతగాలమును నిట్టితపం బొనరించుచున్నవాఁ
డేమివరంబు గోరెనొ మహేశ్వరి యవ్వర మిమ్మహీసుర
గ్రామణి కిమ్ము నా కిది వరం బని వేఁడిన నట్ల చేసి యా
భూవిభు వీడుకొల్పి గిరిపుత్త్రి యదృశ్యత నొందె నత్తఱిన్. 89

ఆ. ఇట్టిసాహసంబు నిట్టియౌదార్యంబు, గలుగువన్నెఁ గలదె గరిమ యనుచుఁ
ప్రజలు ప్రస్తుతింప నిజరాజధానికి, నుచితలీల నరిగి యొక్కనాఁడు. 90

చ. చిరతరకీర్తి యానృపతిశేఖరుఁ డంచితభక్తియుక్తితో
వరరుచిఁ జూచి యిట్లనియె వైదికలౌకికధర్మవైభవా
కరుఁడవు సర్వతోముఖముఖప్రముఖంబు లనేకయాగముల్
వరుస నొనర్చితీ వుభయవంశములుం నుతికెక్కునట్లుగన్. 91

క. మనుజాధీశులలోచిత, మనఁ బరఁగినయశ్వమేధ యాగంబది నే
నొనరించెదఁ దదుపక్రమ, మనఘా యెఱిఁగింపు మనిన నతఁ డిట్లనియెన్. 92

సీ. కాంచనమయములుగా స్రుక్స్రువాదికయజ్ఞసాధనముల నలవరించి
సకలభవ్యద్రవ్యసంపాదనమునకు హితుల నియోగింపు మతులగతుల
శాస్త్రోక్తమతమున సంఘటింపఁగఁ బంపు మతిపవిత్రస్థలి యజ్ఞశాల
షట్కర్మనిర్వాహచాతురీఖని యైనయాజ్ఞికుచేత ననుజ్ఞ వడయు
మర్హలక్షణసంపన్న మైనహయము, భూప్రదక్షిణసంచారమునకుఁ బంపు
భట్టిఁ దద్రక్షణమునకుఁ బాలుపఱుపు, వలయువారల మునులను బిలువఁ బనుపు. 93

వ. మఱియు వలయునుచితకరణీయంబులకుఁ దత్తద్విధిజ్ఞుల నాజ్ఞాపింపు మని పనిచినం దదనుజ్ఞాపూర్వకంబుగా సర్వంబును నిర్వాహకుల నియమించి యజ్ఞయజనదివసంబు భావించి చైత్రపూర్ణమాసిగా నిర్ణయించి దీక్షితుండై సుపరీక్షితంబైనయుత్తమాశ్వంబును నుచితోపచారంబు లొనరించి దిగంతంబుల సంచారపూతంబులుగా ననుగ్రహించి చనుదెమ్మని ప్రార్థించి యాంగికంబులైనశుభసూచకంబు లంగీకరించి ప్రమోదాంతరంగుండై భట్టి నవలోకించి. 94

చ. హితుఁడవు కార్యఖడ్గముల కెంతయు మేటివి సర్వశాస్త్రస
మ్మతచరితుండ వార్యుఁడ వమానుషకీర్తివి నాదు శోభనా
న్వితమగుచారుకీర్తు లొదవింపఁగఁ గర్తవు నీవె యంచుఁ ద
త్క్రతుహయరక్షకుం బనిచెఁ గర్మవిధేయుని సౌమతేయునిన్. 95

చ. పనిచిన సర్వసన్నహనబంధురుఁడై చనుదెంచి యాతఁడ
జ్జనపతికి న్నమస్కృతి ప్రసన్నతమై నొనరించి నిల్చి యా
జనచరితార్థవిప్రవరసంఘముతోడఁ దదేకనిష్ఠమై
వెనుచన నాహయంబు పృథివీవలయభ్రమణాభిలాషియై. 96

వ. నిర్గమించినకతిపయదివసంబులకు సుమతిసుతసమీపంబున నుండి యొక్కజంఘాలుండు చనుదెంచి పురోపకంఠలీలావనభూమియందు సబలంబుగ నిల్చి భవత్ప్రధానుం డున్నవాఁ డుర్వీశ్వరా తత్పరాక్రమధురీణత చెప్పం జిత్రం బని యిట్లనియె. 97

సీ. సౌవీరభూపతి శరణుచొచ్చినఁ గాచె గాంధారరాజుచేఁ గప్పముందెఁ
గుంతలాధిపుకూర్మికూఁతులఁ గొనివచ్చె సౌరాష్ట్రవిభునిచేఁ జేసుగొనియెఁ
బాంచాలభూపాలుఁ బ్రతిరోపితునిఁ జేసెఁ గేరళాధిపుసూను గిఱువఁబట్టె
యవనక్షమానాథు నాజ్ఞావశునిఁ జేసె వంగక్షితీశున కభయమిచ్చె
జయముగైకొన్నపిదప నాసకలనృపుల నుచితసంభాషణములచే నూఱడించి
యజ్ఞవేళకు రమ్మని యానతిచ్చి, నిగ్రహానుగ్రహక్రియానిపుణుఁ డగుచు. 98

చ. ధనదదిశామహీశ్వరవితానముచేత నుపాయనంబుగాఁ
గొనినవినూత్నరత్నఘనకుంజరఘోటకహారకామినీ
జనకనకాంబరాదుల నసంఖ్యములం గొనివచ్చినాఁడు పెం
పెనయఁగ నన్యభూపతుల కిట్టిప్రధానులు గల్గ నేర్తురే. 99

సీ. పవనాశ్వరక్షకై సగరనందను లేఁగి కపిలుకోపంబుచే గాసిల్లిరి
క్రతుహయమునరక్షకర్తయై సౌమిత్రి కుశునిచేఁ దమ్మునిఁ గోలుపడియె
యజనాశ్వరక్షకుం డయి దిలీపసుతుండు వాసవుకుటిలత మోసపోయెఁ
బార్థుఁ డధ్వరహరిపరిపాలనము సేయఁ జని తనూజునిచేతఁ జచ్చిపుట్టె

నరసిచూడంగ నొరులు నిరంతరాయ, సప్తతంతుతురంగసంచరణకరణ
బహుళతరకార్యలంపటబాహుశక్తి, భట్టిఁబోలంగ నేర్తురే పార్థివేంద్ర. 100

తే. అరిన రోమాంచకంచుకితాంగుఁ డగుచు, నెమ్మనంబునఁ బ్రమదంబు నివ్వటిల్లఁ
గనకమణిభూషణాదులు గట్టనిచ్చి, జాంఘికునిపైఁ గటాక్షవీక్షణము నిగుడ. 101

ఉ. అమ్మఖునాఁడు దంతితురగాదిసమస్తవరూథినీవితా
నమ్ము భజింపఁగా మనుజనాథవరుం డెదురేఁగఁ బేర్మి నె
య్యమ్ము మనమ్మునం బెరుఁగ నాసుమతిప్రియకారికిన్ జగ
త్సమ్మతసర్వలక్షణసుసమ్మతమేధ్యహయానుపాలికిన్. 102

వ. భట్టియు సాహసాంకనిపాదంబులకు భక్తియుక్తంబుగాఁ బ్రణమిల్లి మఱియుం దగు
వారలకెల్లను సముచితోపచారంబులు నడపి తదనంతరంబ. 103

క. పురజనులెల్లను బ్రమద, స్ఫురణంబున నేస లొలుకుచుం దనుఁ జూడం
దురగానుచరణనియమా, చరణుండై యతఁడు యజ్ఞశాలకుఁ జనియెన్. 104

క. చని జనపతి తనకూర్చిన, జనవినుతమఖోపకరణసామగ్రి ప్రియం
బున వేఱువేఱ చూపఁగ, ననురాగముఁ బొంది భట్టి యద్భుతమతియై. 105

వ. అంత మధుమాసపూర్ణమాసి యాసన్నం బగుటయు. 106

క. తమలో నొండొరు మెచ్చక, సమధికవైభవసమగ్రసామ్రాజ్యరమా
రమణీయు లగుచు వచ్చిరి, సమధికశృంగారులై నజగతీనాథుల్. 107

శా. వారలకెల్ల నమ్మనుజవల్లభుఁ డాసనపాద్యముఖ్యస
త్కారములన్ సముజ్జ్వలదగారములన్ రసవచ్చతుర్విధా
హారములన్ రయం బొసఁగునట్టులుగా నియమించె విశ్వధా
త్రీరమణీశ వర్ణితమతిం దనమామ విదర్భభూపతిన్. 108

క. పరమజ్ఞాననిరూఢులుఁ, బరమతపోవర్ధితప్రభావులు నగుభూ
సురముఖ్యులు మునిముఖ్యులు, నరుదెంచిరి యజనదర్శనాపేక్షితులై. 109

క. పరమాదరమున వారల, తరతమభావంబు లెఱిఁగి తగఁబూజింపన్
వరరుచిమాతామహునిం, బరహితమతి విష్ణుశర్మఁ బ్రార్థన చేసెన్. 110

వ. మఱియుఁ బ్రతివాసరసమాగతులైనవారికెల్ల నుల్లంబులు పల్లవింప నుచితోపచారంబు
లొనరించుచు నొక్కనాఁడు సకలసేనాధీశ్వరసంయమీశ్వరమంత్రిసామంతపురోహి
తపరివృతుండై పేరోలగం బున్న యవసరంబునం దదీయప్రాణబంధు వయినసుధాసిం
ధువుం బిలువం బోయినమహామాత్యుం డగుమహీసురోత్తముండు చనుదెంచి యన్న
రేంద్రున కిట్లనియె. 111

చ. నరవర యేను మీపనుపునం జని కంటిఁ బరోపనిధానముం

దరళితరంగతుంగకరతాడనజాతనవీనఫేనముం
గరిమకరోగ్రతుండశతఖండితశశ్వదహీనమీనముక్
ఖరకరబాడబానలశిఖాతతిదీధితిదిగ్వితానమున్. 112

సీ. లక్ష్మీసముత్పత్తి లావణ్యసంపత్తి గోత్రరక్షణవృత్తిఁ గొమరుమిగిలి
కవిరంజనాసక్తి ఘనరసోదయయుక్తిఁ బూర్వాపరవ్యక్తిఁ బోలుపుమిగిలి
పటుసత్త్వవిస్ఫూర్తి బంధురతరకీర్తి గంభీరతాపూర్తి గరిమ కెక్కి
వాహినీశఖ్యాతి వరరత్నమయభూతిఁ బురుషోత్తమశ్రీతిఁ బొగడువడసి
త్రిజగదానందకరకళాదీప్యమాన, రాజసందర్శనోత్సవరసనిరూఢి
నతిశయల్లెడునీకు నయ్యంబునిధికి, మహితసద్గుణసమితిమై మైత్రి కొమరు. 113

వ. ఈదృశాభిరామగుణరత్నాకరుం డైనరత్నాకరుండు భవదశ్వమేధయజనారంభంబున
కుం బ్రియం బంది నన్ను సముచితసత్కారంబులం దనిపి యీదివ్యమణిచతుష్టయంబు
నాకుం జూపి యిట్లనియె. 114

సీ. ఇది యధ్వరమునకు నిష్టాన్నపానాదు లవ్వారిగా నిచ్చు నద్భుతముగ
నిది యాగరక్షకు మదదంతిహయముఖచతురంగబలముల సంఘటించు
నిది యజ్ఞదక్షిణ పొదలించునట్లుగా నప్రమేయధనంబు లావహించు
నిది ముఖాగతులకు నీఁదగియెడునూత్న బహురత్నభూషణాంబరము లొసఁగు
ననుచు నీవాల్గమణులను నంబురాశి, పావడంబుగ నాచేతఁ బనిచె మీకుఁ
దాను వచ్చినయట్లుగాఁ దలఁపు మనుచు, విన్నపము సేయుమనుచును వేడ్కతోడ.

క. అని పురుషార్థచతుష్టయ, మన నొప్పెడుమణిచతుష్టయము నిచ్చుటయుక్
మనుజాధిపుఁ డావిప్రునిఁ, గనుగొని యిట్లనియె వినయగౌరవ మెసఁగన్. 116

ఉ. అప్రతిమానలీల నొకయాగము నీవును నాచరింపు లో
కప్రథమానకీర్తి యొసకంబుగఁ గైకొనుమంచు నిచ్చె న
వ్విప్రకులాగ్రగణ్యునకు విశ్రుతపుణ్యునకుం గృపావిశే
షప్రతిపత్తితో నమృతసాగరదత్తవినూత్నరత్నముల్. 117

క. ఇచ్చిన మనుజులు నృపతులు, నిచ్చలఁ గడు మెచ్చి మెచ్చి యీయౌదార్యం
బెచ్చటను వినఁగఁ జూడఁగ, నచ్చెరు వని ప్రస్తుతించి రాసమయమునన్. 118

వ. అనవరతాహూయమానాగ్నిభట్టారకుం డైనవరరుచిభట్టారకుండు చనుదెంచి యజనవా
సరం బాసన్నం బగుటయుఁ బ్రసంగించి శకాంతకునకు నిట్లనియె. 119

సీ. మున్ను నీభండారమున నున్నబహురత్నకాంచనావళు లసంఖ్యములు గలవు
సతతంబుఁ గంధానుసంధీయమానంబు లగుమాడలు గణింప నలవి గాదు
నృపులచే భట్టి కానికలఁ దెచ్చినసొమ్ము కొలఁది యెవ్వరికి వ్రాయవ్వ రాదు

తగ క్షేత్రములను చింతామణి చేతులఁ బరుసవేదియు నుండు సిరులఁ బెనుప
నీవు జగదేకదానదీక్షావిధాన, గురుఁడ వటుగాన వేదోక్తసరణికంటెఁ
బదిమడుంగులు దక్షిణ లొదవ నిచ్చి, మేదినీనాథ దాశాశ్వమేధ వగుము. 120

ఆ. అన్నయన్నపలుకు లన్నియు గురుమంత్ర, సరణి నాత్మ నునిచి సాహసాంక
మనుజనాయకుండు మఱునాఁటిపున్నము, జన్నమునకు దొడఁగె సముచితముగ. 121

ఆ. అమరగురుసమాను లైనయాజ్ఞికముఖ్యు, లఖిలసత్క్రియలును నాచరింప
నవభృథంబు సారక యంకురితలంబులై, యతిశయిల్లె నమ్మహాధ్వరంబు. 122

క. అనలుఁడు ప్రవర్గ్యవేళను, ఘనదీప్తులతోడ నూర్ధ్వగతిఁ గనుపట్టెన్
మనుజేశ్వరునధ్వరమునఁ, దనహృదయం బలర మిన్ను దాఁకినభంగిన్. 123

సీ. అమృతోపమానంబు లైనయన్నంబులు కడిమాడ సేయంగఁ గుడుచువారు
బహుధనధాన్యసంపదలసొంపువహించి పేదరికని బొమ్మవెట్టువారు
వరరత్నభూషణాంబరసమగ్రత మించి ప్రీతిఁ బ్రొద్దొకవన్నె పెట్టువారు
నాచంద్రతారార్కమైననిర్వాహముల్ గాంచి యుల్లము పల్లవించువారుఁ
గోఁకలకంటె సాహస్రగుణితఫలముఁ, బొరసి యవ్విభు వెయినోళ్లఁ బొగడువారుఁ
గాని మిన్నక యుండెడుమానవుండు, మందునకునైన లేఁడు తన్మఖమునందు. 124

చ. వనమలరంగ భూసురసమాజము కోటి భుజించెనేని క్రం
గనఁ దనుఁదాన క్రోయు జయఘంటిక తన్మఖవాసరంబులం
దొనర నిమేషమాత్రమును నూరకయుండక మ్రోయుచుండె స
న్మునిజనకోటి నివ్వెర మునుంగ నమందరవంబు పెంపునన్. 125

ఉ. ఏచినవాఙ్మయప్రతిభ లెంతయుఁ జిత్రముగా నధీతిబో
ధాచరణప్రచారణసదర్థముగా శ్రుతిశాస్త్రముఖ్యవి
ద్యాచతురత్వముల్ మెఱయునట్టిమహాత్ముల కాని యెవ్వనిం
జూచిన నల్పమానవుఁడు సున్న తదీయసదస్యకోటిలోన్. 126

క. సురుచిరమై యష్టాదశ, కరమితమై పసిఁడియిట్టికల నిర్మితమై
యరయఁ జతుస్సీత్యంబై, గరుడాకృతి వేది యొప్పెఁ గడు నద్భుతమై. 127

వ. విధ్యుక్తప్రకారంబుగా మేధ్యాశ్వబంధన బంధురం బైనయూపంబుచుట్టును ఖాదిరంబులుం బాలాశంబులు బైల్వంబులుంగా నాఱేసియు దేవదారుమయంబులు రెండును శ్లేష్మాతకవిరచితం బొక్కటియునుంగా నేకోత్తరవింశతి యూపంబులు నలంకారార్థంబుగా ననేకశాతకుంభయూపంబులుం బ్రతిష్ఠించి యందు జలచరశతంబునుం బక్షిశతంబునుం జతుశ్చరణశతంబునుంగా మున్నూఱుపశువుల నమర్చి తద్విశసనానంతరంబున నశ్వాలంభనం బొనరించి తదీయంబు లగుమాంసంబులలోనం దత్తద్దేవతా ప్రియ

కరంబు లైనయూపహుతులు గావించునప్పు డనంగవతీమహాదేవిచేత సర్పాంబు లగుహుతంబులు సేయించి పరిశిష్టంబు లగునవయవంబులు ఋత్విజులు యథోక్తహుతంబులు గావించిరి. తదీయహోసుగంధంబు ఘ్రాణతర్పణంబు గావించి శీలవతీసుతుండు సప్తసదస్యయుతుం డై యుచ్చైర్నినాదం బగునాశీర్వాదంబు చేసె. తదనంతరంబ సాహసాంకమహీవల్లభుండు. 128

క. ఆక్షీణదానలీలా, దక్షుం డై ఋత్విజులకు దశగుణితముగా
దక్షిణ లొసఁగెను సత్త్రము, పక్షమున దశాశ్వమేధఫలతత్పరతన్. 129

క. హాటకములు దక్షిణగాఁ, గోటానంగోటు లొసఁగి కుంభినియెల్లం
బాటించి దారవోసెను హాటకగర్భప్రభావుఁ డగువరరుచికిన్. 130

వ. అతఁ డమ్మహీదానప్రతిగ్రహానంతరంబున నమ్మహీకాంతున కిట్లనియె. 131

ఉ. దానఘనుండ వౌట మఘుదక్షిణగా ధరయెల్ల నిచ్చి తీ
వేనది విప్రవర్గమున కిచ్చితి నీవు భుజాగ్రపీఠికం
బూని ధరించుభూతలము భూసురకోటి భరింప నేర్చునే
యేనుఁగుపల్లనం బిడిన నేడికకున్ వశమే వహింపఁగన్. 132

శా. ఉర్వీమూలము కోటికోటులు ధనం బొప్పించి విప్రాళిచే
సర్వక్షోణియు నీవు గైకొనుట కర్జం బన్న నాయన్నయం
తర్వాణిత్వము మెచ్చి భూవిభుఁడు తద్వాక్యంబు చెల్లించి మున్
"గుర్వాజ్ఞాం ప్రతిపాలయే"త్తనెడి పల్కుల్ బుద్ధిఁ గీలించుచున్. 133

ఉ. చిత్రతరంబు లైనయవశిష్టధనంబులు రాగమంజరీ
పుత్త్రుఁడు సత్కృపామహిమఁ బూనినచూపులఁ జూచి దానవై
చిత్రి యెలర్ప నిచ్చుటయుఁ జిత్తములం బ్రియమంది బ్రాహ్మణ
క్షత్త్రియవైశ్యశూద్రు లొగిఁ గైకొని మోచిరి త్రవ్వితండముల్. 134

వ. అనంతరంబ యవభృథాభిషేకనిరతిశయతేజోవిరాజితుం డై యారాజశేఖరుం డాత్మీయమందిరంబుఁ బ్రవేశించి యాస్థానమండపాభ్యంతరంబున నిరంతరమణిమరీచి విలసదున్నతద్వాత్రింశత్సాలభంజికారంజితం బైనదివ్యసింహాసనంబున నాసీనుం డై సముచితసంభావనాపూర్వకంబుగా సర్వసంయమిద్విజసర్వంసహాధీశ్వరుల నిజస్థానంబులకుం జన నియమించి. 135

ఆ. వితరణంబుగని వివేకంబుకందువ, సత్యశౌచములకు జన్మభూమి
సాహసంబునెలవు శౌర్యంబుపాదవు నా, విక్రమార్కవిభుఁడు వినుతికెక్కె. 136

క. సజ్జనపరితోషకుఁడు జ, గజ్జనజనకుఁడు శత్రుగణకంఠాసృ
గ్జనకాంక్షేయుఁడునై, యుజ్జయినీనగర మేలుచుండెను గడిమిన్. 137

వ. అట్లుండి. 138

శా. ఆభూపాలకుఁ డొక్కనాఁడు మృగయావ్యాపారలీలాగతిన్
శోభాబంధురవాహవారణరథస్తోమంబు దుర్గాటవీ
క్షోభంబుం బొదలింపఁగా మెలఁగ నచ్చో నొక్కనో నొంటిపై
నాభీలం బగుదంష్ట్రివెంట నట డయ్యం బాఱె ఖిన్నాంగుఁడై. 139

క. ఘనవటవిటపిచ్ఛాయను, జనపతి శయనించి యున్న సమయమున జగ
జ్జననుతుఁడు దేవదత్తుం, డనుభూసురవర్యుఁ డొక్కఁ డతనిం గాంచెన్. 140

తే. కాంచి యవ్విభుతనుపరిక్లాంతి యెఱిఁగి, చేతికుండికాజలముల సేదఁదేర్చి
యాత్మపురమున కేతేర నవధరింపు, మండలాధీశ యొంటిపై నుండ నేల. 141

చ. అనినఁ బ్రమోద మంది వసుధామగవర్యునిఁ గూడి విక్రమా
ర్కనృపవరేణ్యుఁ డాత్మనగరంబునకుం జనియెన్ ద్విజుండునుం
దనపదనంబుచేరెఁ బ్రమదంబున నమ్మఱునాఁడు పిల్చి య
జ్జనపతి దేవదత్తునకు సమ్మతి నిచ్చెఁ బురోహితత్వమున్. 142

వ. ఇచ్చి యొక్కనాఁడు. 143

తే. కలయఁగాఁ జూచి కొల్వులోఁ గల్గువారు, వినఁగ దేవదత్తుఁడు మున్ను విపినభూమిఁ
గోరి నాకుఁజేసినయుపకారమునకు, మాఱుసేయ నెన్నఁడు సమకూఱు నొక్కొ. 144

వ. అనిన నమ్మాటకు దేవదత్తుండు నృపోత్తమునియాసన్నవర్తిత్వంబునం జేసితనవర్తనంబఖిలజనంబులు పరికీర్తనంబు సేయం బ్రవర్తించుచు నొక్కనాఁడు సర్వాభరణభూషితుండైనరాజకుమారుండు ముంగిట నాడ ముద్దాడువాఁడునుంబోలె నెవ్వరు నెఱుఁగకుండ గూఢవృత్తి నెత్తుకొని నిజనివాసంబునకుం జనియె నంత నక్కుమారు నెల్లవారు నెల్లెడల నరసి కానక ధాత్రీశ్వరున కత్తెఱం గెఱింగించిన నతండును గుమారాన్వేషణంబునకుఁ దలవరుల నియోగించిన నయ్యారెకులు చని పురంబు సర్వంబును శోధించి విపణివీథిం దదీయాభరణమ్ము లమ్మునమ్మహీసురు మచ్చంబులోడం బట్టి తెచ్చి సమ్ముఖమ్మునం బెట్టిన నమ్మహీపాలుం డుచితాలాపంబుల వెఱపువాపి యడుగుటయు. 145

ఉ. భూసురముఖ్యుఁ డిట్లనియె భూషణసంగ్రహణాభిలాషినై
యాసురవృత్తిఁ బూని భవదాత్మజుఁ జెప్పఁగ రానిచేఁత నేఁ
జేసితి నావుడున్ సభ నశేషజనమ్ములుఁ గ్రూరదండితుం
జేసినఁగాక యీ చెడుగు చేసిన సేఁత సహింపవచ్చునే. 146

క. ఈభూషణంబు లెక్కడ, నాభూపకుమారుఁ డేడ నకటా కృప లే
కేభంగిఁ దెగి వధించితి, వేభూములఁ జెప్పఁ గలరె యిట్టిదురాత్ముల్. 147

వ. అని కలుషించి దండింపం దలంచి. 148

ఆ. కొలువు వెడల నీడ్చికొనిపోవ నతిసంభ్రమమున విక్రమార్కమనుజవిభుఁడు
వారి మగఁడ బిలిచి వలదని వారించి, యెల్లవారు వినఁగ నిట్టు లనియె. 149

క. మున్నొకపురుషార్థము మది, నెన్నఁడు మఱవంగ రాని దితఁ డొనరించెన్
నన్నును నేనెఱుఁగక పడి, యున్నెడ వనభూమి శీతలోదక మొసఁగన్. 150

ఉ. కావున నీతఁ డింతయుపకారము చేసిన సైఁపఁ బాడి యే
నావిపినంబు వెల్వడిక దా పురికిం జనుదెంచి రాజనై
యీవిభవంబునై మనుట యెంతటిత ప్పిది నాకుఁ దప్పినన్
దైవముసాక్షి యీతనికిఁ దప్ప నొకింతయు మాట లేటికిన్. 151

ఉ. ఆపద చక్కఁబెట్టి తనయక్కఱ లెల్లను దీర్చి యెయ్యెడం
బ్రాపయి నట్టికార్యములపట్టున నిర్వహణం బొనర్పఁగా
నోపి తను స్మరించినబుధోత్తము నొప్పరికించునమ్మహా
పాపికి నెన్ని జన్మములఁ బాయునొకో క్రిమికీటజన్మముల్. 152

ఉ. నావుడు రాజుసభ్యవచనంబున కెంతయు సంతసిల్లి భూ
దేవుఁడు మందిరంబునకు దిగ్గనఁ బాఱి కుమారుఁ దెచ్చి ధా
త్రీవరు సంకపీఠి నిడి దీవన లొప్పఁగ నిచ్చి తత్సభా
కోవిదకోటి డెందమునకుం బ్రమదంబు జనింప నిట్లనున్. 153

ఉ. దేవర నేఁడు కొల్వున మదిం గడు నెంతయు సంతసించి సం
భావనమీఱ నాకు నొకప్రత్యుపకారము సేయఁబూనుటే
నావల నీవల న్విని యథార్థ మెఱుంగుటకై యొనర్చితిన్
నా వెడబుద్ధికి న్మనమునం గలుషింపకుమయ్య వేఁడెదన్. 154

క. అనవుడు ధరామరేంద్రుని, కనుపమమణిభూషణాదు లగుసంపదలన్
మనమలరఁజేసి గృహమున, కనిచె సభాసదులు నిచ్చ నచ్చెరువందన్. 155

వ. ఇత్తెఱంగున విక్రమార్కావనీశ్వరుండు సత్యవచనప్రత్యుపకారపరాయణుండై ధరా
పరిపాలనంబు సేయుచుండె నంత. 156

తే. అన్నరేంద్రుపురోహితుఁ డార్యనుతుఁడు, వేదవేదాంతవేదివివేకఘనుఁడు
దత్తనూజుఁడు మదవతీచిత్తహరణ, హరిలీలాకరుఁడు కమలాకరుండు. 157

వ. అక్కుమారుండు విద్యావిదూరుం డగుట గనుంగొని జనకుం డతని కిట్లనియె. 158

క. శత్రుఁడు చదువనిపుత్త్రుఁడు, శత్రుఁడు ఋణకారి యైనజనకుఁడు మిగులన్
శత్రువు రూపసియగుసతి, శత్రువు దుశ్చరిత యైనజనని తలంపన్. 159

క. కుల్ల ముద్ధరింపు చదువం, దలకొనుము “వచస్సుభాషితపరివ్యక్తం
బల మేవ హి కేవల” మను, పలుకు పురాతనము గాక ప్రత్యక్షంబే. 160

వ. అని ప్రార్థించినం గమలాకరుఁ డొక్కింతచింతాక్రాంతుండై యుండి నిశ్చితాంతఃకర
ణుండై తండ్రి కిట్లనియె. 161

ఉ. వేదపురాణశాస్త్రముఖవిద్యలు సర్వము నభ్యసించి లో
కాదరణీయసారకవితాభ్యసనం బొనరించి మేటి నై
యాదిమునీంద్రవర్తనగుణాఢ్యుఁడనై చనుదెంచి నీకు స
మ్మోద మొనర్తు నాపలు కమోఘపదం బని చెప్పి నమ్రుఁడై. 162

వ. తండ్రి వీడ్కొని మహీమండలమండనం బైనకాశ్మీరమండలంబునకుం జని యందు సర
స్వతీవిహారసదనంబునుంబోని యొక్కమహాగ్రహారంబున సన్నిహితచంద్రజూటుం డ
గుచంద్రచూడుం డనువిద్వచ్చూడామణిపాలికిం జని నమస్కరించి తనయభిలాషం బు
నెఱింగించి దేవతానిర్విశేషంబు గాఁ బరిచర్య సేయుచుండ నతనిసేవాతాత్పర్యంబునకు
సంతసిల్లి సిద్ధసారస్వతమంత్రం బుపదేశించె నంతం దదనుష్ఠానవిశేషంబునకు శారద
ప్రత్యక్షంబై యతనిసముచితవిద్యావిశారదుం గావించిన లబ్ధకాముండై పితృదర్శన
ప్రీతిగురునియుక్తుండై యుజ్జయినీపురంబునకు వచ్చి నిజమందిరంబు ప్రవేశించి. 163

చ. జనకునిఁ గాంచి భక్తిభయసంభ్రమసంభృతుఁడై నమస్కరిం
చిన నతఁ డెత్తి నందనునిఁ జిక్కఁగ గవుంగిటఁ జేర్చి చెక్కుఁదీ
వన లొనరించె ముత్పులకవారము సమ్మదబాష్పపూరముం
దనరఁగ సమ్మదం బొదవఁ దాల్చెఁ గళీలవికాసలక్ష్మితోన్. 164

వ. అమ్మఱునాఁడు. 165

ఉ. భూవరుసమ్ముఖంబునకుఁ బోయి ప్రసన్నతఁ గాంచి యింపుమైఁ
గోవిదవర్ధనీయ మగుగోష్ఠి యొనర్చిన నవ్విభుండు మో
దావహచిత్తుఁడై యభిమతార్థపరంపర లిచ్చి యమ్మహీ
దేవకుమారచంద్రమునిదిక్కుఁ గనుంగొని ప్రీతి నిట్లనున్. 166

తే. ఈవు బహుదేశములఁ జరియించి యచ్చ, టచట నేమేమిచోద్యంబు లనుచరిత
కనినవినినవి క్రొత్తలు గలిగె నేని, నాకుఁ జెప్పుమ యనఁ గమలాకరుండు. 167

క. పరిచితవిద్యానిధినై, గురునాథునిచే ననుజ్ఞ గొని యిట మిమ్మున్
దరిసించు నభిమతంబున, నరుదెంచుచు నుండి మండలాధిప యంతన్. 168

తే. కాంచి యేలెడుజయసేనుఁ గాంచి యతఁడు, నన్ను మన్నింప నందుఁ గొన్నాళ్ళు నిలిచి
యొక్కనాఁ డేను బొడగంటి నొకవధూటి, నావిలాసిని చెలువ మేమని నుతింతు.

సీ. పోలఁతి వేనలితోడఁ బురివెమ్మి తనపురి ప్రతివచ్చునని పాముఁ బట్టెనేని
యింతి నెమ్మోముతో నెనయుదునని వార్ధిపట్టి విష్ణుపదంబు ముట్టెనేని
చామచన్నులతోడ సరివత్తుమని కోకములు దండగుండాన మునిఁగెనేని

యతివమై దొరయుదు నని సువర్ణశలాక వహ్నిలోపలఁ జొచ్చి వచ్చెనేని
నిక్కవంబుగ నమ్మంగనేర కజుఁడు, శుద్ధపట్టంబు గమటకుఁ జొరక మాని
ననిన నయ్యంబుజాతాయతాక్షి తోడ, నితరవనితల నుపమింప నెట్లువచ్చు. 170

క. ఆయంగనక్రేఁగన్నుల, యొయ్యారపుఁగలికిచూపుటురులం బడినం
గాయజునిచిత్తమైనను, గాయజసంతాపవహ్నిఁ గరఁగక యున్నే. 171

సీ. చంద్రబింబముఁ బాలసంద్రంబులోఁ దోఁచి కందెల్లఁ బోఁబులు కడుగకున్నఁ
గానుబాణంబులఁ గరసానఁబట్టించి తొలుకారుమెఱుఁగునఁ దోడయకున్నఁ
బసిఁడిసలాకఁ బరిమళం బొనఁగూర్చి గరువంపువెన్నెలఁ గరఁగకున్న
జిగికందకుండ లేఁజిగురాకు గొనివచ్చి యొగరెల్లఁ బుచ్చి యింపొసఁగకున్నఁ
గాంతనెమ్మోమునకు వాలుఁగన్నులకును, వఱలునునుమేనికిని నొప్పువాతెఱకును
నీడుజోడైనప్రతి యని యెన్నఁగడిఁది, హస్తిమశకాంతరము సహజైకకాంతి. 172

క. అన్నాతిముద్దుమోమును, దిన్ననినెన్నడుము నగవు దేఱెడికన్నుల్
పెన్నెఱివేణియుఁ గ్రొవ్విన, చన్నులునుం గనినఁ బుష్పశరుఁడుం గరఁగున్. 173

వ. అది నరమోహిని యనువారనారీతిలకంబు. 174

ఆ. అవధూటితోడ ననుభవకేళికి, నభిలషించి యెవ్వఁ డరిగెనేని
నతఁడు రాత్రిసాభిహతుఁ డగు నారాత్రి, యంద దాని కిట్టి నింద గలదు. 173

వ. తన్నిమిత్తంబున. 176

క. పురిలోన నెదురుఁ దెరువై, యరుదెంచిన నవ్వధూటి నంగుళిఁజూపం
గరముద్ధిఁ జూడ వెఱతురు, పురుషులు రక్కసుఁడు చంపుఁ బొమ్మని భీతిన్. 177

క. అని విన్నప మొనరించిన, విని వేడ్కను విక్రమార్కవిభుఁ డప్పుడ స
జ్జనహితుఁ డగుకమలాకరుఁ, డనుచరుఁడై యరుగుదేర నరుదెంచి, తగన్. 178

క. కాంచెం గాంచీపురముం, గాంచనమణిసౌధసాలఘనగోపురముం
జంచలనయనానటనస, ముంచితపర్యటనరణితమణినూపురమున్. 178

వ. కాంచి యందు నయ్యిందువదనమందిరంబునకుఁ గమలాకరమహీసురోపదిష్టమార్గంబు
నం జని యజ్జనవరుండు. 180

క. నరమోహనవిలసనముల, మరుమోహనశరముకంటె మధురాకృతియై
నరమోహిని యనఁదగియెడు, నరమోహినిఁ గాంచి మనుజనాథుఁడు మదిలోన్. 181

ఉ. ముప్పిరిగొన్న వేడ్క నరమోహినిపై నెలకొన్నచూపులం
ద్రిప్పఁగలేని యామదవతీరమణీయతప్రాపున న్మరుం
డప్పురమేళపద్మనయనాంబుజగర్భుల నైన వ్రేల్మిడిం
ద్రిప్పులబెట్టు నంచు వినుతించి మదిం దిలకించి వెండియున్. 182

ఆ. ఈవధూటిరూపయౌవనసంపద, కాముకులకు లోచనామృతంబు
చిత్రగతి మృతంబు సేయుచున్నది, కనకపాత్రలోనిగరళమట్లు. 183

వ. అని తలంచుచున్నయవసరంబునఁ గమలాకరుం డాకమలానన కిట్లనియె. 184

ఉ. ధీరుఁడు విక్రమార్కజగతీతలనాథుఁడు నిన్నుఁ జూచి ని
చ్చారతి వీఁడె వచ్చె ననఁ; జాఁగిలి మ్రొక్కి ప్రియోక్తి నిట్లనుం
గ్రూరనిశాచరుం డొకఁడు కూరిమి నాయెడఁ గల్గియుండు సం
హార మొనర్చు వచ్చినవిటావళిఁ దన్నిశ నొక్కప్రేల్మిడిన్. 185

వ. అని తన తెఱం గెఱిఁగించి మహీవల్లభునకు నప్పల్లవాధర యుచితోపచారంబు లొన
రించి సరసకథాభూషణంబు లగుభాషణంబులం బ్రొద్దుపుచ్చుచున్నయంత సాయం
తనసమయం బగుటయు. 186

చ. మునుకొని దంష్ట్రికారుచులు ముందటిచీఁకటి వెల్లఁ బాపఁగా
వెనుకఁ దమాలనీలనిజవిగ్రహదీప్తులు చిమ్మచీఁకటిం
బెనుపఁగఁ గొమ్ముటేనుఁగువిభీషణతం జనుదెంచు కైవడిన్
దనుజవరుండు వచ్చెఁ దనదారుణరూపము భీతిఁ బెంపఁగన్. 187

ఉ. తత్సమయంబునందు వసుధావరుఁ డుద్ధతుఁడై యదల్చి యు
ద్యత్సముదగ్రసింహగతి దైత్యుని మార్కొని రోరిదుష్ట ని
న్మత్సరబుద్ధి నీక్షణము మర్దితుఁ జేసి ధరిత్రికెల్ల న
త్యుత్సవ మేనొనర్చెదఁ బయోరుహలోచనకోర్కి దీర్చెదన్. 188

చ. అన విని దానవేశ్వరుఁ డహంకృతి రౌద్రరసంబు మూర్తిగై
కొనినవిధంబునన్ నృపతికుంజరు నేడ్తెఱఁ దాఁకి వీఁకమైఁ
బెనఁగి పెనంగి లావఱఁ జేర్చి నరేంద్రుఁడు కాళ్లుపట్టి నే
ల నడిచి మల్లవిద్య సఫలంబుగ బీనుఁగుఁ జేసె దానవున్. 189

తే. ఇట్లు దానవు వెసఁ జంపి యిల్లువెడలఁ, విడిచి వైచిన మేదినీధవునిఁ జూచి
హర్షమున నరమోహిని యల్ల నగుచు, నింపు రెట్టింప నతనితో నిట్టులనియె. 190

క. నరమోహిని నానామము, నరఘాతిని యని జనంబు నను నిందించున్
నరనాథ నింద మాన్పితి, చరితార్థం బయ్యె నాదుజననం బరయన్. 191

తే. ఏను మీపనిచినపని యెట్టిదైనఁ, జేసి మీదాసినై సేవ సేయుదాన
ననిన విక్రమాదిత్యుఁ డట్లైన నీవు, నాకుఁ బ్రియముగ నొకటి యొనర్పవలయు. 193

క. లోకవిలోచనకైరవ, రాకాచంద్రుం డితండు రమణీమణి నీ
వీకమలాకరుఁ బ్రియుఁగాఁ, గైకొను మిది నాకుఁ బ్రియము కమలదళాక్షీ. 193

వ. అని యయ్యుదయపురం గూర్చి యజ్జననాథుం డుజ్జయినీపురంబునకుం జని దుష్టనిగ్రహ
శిష్టప్రతిపాలనంబులు సహజఖేలనంబులుగా ననయంబును సర్వంసహానిర్వహణదుర్వా
రభుజాగర్వఖర్వేతరుండై రాజ్యంబు సేయుచుండి జగంబున నత్యాశ్చర్యభరితంబులై
న చరితంబు లెఱుంగ వేఁడి కర్ణావతంసీకృతకౌక్షేయకసహాయుండై చని యొక్కరుండు
ను పెక్కుదిక్కులం జరియించుచు నొక్కనాఁడు 194

క. పేరడవిలోన రాఁగా, నీరజహితుఁ డస్తమించి నెఱి నఖిలాశా
పూరితమై తమ మెచ్చెను, భూరివదాన్యులవితీర్ణి బోల్పఁగఁ బట్టై. 195

క. ఆచీఁకటి నొక్కఁడును, ద్రోచిచనఁగ రామి ననతిదూరంబున వా
గ్గోచరము గానియున్నతి, నేచినవటవిటపినీడ నెలమి వసించెన్. 196

వ. అట్లున్న సమయంబున. 197

క. ఆవిటపి నుచితవచన, ప్రావీణ్యము మెఱయ నున్నపక్షులకుఁ జిరం
జీవి యనువిహగముఖ్యుఁడు, కోవిదబహుమాననీయగుణుఁ డిట్లనియెన్. 198

క. మీ రాహారార్థముగాఁ, గోరి చరింతురు సమస్తఘోరాటవులన్
దూరగ్రామంబుల ఫలి, తారామంబులను దశదిశాంతరములలోన్. 199

తే. కన్నచోద్యంబు లేవేని గల్గె నేని, నాకు నెఱిఁగింపుఁ డేను వినంగవలతు
ననిన నందులో నబ్బురికాభిధాన, మొకపతత్రి యిట్లనియె నేఁ డుదయవేళ. 200

క. ఏ మొకకొందఱము మహా, గ్రామవనాంతరము లెల్లఁ గడచి చని గ్రహ
స్తోమగతిప్రతిరోధన, భూమాకంప్య మగు వింధ్యముసమీపమునన్. 201

క. చైత్రరథనందనంబుల, చిత్రస్ఫురణమున నుల్లసిల్లుఁ బ్రశంసా
పాత్రమయి యొక్కవిపినము, చైత్రరమాకాంతజన్మసదనం బగుచున్. 202

వ. అవ్వనంబున వన్యఫలాహరణార్థంబు సంచరించుచు నొక్కయెడం గమలకల్హా
రకుముదశోభితంబును గలహంసకారండవక్రౌంచచక్రవాకసారసమదసారంగసంకు
లారావవిరాజితంబును నగు నొక్కకమలాకరంబుతీరదేశంబున ననేకబంధులోక
పరివృతుండును దీర్ఘనిశ్వాసపవనధూళిధూసరితవదనుండును గళద్బాష్పనయనకమ
లుండును దురంతదుఃఖపరవశుండునునై యున్నకంకాళఖండనుం డను నొక్క
విహంగపుంగవుం గని చేరంజని తన్నెఱిఁగించుకొని దుఃఖకారణం బడిగిన నతం డెట్ట
కేలకుఁ జిత్తంబుకలంక దీర్చుకొని యాకొలంకున నాతో నిట్లనియె. 203

తే. ద్వాదశగ్రామములకు నధ్యక్షుఁ డొక్క, రాక్షసుఁడు వింధ్యనగగహ్వరమున నుండు
నతని కాయూళ్లవార లాహార మెపుడు, బండిఁ గొనిపోయి పెట్టుదు రొండొకండ.

వ. వాఁ డన్నరమహిషసహితంబుగాఁ దదన్నంబు భక్షించుచుండు. 205

క. ఇలువరుస గాఁగ నీక్రియఁ, గలవారల నెల్లఁ బుచ్చెఁ గాలుని పురికిన్
ఖలుఁ డగునా రాక్షసుఁ డా, కులపడఁ ద్రిజగంబు నతఁడు కుపితుండైనన్. 206

ఉ. ఏమని చెప్పుదున్ ఖగకులేశ్వర నా సఖుఁ డొక్క భూసుర
గ్రామణి చావఁ గాఁ గలఁడు రాక్షసుచే నది మాన్పఁ ద్రోవ లే
దేమియుఁ జూచినన్ హితులయిష్ట మొనర్పఁగ లేని నా భవం
బేమి భవంబు దీనికిని నే దరపిల్లెద నేమి సేయుదున్. 207

వ. అనిన నేనిట్లంటి. 208

క. నరులకుఁ బక్షులకును నె, య్యమున సమకూరు మిత్రభావం బిది య
చ్చెరువు వినవలతు నా కిది, పరిపాటి నెఱుంగఁ జెప్పు బంధునిధానా. 209

వ. అనినఁ గంకాళఖండనుం డిట్లనియె. 210

క. నా చుట్టంబులు నేనును, వే చని యశనార్థ మడవి విహరింపంగాఁ
జూచి మముఁ బట్టఁ దిరిగెడు, నీచుఁ డొకఁడు మా చరించు నెల వెఱిఁగి తగన్. 211

క. మచ్చులిడి యుఱులు బోనులు, నచ్చట వెస నొగ్గి చనిన నది యెఱుఁగక యా
మచ్చుచ్చుఱులను బడి వగ, నిచ్చను దురపిల్లుచున్న యెడ నచ్చటికిన్. 212

వ. సమిత్కుశార్థంబు దైవవశంబున. 213

క. వచ్చి యొక ద్విజకుమారుఁడు, చెచ్చెర మముఁ జూచి కరుణ చిగురొత్తంగాఁ
గ్రచ్చఱ నయ్యుఱు లూడ్చిన, నిచ్చల మామనికిపట్లఁ జేరితిమి వెసన్. 214

క. అది చనియును నేఁటికి నిరు, వదియేఁడులు గడచె నాఁటఁ బట్టియు నేనా
మది నాతని యాపదసం, పద నాయది గాఁ దలంతు బంధుత్వమునన్. 215

క. అని చెప్పిన విని వచ్చితి, నని చెప్పిన విహగవిభుని యాలాపంబుల్
వినియెఁ జెవియొడ్డి భూరుహ, మున క్రింద వసించి యున్న భూమీశ్వరుఁడున్. 216

క. విని యపుడ కదలి జా మె, క్కినయంతకుఁ జనియె నసురకేళీసదనా
వనిభృత్కంధరభూమికిఁ, దన కిదియ పరోపకృతికిఁ దఱి పొమ్మనుచున్. 217

క. చని వధ్యశిలాస్థలి స్సజ్జనపతి కూర్చుండె నిర్విశంకత నంతం
గనియె గుహ వెడలి చనుదెం, చి నిశాటుఁడు వధ్యశిల వసించినవానిన్. 218

చ. కని భ్రుకుటీమహోగ్రపరికంపితఫాలభయంకరాస్యసం
జనితనిదాఘవారికణజాలవిజృంభణరౌద్రమూర్తియై
యనియెఁ గణంగి రోరి మనుజాధమ నిచ్చలుఁ దెచ్చు వంటకం
బును నులివేఁడి కూరలు నపూపములున్ గొనిరా కహంకృతిన్. 219

తే. ఒక్కఁడవ వచ్చి వధశిల యెక్కి నన్ను, నపహసించుచు నున్నాఁడ వనుచుఁ దీవ్ర
గమనుఁడై చనుదెంచు రాక్షసుని తోడ, నృపతి నిశ్శంక నిట్లను నిభృతుఁ డగుచు.

చ. దితిసుత నేఁడు చావనరుదెంచుమహీసురవర్యుమాఱు వ
చ్చితిఁ బరదేశి నాచనవు చేకొని మత్తనురక్తమాంసముల్
ధృతిఁ గొను మంతకంటెఁ బరితృప్తి యొనర్చు మదన్వయక్రమా
గత మగునిప్పరోపకృతికల్పనఁ బారమువొందఁ జేయుమీ. 221

ఉ. నావుడు దానవేంద్రుఁడు మనంబున నచ్చెరువంది సత్కృపా
భావనమం బరోపకృతిభంగికి మెచ్చితి వేఁడు మర్థి నీ
కేవర మైన నిచ్చెదఁ బ్రహృష్టమనస్కుఁడ నైతి నీయెడన్
నావుడు విక్రమార్కనరనాథుఁడు నద్దనుజేంద్రుతోడుతన్. 222

ఆ. ఈవివేకబుద్ధి యీచిత్తసంశుద్ధి, యీకృపారసావసేకసిద్ధి
కలదె యొరుల కెందుఁ గారణజన్ముండ, వగుటఁ జేసి నీక యబ్బెఁ గాక. 223

తే. నాకు వరమిత్తు ననుమాట నైజమేని, మనుజవధ యొనరింపక మాను మనినఁ
దత్పరోపకారైకతత్పరత కలరి, యట్లచేసెద నని పల్కి యసుర చనియె. 224

వ. ఇవ్విధంబున. 225

ఆ. భూపచంద్రముఁడు “పరోపకారార్థమి, దంశరీర” మనినధర్మమార్గ
సరణి దప్పకుండ సకలార్థిరక్షణ, వర్తనమున నిత్యకీర్తిఁ గాంచె. 226

మ. పరమబ్రాహ్మణదేవభక్తినియమప్రజ్ఞారమాలంకృతా
పరుషారాతిమహీశమంత్రిజనశుంభద్గర్వసంరంభసం
హరణప్రౌఢనయోన్నతా కనకదండాందోళికాఛత్రచా
మరముఖోజ్జ్వలరాజచిహ్నమయసమ్యగ్వైభవప్రాభవా. 227

క. భావపరిశుద్ధికలనా; ప్రావీణ్యామృతగిరీశపావనపదరా
జీవయుగభక్తితత్పర, సేవాహేవాకనిరతసిద్ధయపౌత్త్రా. 228

కాంతవృత్తము.

ధారాధరవాహనధైర్యాకృతీ, క్షీరాబ్ధిశబీశ్వరశీతలరు
గ్ధారాధరకల్పకకామగవీ, తారాధిపసన్నిభదాననిధీ.

గద్యము. ఇది శ్రీమదఖిలకవిమిత్త్ర పెద్దయ యన్నయామాత్యపుత్త్ర
శారదాదయావిధేయ జక్కయనామధేయ ప్రణీతంబైన
విక్రమార్కచరిత్రం బనుమహాకావ్యంబునందుఁ
బంచమాశ్వాసము.

శ్రీరస్తు.

విక్రమార్కచరిత్రము.

షష్ఠాశ్వాసము.

శ్రీమేళనగుణఖేలన
సామాదికచతురుపాయచాతుర్యనిధీ
స్వామిహితకార్యఘటనా
సౌముఖ్య జగత్ప్రసిద్ధ జన్నయసిద్ధా 1

సీ. విభవంబుపొలుపున విలువిద్యబలుపునఁ బురుహూతుఁ దత్సుతుఁ బోలు ననఁగ
సత్ప్రభ పెంపునఁ జాగంబుసొంపున మిత్త్రుఁ దత్పుత్త్రు మీఱు ననఁగ
రాజరాజవిభూతి రతివిహారఖ్యాతి ధనదుఁ దత్సూనుని నెనయు ననఁగ
గంభీరతాస్ఫూర్తి ఘనకాంతిమయమూర్తి శరధిఁ దదాత్మజు దొరయు ననఁగ
నిరతసేవాగతాగణ్యనృపవరేణ్య, నుతకిరీటాగ్రకీలితనూత్నరత్న
కిరణనికరారుణారుణచరణుఁ డగుచు, విక్రమాదిత్యవసుమతీవిభుఁడు మెఱసె. 2

వ. అమ్మహీపతి యొక్కనాఁడు సకలప్రధానదండనాథసామంత మండలేశ్వరసమూహం
బును గురుభూసురపురోహితబంధుమిత్త్రపుత్త్రపౌత్త్రప్రకరంబును గవిగాయకపాఠక
వైతాళిక సందోహంబును బరివేష్టింప మణిగణభూషణప్రభాపటలజటిలశోభితాంగుం
డై మౌక్తిక హారంబునడిమినాయకరత్నంబునుంబోలెఁ దేజరిల్లుచు మణిమయోన్నత
భద్రసింహాసనాసీనుండై పేరోలగం బున్న సమయంబున. 3

సీ. ఆదినాథునియపరావతారము పూని మత్స్యేంద్రనాథునిమహిమఁ దనరి
సారంగనాథునిసామర్థ్యమును బొంది గోరక్షనాథునిగుణముఁ దాల్చి
సిద్ధబుద్ధునిబుద్ధి చిత్తంబునం జేర్చి ఖనిరువిద్యాధికఘనతఁ బేర్చి
మేఖనాథునిమంత్రవైఖరి వహియించి నాగార్జునునికళాశ్రీ గమించి
యావిరూపాక్షుఁ డితఁడన నతిశయిల్లి, యర్థినవనాథసిద్ధుల కైక్యమైన
మోహనాకృతి యితఁ డనుమూర్తిఁ దనరి, చిన్మయస్వాంతుఁ డగు నొక్కసిద్ధవరుఁడు,

ఉ. పాదములందు బంగరపుఁబావలు వెట్టి దుకూలకంథ మై
మోదముతోడఁ దాల్చి జనమోహనమాగణధాతువాదయం
త్రాదిసమస్తవిద్యల సమర్థు లనం దగుశిష్యపంక్తి య
త్యాదరలీల నిర్మ్మయిలయందుఁ దనుం గొలువ న్మహోన్నతిన్. 5

క. వచ్చి తగుచందమున సభఁ, జొచ్చి మహీకాంతుఁ జూచి సుభగాకృతికిన్
మెచ్చి తలయూఁచి కానుక, తెచ్చినరత్నంబుతోడ దీవన లిచ్చెన్. 6

ఉ. ఇచ్చిన సిద్ధవల్లభున కిమ్మల నాసనపాద్యసత్కృతుల్
హెచ్చెము లేకొనర్చి నృపపుంగవుఁ డెయ్యది మీకుఁ జేరు తా
రచ్చటు నేను జేయుపని యెయ్యది భాగ్యయుతుండనైతి మీ
వచ్చుటఁజేసి భక్తజనవత్సల యన్న దరస్మితాస్యుఁడై. 7

క. ఇందందుండుదు ననలే, కెందైనఁ జరింపుదును నిజేచ్ఛ మెయి సదా
నందుఁడు నామము వచ్చితి, నిందులకును నిన్నుఁ జూడ నిష్టం బగుటన్. 8

వ. అని చెప్పి మఱియు నిట్లనియె. 9

సీ. ఏవేళ వేఁడిన నావేళ దివ్యాన్నపానాదు లొడఁగూర్చుపాత్ర గలిగి
యెచ్చోట వ్రాసిన నచ్చోట పుటభేదనములు గావించుదండంబు గలిగి
యెటఁబోవఁ దలఁచిన నట కెత్తుకొనిపోవుసుకుమారయోగపాదుకలు గలిగి
యెపుడు విదల్చిన నపుడు వేలక్షలు కనకంబు వర్షించుకంథ గలిగి
నిర్మలజ్ఞానవిజ్ఞాననిరుపమాన, రాజయోగీశ్వరత్వవిరాజిమహిమ
తనర మించిననీ కస్మదాదులకును, హస్తిమశకాంతరము గాదె యంతరంబు 10

సీ. వేయిమోములవాఁడు విషముక్తుఁడైనను బ్రతి యగు నీకు భూభరణశక్తి
వేయిగన్నులవాఁడు విమలవర్తనుఁడైనఁ దర మగు వైభవస్ఫురణ నీకు
వేయిచేతులవాఁడు విగ్రహవ్యథఁ జెంద కున్నఁ దేజమున నిన్నొఱయువాఁడు
వేనామములవాఁడు వేఁడనివాఁడైన నిత్యలక్ష్మీయుక్తి నిన్నుఁ బోలుఁ
గాక యేతద్గుణంబుల గణన సేయ, నన్యరాజన్యవరులు నీయంతవారె
ప్రసవశరరూప యప్రతీపప్రతాప, దీపితాటోప విక్రమాదిత్యభూప. 11

మ. అని యానందమరందకందళితవక్త్రాంభోజుఁడై యోగిరా
డ్జననాథుండు ప్రశంస సేయుటయు నాసర్వంసహాధీశ్వరుం
డనఘా నీదుకటాక్షవీక్షణము నాయం దందమై చెందెఁ గా
న నవీనప్రథమానభాగ్యమయధన్యత్వంబు నేఁ గాంచితిన్. 12

ఆ. అనుచు శిష్యసహిత మమ్మహాయోగీంద్రు, గారవించి కొలువువారి ననిచి
మనుజనాయకుండు మజ్జనభోజన, క్రియల వారికెల్లఁ బ్రియ మొనర్చె. 13

వ. వారలుం దానును సుఖాసీను లై యున్న యవసరంబున యోగీశ్వరునకు విశ్వంభరాధీశ్వరుం డిట్లనియె. 14

క. ఎన్నిక కెక్కిన దేశము, లన్నియుఁ జూచితిరి కరతలామలకము గా
నిన్నిటిలోపలఁ జోద్యము, కన్నది విన్నదియు నొకటి గలిగినఁ జెప్పుఁడా. 15

వ. అనవుడు. 16

చ. జనవర నీయెడం బ్రియము చాలఁగఁ గల్గి యపూర్వపుంబ్రమో
జన మెఱిఁగింతు నన్యులకు సాధ్యము గానిది లాటభూమిఁ గా
వనమునఁ బుట్టమీఁద నొకనాతుక కోమలబాహువల్లి య
త్యనుపమకంకణాంకితసమన్విత మై కనుపట్టు నెప్పుడున్. 17

వ. అనిన నమ్మహీకాంతుం డక్కాంతవృత్తాంతం బాద్యంతం బెఱింగింపుఁ డనిన నాసిద్ధవరుం డిట్లనియె. 18

చ. భుజగజగద్విభూషణము పుష్పపురం బది యేలు రాజు చి
త్రజనిభమూర్తి కీర్తివనితారమణుండు ధనంజయాఖ్యుఁ డా
సుజనసుతప్రతాపుఁ డతిశోభనగానకళానిరూఢి శై
లజ నలరించి తత్కృపఁ గళావతిఁ గాంచెఁ గళావిశారదన్. 19

వ. అక్కన్యకా జననసమయంబున. 20

సీ. ఎలజవ్వనమున నియ్యిందీవరేక్షణ, భూలోకమున వనభూమిలోన
వల్మీకబిలమధ్యవాసిని యై యుండి, కరపంకజము తదగ్రమున నిల్పి
యాకేలు గేల నెయ్యమునఁ గీలించిన, పురుషునిఁ దనపుష్పపురికిఁ దెచ్చి
యతని మజ్జనభోజనాదుల నలరించి, మేలిపర్యంకంబు మీఁద నునిచి
తాను నొకశయ్య శయనించి మౌననియతి, నుండ ముమ్మాఱు పలికింప నోపెనేని
వాఁడు రమణుండు గాఁగలవాఁడు దీని, కనుచు నాకాశవాణి యిట్లానతిచ్చె. 21

చ. లలితకళావిశారద కళావతికే లది దాని నెవ్వఁడేఁ
బోలుపుగఁ బట్టెనేని తనపుష్పపురంబునకుం గరంబు మె
చ్చులుగఁ గరంబు పట్టికొనుచుం జని యాతఁడు తన్ను మూఁడుమా
టలు పలికింపఁ దక్కును దృఢంబుగఁ దక్కదు లేక తక్కినన్. 22

వ. అని చెప్పి యోగీశ్వరుండు ధరణీశ్వరున కిట్లనియె. 23

తే. ఆకళావతి సౌందర్య మసమశరుఁడు, ఎసఁగఁ జెప్పినఁ బోసఁగుఁ గా కితరజనులు
మించులావణ్యరస మొకయించుకైన, నొలుకకుండఁగ వర్ణింపఁ గలరె జగతి. 24

సీ. అమృతాబ్ధిజనిత మై యలరుకల్పకలత, యంగనతనులత కనుగుణంబు
పుండరీకాక్షునిపొక్కిటితమ్మికి, సతిమోము నెత్తమ్మి సంగతంబు

కామసౌధోపరికనకకుంభములకు, రమణియురోజకుంభములు చెలులు
దివిజాధిపతిదంతిచిన్నినడపున, కంగననడపు విహారభూమి
తెఱవయధరంబు పవడంపుఁదీవెయురవు, పడఁతియలకము లళులకుఁ బ్రాణసఖము
లింతిచూపులు మగమీల నేలఁ గోరుఁ, దరుణిపలుకులు కామమంత్రములగములు.

చ. కలువల గండుమీలఁ గొలుకారుమెఱుంగుల నిండువెన్నెలన్
వలపులరాజుతూపు లగువారిరుహంబుల నొక్కయెత్తునన్
గెలుపుగొనంగఁ జాలు మృగనేత్రయపాంగనిరీక్షణద్యుతుల్
బలుపుగ ధైర్యమూలమునఁ బాఁ తగలింపవె యీశ్వరాదులన్. 26

సీ. ముద్దులుదొలఁకాడుముద్దియపలుకుల, య్యాపమాస్త్రమంత్రబీజాంకురములు
క్రొమ్మెఱుంగులనీనుకోమలిచూపుల, య్యంగసంభవువాలుటంపగములు
శృంగారరసమొల్కుచెల్వయాకారంబు, కామునివలపుకత్తె కనుఁగు
ఇంపులువెదచల్లునేణాక్షిచెయ్వులు, శంబరాంతకు జయసాధనములు
కాంతమెయికాంతి కంతునిఖడ్గకాంతి, వనజముఖికురుల్ రతిపతివాగురములు
మగువమురిపంబు మరునిసామ్రాజ్యపదము, చెప్పఁ జిట్టలు ఘాఁబోఁడిమొప్పకలిమి.

తే. సుదతిమనుఁబల్కు లప్పుశంపుసోన గురియుఁ, దరుణిచూపులు మెఱుఁగుముత్తములనీను
రమణిచేఁత లనంగతంత్రముల నెఱపు, నువిదనడపులు హంసల కొఱపుఁ గఱపు. 28

వ. అదియునుంగాక యానీరజానన నెవ్వండు వరియించె నతండు సార్వభౌముండగుట సిద్ధంబు గావున నౌదార్యవీర్యభుజశౌర్యసకలకళాచాతుర్యధైర్యధుర్యుండ వైననీకు నమ్మత్తకాశిని పట్టంపుదేవియైన రత్నకాంచనసాంగత్యంబునుంబోలె సత్యంబిశోభితం బగు నని చెప్పిన. 29

ఉ. యోగివరేణ్య మీకృపఁ బయోరుహలోచనచెయ్యి చూడ నే
లాగున నాకుఁ జేకుఱు విలాసినిహస్తము నాకరంబు నే
లాగునఁ గీలితం బగుఁ గళావతిపుష్పపురంబులోని కే
లాగున నేను జేరుదుఁ దలంపఁగ దుష్కరభంగు లిన్నియున్. 30

వ. అదియునుంగాక యాబింబోష్ఠి మౌనవ్రతనిష్ఠాగరిష్ఠయై యుండ హృదయపుటభేదనంబు గావించి మూఁగమాటలు పలికించుట యత్యంతదుర్లభం బని తలంచెద నన్న నమ్మానవేశ్వరునకు నమానుషచరిత్రుండైనయాసదానందుండు కృపానందకందళితహృదయారవిందుండై దారుశిలాలోహాదులకైనను జైతన్యంబు గలిగించి పలికించెడినేర్పు గలుగునట్లుగా విద్యోపదేశంబుచేసి యాశ్రితానేకసిద్ధగణపరివృతుండై యంతర్ధానంబు నొందె నంత విక్రమార్కుండును దక్కరలతాసందర్శనకుతూహలావేశంబునఁ జిత్తం బుత్తలపడ నిజప్రధానాగ్రగణ్యుండును నాప్తుండును నైనభట్టి మొదలుగాఁగలవారికి న

వ్వరికి నెఱింగింపక నిజకరకలితనిశితాసియ సహాయంబుగా నర్ధరాత్రంబున యోగ
పాదుకలు దొడిగి కదలి మహావేగంబున ననేకశైలంబులు నరణ్యంబులు దఱిసి
లాటదేశంబునకుం జని యరణ్యమధ్యంబున. 31

ఉ. శ్రీకరమూర్తి యానృపతిసింహకిశోరము గాంచె నెక్కువ
ల్మీకము సంతతప్రకటలీనవధూకరకంకణప్రభా
నీకము వేష్టితామలకనింబకదంబతమాలశాద్రుమా
శోకము రంధ్రమార్గపరిశోభితగోచరనాగలోకమున్. 32

తే. కాంచి తిలకించి పులకించి కదియ నేఁగి, సమణికాంచనకంకణోజ్జ్వలిత మైన
హస్తకమలంబుఁ బలుమాఱుఁ బ్రస్తుతించి, సిద్ధసూక్తుల కాశ్చర్యచిత్తుఁ డగుచు. 33

వ. సాహసంబు చేసి సాహసాంకుం డహీనాహిభువనబహుమాననమాననీయవరారోహామనో
హరనవరత్నమణిగణఘటితకంకణముద్రికాలంకృతహస్తాంబురుహావిన్యస్తక రారవిందుం
డైన నానీలవేణి కళాపారీణ గావున మీఁదటం బాణిగ్రహణంబు గలుగుట కిదియ
కారణం బన్నకరణి నిఖిలక్షోణీధరణశోభాకరం బగుకరంబు కరం బనురాగంబున నిజ
కరంబునం గీలించి పుష్పఫరంబునకుం జని వజ్రవైడూర్యమరకతపద్మరాగాది వివిధ
రత్నధగద్ధగాయమానమాననీయం బగుకనకమయసంకేతనికేతనంబున నునిచి షడ్రసో
పేతం బగుచతుర్విధాన్నపానాదులం బరితుష్టుం జేసి కర్పూరపరిమిళితం బగుతాంబూ
లంబు వెట్టి వినూత్నరత్నపర్యంకస్థునిం జేసి చతురపరిచారికాజనంబును వాకిటనుండ
నియోగించి మణికవాటఘటనపాటవంబు నెఱపి తాను వేఱొక్కశయ్యం బసిండి
తగడుదెగడు మెఱుంగుగలపఱుపుపయి శయనించి పట్టుపుట్టంబు ముసుంగువెట్టుకొని
పలుకకున్న సమయంబున నప్పుడమిఱేఁడు వెఱఁగుపడి తనలో నిట్లనియె. 34

సీ. కురులు కప్పు దనర్చి యురుసఁగ్రమ్మక యున్నె, నగవు వెన్నెలమించు నిగిడెఁ గాక
చన్నుజక్కవదోయి మిన్నుప్రాఁకక యున్నె, పయ్యెదవల యడ్డపడియెఁ గాక
కనుగండుమీలు వే కడచిపోవక యున్నె, చెవు లనుకొలఁకులఁ జిక్కెఁ గాక
యాననాంబుజముపై నళులు పైకొనకున్నె, మేను సంపెఁగతావిఁ బూనెఁ గాక
యొప్పు కనుఁబాటుదాఁకక యున్నె రత్న, భూషణద్యుతు లొక్కటఁ బొదివెఁ గాక
తలఁప నచ్చెరువైనయీతరళనయన, యవయవశ్రీలలీల లేమని నుతింతు. 35

చ. పసిఁడిసలాకవోలెఁ గనుపట్టుతనుం గనుఁగొంచు మన్మథ
ప్రసవశిలీముఖాలి కగపడ్డ మనోగతి నెట్టకేలకున్
వెస గుదియించి చూపులచవిం బులకించుచు నున్నచోటఁ దా
ముసుఁగిడికొన్న యింతి నిజమూర్తిఁ గనుంగొననీనికైవడిన్. 36

వ. అని వెండియు. 37

ఉ. ఇంచుకప్రొద్దుపోకడకు నెవ్వరితో నుబుసేమి చెప్పుదుం
బంచశరవ్యథం దలఁకుభావము నేఁగతిఁ గుప్తరింతు నీ
చందలచారులోచనఁ బొసంగఁగ నేఁగతి మూఁడుమాటలా
డించి కవుంగిలింతు నని డెందములోఁ దలపోసి యంతటన్. 38

ఉ. దీనికిఁ జింతయేల యని తెల్వి మనంబునఁ బూని కాంతిరే
ఖానవరత్నదీపకళికం దనరారెడుదివ్యగంబముం
దా నొకనూత్నమంత్రమునఁ దాఁకి సజీవను జేసి దానితో
శ్రీనెఱయంగ నొక్కకథ చెప్పఁగదే యని గారవించినన్. 39

క. అయ్య యవుఁగాక యంచును, దియ్య మెసఁగ రాజుఁ జూచి దివ్వియగంబం
బియ్యకొని యపూర్వపుఁ గథ, నెయ్యంబునఁ జెప్పఁదలఁచి నెఱి నిట్లనియెన్. 40

చ. నరవర సావధానముగ నాదొక విన్నప మాలకింపుము
త్తరకురుభూములందు విశదంబుగ నాగపురం బనంగ న
త్యుసత్తరలక్ష్మి నొక్కపుర మొప్పు నయోధ్యకుఁ బొమ్మవెట్టి కి
న్నరపతిపట్టణంబు నగి నాకపురంబుఁ దృణీకరించుచున్. 41

మ. విను మాపట్టణ మాదిరాజవిలసద్విఖ్యాతి ధర్మధ్వజుం
డనుభూపాలకుఁ డేలుచుండెను జనాధ్యక్షుండు భూమీశ భూ
జనసంస్తుత్యుఁడు నిత్యసత్యుఁ డురుసౌజన్యుండు ధన్యుండు స
త్త్వనయప్రాభవధీవిధేయుఁడు గుణాధారుండు ధీరుం డిలన్. 42

క. మనునిభుఁ డనఁ దనరినయా, మనుజపతికి సుగుణమన.పమంజరి యనఁగా
జనియించెఁ గామమంజరి, వననిధి జనియించుపద్మవాసినిఁ బోలెన్. 43

సీ. కమ్మనిపసిఁడిటంకంబునఁ గరఁగిన, లాలితనూత్నశలాక వోలె
రమణీయశృంగారరసమునఁ బసనారు, మురిపంపువలపుల మొలక వోలెఁ
గళ లమృతంబుచేఁ గరువుగాఁ గట్టి వ, ర్తించి నించినచంద్రరేఖ వోలె
మీఱి తళుక్కున మెఱసి నిల్చినయట్టి, సోగక్రొమ్మెఱుఁగు లేఁదీఁగ వోలె
దినదినంబునఁ బెరుఁగుచుఁ దియ్యమొదవ, దల్లిదండ్రులమనము లుత్సవము లొందఁ
గామమంజరి మంజువికాస మెసఁగఁ, బ్రజల కెల్లను గన్నులపండు వగుచు. 44

చ. పడఁతుక దేహవల్లికకుఁ బ్రాయపుసంపద కాపునచ్చి నన్
నొడువుల రాజకీనముల నున్నని పల్కులఁ దూలఁదోలె ను
గ్గడువగు మేనికాంతిఁ దొలుకారుమెఱుంగులమించు మించె నె
న్నడుపులచేతఁ గీడ్పఱిచె నాగమరాళమయూరయానముల్. 45

క. ఎవ్వరికైనను గనుఁగవ, యువ్విళ్లూరంగ మునునియున్మదనాస్త్రిం

బివ్వనితయొకో నాఁగను, జవ్వనమునఁ బువ్వుఁబోఁడి సన్నుతికెక్కెన్. 46

క. లాలితఘనసారసుగంధము, గ్రోలఁగ విరిదమ్మిమీఁదఁ గొమరారెడు న
త్తాలికులమొక్కొ నాఁగను, బాలిక నెన్నుదుటఁ గురులు భాసురమయ్యెన్. 47

తే. ఒప్పులే యేటి మాఱులేకుండ బ్రహ్మ, యంగకంబులు చేసె నం చాత్మ మెచ్చి
యవయవశ్రీలు గనుఁగొనునట్టియిచ్చఁ, దరుణికన్నులు తలచుట్టుఁ దిరిగివచ్చు 48

తే. బయలఁ గనుపట్టునెంటికంబంబుమీఁదఁ, బసిఁడికుండలు నిల్పినభంగి దోఁప
నసదుఁగాఁడీఁగెఁ బోలుపారు నారుమీఁద, వలుదనునుగుబ్బలొప్పారె వనజముఖికి.

ఉ. అంతటఁ గూర్మినందనవయఃపరిపాకము చూచి తండ్రి య
త్యంతముదంబునం బొదలి యంగజలక్ష్మియుఁబోలె నున్న యీ
కాంతకు వంశశీలగుణగౌరవయౌవనరూపసత్కళా
వంతుఁడు కాంతుఁడైన గరువంపుఁదపంబు ఫలంబు నొందుఁబో. 50

వ. అని విచారించి సకలలోకవిజయధ్వజుం డగుధర్మధ్వజుండు మదవదసహ్యారిపుకరటి
సింహుం డగుసింహకేశ్వరకుమారుండు హేమాంగదుండు రూపవిజితమకరధ్వజుం
డగుట మున్న వినియునికిం జేసి తగినవారలం బుచ్చి రప్పించి ప్రియపూర్వకంబుగా
గారవించి శుభముహూర్తంబున నానృపకుంజరునకుఁ హేమమంజరిని వివాహంబుచేసి
మణిగణోజ్జ్వలానేకవిరాజితోపచారంబులం బూజించి యల్లునిఁ గూఁతు ననర్ఘ్యశ్రీ
రత్నఖచితకనకమయమందిరంబున నుండ నియమించిన. 51

క. రతియును గంతుఁడును శచీ, సతియును నింద్రుండుఁబోలె జలజాక్షియు భూ
పతియును సుఖాంబుధిఁ దేలుచుఁ, జతురత విహరించుచున్న సమయమునందున్. 52

క. హేమాంగదభూపతి తన, భూమికిఁ బోవంగ బుద్ధిపుట్టి విరక్తిన్
ఏమివిహారమునకుఁ జొరఁ, డేమియు ననకున్న నింతి యిట్లనుఁ దనలోన్, 53

క. ఏకాంతకాంతరూపమొ, యీకాంతునినయనవీథి కిరవై నదిగా
కేకాంతంబునఁ గాంతల, కేకాంతులు నెఱపు సడల నిట్లుండుదురే. 54

వ. అని యతని తెఱంగుం దలంచి సవినయంబుగా నిట్లనియె. 55

క. ఓనరనాయక భవదీ, యాననమునఁ దెలివి దోఁప దాత్మయుఁ జింతా
ధీనం బైనది యీగతి, నానయహీనతనొ మజ్జనముచేఁతలనో. 56

వ. అనవుడు. 57

క. నీవలన నప్రియం బొక, యీవంతయు లేదు భూతలాధీశుఁడు న
న్నీవలన నుదాసీనత, గావింపఁడు వినుము నాదుగతి నళినాక్షీ. 58

సీ. ఏను బొత్తుకుదాక యెన్నఁడు నారగిం, పనియట్టిభక్తి మజ్జనకుఁ దలఁచి
చెమట నెత్తురుగాఁగఁ జిత్రమ్మునఁ దలంచి, యర్మిలిఁ బెనుచుమదంబఁ దలఁచి

నిముసంబు ననుఁబాసి నిలువక యొడఁగూడి, చరియించుమిత్త్రసఖులఁ దలఁచి
యొయ్యది పనిచిన నెయ్యఁ జేయుచు నాదు, కనుసన్న మెలఁగుభూజనులఁ దలఁచి
గంధసింధురసైంధవోత్కరముఁ దలఁచి, సతతసేవాగతనరేంద్రవితతిఁ దలఁచి
వగటమొదవిన నింత యొప్పనితనమున, నున్న చందంబు గాని వేఱొండు లేదు. 59

క. అనిన విని కామమంజరి, యనఘా దీనికి విచార మందఁగ నేలా
జననాథు మెఱుఁగి పోదము, వనభూమికి నతఁడు వినిన మాన్పఁగఁ జూచున్. 60

వ. అనిన నత్తలోదరియుత్తరంబునకుఁ జిత్తం బొగ్గువొత్తి నియ్యకొని హృద్యానవద్యంబు లైనమణికనకాదిసమస్తవస్తువులు నాయితంబు చేసికొని గమనోన్ముఖుం డైయుండు నంత మార్తాండమండలంబు పశ్చిమాచలప్రాసాదశిఖరంబునకు శాతకుంభకుంభం బై యుల్లసిల్లె నయ్యవసరంబున. 61

క. తక్కువలు గాక నిగిడెడి, మక్కువలు మనంబులోన వ్రల్లడిగొనఁగా
జక్కవలకవలు విరహమున, పెక్కువలు దలంచి పరితపింపఁగఁ జొచ్చెన్. 62

క. పగలెల్లను దము నేఁచిన, పగ లెల్లఁ దలంచి యిరులుపవుఁజులు దనపైఁ
దెగి యెత్తివచ్చు నని రవి, పగ బెగడినభంగి నపరవనధి నణంగెన్. 63

క. మెఱుపగ్గలింపఁ జుక్కలు, తఱచై పొడముటయు గగనతల మొప్పారెన్
మెఱుఁగారుముత్తెములచే, మెఱవడి యగునల్లపట్టుమేల్కట్టుగతిన్. 64

శా. ఉర్వీచక్రమునం జరాచరము లై యొప్పారురూపంబులన్
దుర్వారోన్నతి లోనుచేసికొని చేతోవృత్తి కాశ్చర్య మై
పర్వెం జీఁకటి నీలనిర్మలరుచిన్ భవ్యప్రభావంబునన్
సర్వం విష్ణుమయం జగత్తనుట నైశం బైనచందంబునన్. 65

వ. ఇట్లు క్రమంబునం దమంబు నిగిడి మిట్టుపల్లంబు బయ లోలం బని యేర్పఱుప రాకున్న సమయంబున నటమున్న సాహిణి నడిగి తెచ్చి సన్నద్ధసంవ్యాయుధం బై యింద్రాయుధం బను తురంగంబు సంతరంగంబున సంతసం బెసంగ సంగనాసహితం బారోహణంబు చేసి పౌరులెల్ల నిద్రించుచుండఁ దలవరులఁ గన్నుఁబ్రామి పురంబు నిర్గమించి నిజపట్టణాభిముఖుం డై యరుగునప్పుడు నిజాన్వయజాతుం డైన హేమాంగద మహీపాలునకు గమననివారణకారణం బైనయంధకారంబు దూరంబు సేయ నుత్సహించు చందంబున. 66

సీ. కై సేసి పూర్వదిక్కామినీమణి మాచు, పద్మరాగంపుదర్పణ మనంగ
వేయిగన్నులుగలవేల్పుతొయ్యలిచేతఁ, జూపట్టు చెంబట్టుసురఁటి యనఁగ
విరహులపై దండువెడలంగఁ దమకించు, నసమాయుధుని కెంపుటరిగ యనఁగఁ
గల్పకభూజశాఖాశిఖాగ్రంబున, భాసిల్లుపరిపక్వఫల మనంగ

నభ్రమాతంగకులపతియఱుత నొప్పు, కనకఘంటికయనఁగ లోకములకెల్ల
నుదయరాగంబు రాగంబు నొదవఁజేయ, నిందుఁ డుదయించె లోచనానందుఁ డగుచు.

వ. తదనంతరంబ. 68

సీ. గంగాప్రవాహంబు గాఁబోలు నని వసి, ష్ఠాదు లనుష్ఠాన మాచరింప
నమృతంబువెల్లువ యని నిలింపాదులు, మునుకొని దోసిళ్ల ముంచిక్రోల
దుగ్ధాంబునిధి యని తోయజాక్షుఁడు శేష, పర్యంక మిడుకొని పవ్వళింపఁ
బరమేశువిశ్వరూపం బని బ్రహ్మాదు, లమర దండప్రణామములు సేయఁ
దలఁప భూనభోంతరములకొలఁది దెలిసి, బెరసి యెన్నిదిదిక్కులఁ బొరలి పొరలి
దట్టముగ నంతకంతకుఁ దనరి తనరి, యిట్టలంబుగ వెన్నెల నిట్టవొడిచె. 69

వ. అంత. 70

సీ. పసగలవెన్నెల మిసిమిపుక్కిటఁ బట్టి, పొసఁగఁ బిల్లలనోళ్లఁ బోసి పోసి
నున్ననిక్కియయ్యుక్కువెన్నెలతుంపరల్, హుమ్మని చెలులపై నుమిసియుమిసి
కమ్మనివెన్నెల కడుపునిండఁగఁ గ్రోలి, తెలివెక్కి గఱ్ఱునఁ దేన్చి తేన్చి
కన్నిచ్చలకువచ్చువెన్నెలఁ గ్రొన్నురు, వేటి వే ప్రియురాండ్ర కిచ్చియిచ్చి
తఱచువెన్నెలగుంపులఁ దాటితాటి, యీఱుసగువెన్నెలలలోనఁ దూఱితూఱి
పలుచనగువెన్నెలలోనఁ బాఱిపాఱి, మెలఁగెఁ బెక్కుచకోరంపుఁ బులుఁగుగములు

వ. ఇవ్విధంబున సాంద్రం బైనచంద్రాతపంబున నరేంద్రుం డతంద్రుం డై హాయంబు రయంబునకు మెచ్చుచు నతిదూరం బరిగి వేకువ యగుటయు నిద్రాలసుం డై యొక్క పురోపవన ప్రాంతంబున వటవిటపి నశ్వంబు బంధించి యాతరుచ్ఛాయను సతియంక తలం బుపధానంబుగా శయనించి కన్ను మొగుడ్చునంత. 72

ఉ. రాయిడికత్తె లైనపెనుఁ బ్రాయిడియత్తలయిండ్లఁ గోట్రముల్
సేయువిలాసినుల్ మునుపెందఁగ వేశ్యలఁ బ్రక్కదాపులం
బాయనికాముకుల్ వెలుకఁబాఱి కలంగఁగ మ్రోసెఁ గొక్కొరొ
కోయని కుక్కుటస్ఫురదఘుంరితకంఠకఠోరనాదముల్. 73

సీ. శ్రీముదామ్నాయలతామూలకందంబు, పద్మినీమదవతీప్రాణపదము
చక్రవాకానీకసంజీవనౌషధ, మఖిలలోకాలోకనాంజనంబు
ప్రబలాంధకారనిగ్రహరత్నదీపంబు, హరిహరబ్రహ్మవిహారగృహము
కైరవకాననోత్కటకాలకూటంబు, ప్రాలేయవిఘటనాకీలకంబు
రత్నసానుసురతుణారతుకుండు, సతతసన్మార్గలంఘనజాంఘికుండు
దివిజకల్లోలినీసపత్నీగురుండు, భానుఁ డుదయించె దేదీప్యమానుఁ డగుచు. 74

వ. అంత నంతవృత్తాంతంబు నెఱింగి ధర్మధ్వజుండు ప్రళయకాలవృషభధ్వజుండునుం బోలెఁ

గోపారుణితలోచనుండై నిజదండనాథుం డగునీతిధ్వజుం బిలిపించి యిట్లనియె.

చ. తగిననరేంద్రసూనుఁ డని తన్నుఁ బ్రియంబున బిల్చి తెచ్చి మ
చ్చికఁ సుత నిచ్చి మద్రపతిఁ జేసినసింహళరాజసూనుఁ డా
తగవు మదిం దలంపక ముదంబున మత్తురగంబు నెక్కి భ్ర
మ్యగతి వధూటిఁ గొంచుఁ బ్రజఁ జొక్కడి పోయినవాఁడు చూచితే. 76

క. చనఁ దలఁచిన మన మపుడఁగఁ, జన నెప్పుడె తనకు నిట్టిచలచిత్తునిపై
ననుపను సేనాన్వితముగఁ, జని క్రమ్మఱఁ బట్టి తెమ్ము సమ్ముఖమునకున్. 77

వ. అనిన విని నీతిధ్వజుండు యుద్ధసన్నద్ధాఖిలసేనాసమన్వితుండై యాప్రొద్దె కదలి హేమాంగదుండు చనినజాడ యరసి యతిత్వరితగతిం జని కూడముట్టిన నాభీలంబైన యాకలకలంబాలించి కామమంజరీకాంత నలుదిక్కులం బరికించి పడగలయడియాలంబులు నిరీక్షించి నిజజనకు సేనాసంకులంబుగా నిశ్చయించి తనపతికి నిద్రాభంగంబు గాకుండ నతని యుత్తమాంగంబున కుపధానంబుగా నొక్కపరిధానంబు చుట్టిపెట్టి తలచీర యాయితంబు చేసికొని సంగరోత్సాహం బంతరంగంబునం బొంగ సన్నద్ధసర్వాయుధం బైనయింద్రాయుధంబు నారోహణంబుచేసి ప్రాణేశ్వరచరణస్మరణపరిణతాంతఃకరణ యగుటను రణవిహారణంబు తృణకణాయమానంబుగా గణించుచు వటవిటపి కనతిదూరంబున వచ్చుచున్న తత్ప్రబలవాహినిలోనికి నిజవాహనంబు నుఱక తఱియంబఱపి. 78

మ. మదదంతావళదంతముల్ నఱకు నమ్మావంతు లుద్భ్రాంతతన్
బెదరం బల్లము గుఱ్ఱముల్ రవుతులన్ వేటాడుతుండెంబులై
చెదరంగా వడి వ్రేయు వీరరథికశ్రేణిన్ బలౌఘంబులం
గదియంజేయు భటాలిఁ ద్రుంచు విలసద్ఘోరాసిధారాహతిన్. 79

చ. ప్రతిబలవార్ధి బాడబముభంగి దహించును రామువోలికన్
శితశరధారపాల్పఱుమఁ జెల్లెలికట్టయుఁబోలెఁ బాఱనీ
కతులితలీల నాఁగ మునియచ్చునఁ బొంకమణంచు మందర
క్షితిధరవృత్తిమైఁ గలఁచుఁ జిత్రముగా లలితాంగి యుక్కునన్. 80

క. సరి సాధానముసేయుట, యరిఁబోయుట తివియు వేయు టద్భుతకరమై
తరుణిశరంబులు భానుని, కరములగతి రిపులగములఁ గప్పెఁ దఱుచుగన్. 81

క. కప్పిన మదిలో నెంతయు, నుప్పొంగెడురౌద్రరసమహోగ్రత నింతిం
దప్పక కనుఁగొని కన్నుల, నిప్పులు రాలంగ వాహినీపతి పల్కెన్. 82

క. అక్కున నిడుకొని మక్కువ, పెక్కువమై నేను బెనుపఁ బెరిఁగితి నేఁడుం
జెక్కడిచిన నస రాలెడు, నిక్కము నాకోలుతలకు నిలువఁగఁ గలవే. 83

వ. అనవుడు నక్కాంతారత్నంబు. 84

క. తనయింటిదీప మనుచును, విను ముద్దిడికొనఁగఁ దలఁచువీఁడి గలఁడే
నను మార్కొనఁగఁ దలంచెదు, మును నెంచినమందె మేలమున నాలమునన్. 85

క. ననుఁ గినియఁ జేసి మగుడం, జనఁ గలవే నీవు పురికి స్వామిహితుఁడ వై
చను మింక నింద్రపురమున, కనిశం గోపించి యేసె నతఁ డంపగముల్. 86

క. ఏసిన నవి పొడిచేసి శ, రాసనముం దునిమి వేయ నతఁ డొండొకబా
ణాసనము నెక్కువెట్టి శ, రాసారము గురియఁ దొణఁగె నంబుదముక్రియన్. 87

వ. ఇత్తెఱంగున నొండొరులకు వ్రేటుపడక నయ్యిరువురుం జలంబును బలంబును మెఱయ దృష్టిముష్టిలక్ష్యాలక్షితశీఘ్రతరశరసంధానాకర్షణమోక్షణాసారాపాతనాద్యనేకధనుర్విద్యాకౌశలంబులు మెఱయుచుఁ బెద్దయుం బ్రొద్దు మహాయుద్ధంబు సేయుచున్న సమయంబునఁ గామమంజరి నీతిధ్వజునిరథరథ్యసారథుల లీలవోలె సాభీలభల్లంబులు వెల్లేసి పొడిచేసి పేర్చిన నతండు విరథుండయ్యును బోలివోవనిబలిమి నతినిశిత విశిఖంబులు వఱపిన నత్తన్వి కుముదలోచన యయ్యును గోపావేశంబున నరుణాబ్జపత్త్రినేత్ర యై యతనికోదండంబు తుండంబులు చేసి మఱియును. 88

తే. ఎత్తినెత్తఁగఁ జాపంబు లెన్ని యేనిఁ, దోడుతోడనె దునుమాడి తోయజాక్షి
తోమరము వైవ నడుమన త్రుంచి వైచెఁ, గుంత మెత్తినఁ బొడిచేసెఁ గుంత మెత్తి.

వ. ఇవ్విధంబున. 90

క. ఆహవమునఁ దరుణీమణి, బాహాటోపమున సైన్యపతిఁ దూలించెన్
సాహసము షడ్గుణం బని, యూహింపఁగ సతులకెందు నుచితము కాదే. 91

వ. ఇట్లు వికలసకలాయుధుం డై సేనానాయకుండు. 92

క. కనుకనిఁ బఱచిన నాతని, వెనుకొనుటయుఁ వాఁడు శరణు వేఁడినమాత్రం
గినుక యుడిగి తొయ్యలి మదిఁ, గనికరము జనింప మగిడెఁ గాంతునికడకున్. 93

ఉ. అంతట మేలుకాంచి వికచాబ్జముఖిం దురగంబు గానమిం
జింత జనింప నున్న నృపసింహుఁడు గాంచె హయాధిరూఢ యై
సంతసమార వచ్చిననిజప్రియకారిణి నుగ్రసంగర
శ్రాంతశరీరిణిన్ మహితసజ్యశరాసనబాణధారిణిన్. 94

చ. కని తురగాధిరూఢగతిఁ గాద్మకబాణకృపాణపాణి వై
చనిననిమిత్త మయ్యది నిజం బెఱిఁగింపు మనంగ నాథుతో
వనజదళాక్షి యిట్లను నవారణ నన్నును నిన్నుఁ బట్టి మ
జ్జనకుఁడు దాడిమైఁ బనిచె సైన్యయుతంబుగ దండనాథునిన్. 95

చ. పనిచినఁ గూడముట్టిననృపాలకసైన్యముఁ గాంచి కొంచెపుం

బనికయి నీదునిద్రకును భంగ మొనర్పఁగ నేల యంచు నేఁ
జని యనిచేసి తత్ప్రతిబలసైన్యము నెల్లను దూలఁదోలి వే
వెనుకొన భీతుఁడై శరణువేఁడినఁ గాచితి సైన్యనాథునిన్. 96

వ. అనివిన్నవించి హయావతీర్ణుండై కృపాణబాణాసనబాణతూణీరంబులం దురంగంబుపై నెప్పటియట్ల పదిలపఱిచి వినయవినమితోత్తమాంగుఁడైనయత్తన్విఁ జిత్తం బిగురొత్త సమీపంబున నునిచికొని యతం డిట్లనియె. 97

క. తలఁపఁగఁ గయ్యపువెరవును, నలవును నీ కచ్చుపడుట యచ్చెరు విస్మైఁ
దలపూ నాడక యుండఁగ, బలుసేన జయించి తిట్టిభార్యయుఁ గలదే. 98

తే. అనుచుఁ బ్రియురాలిఁ జేరంగ నల్లఁ దిగిచి, ఘనకుచంబులు విపులవక్షంబుతోడఁ
గడియఁ జేర్చుచు బిగియారఁ గౌఁగిలించి, విజయ మగ్గించి చెవులకు విందొనర్చె. 99

వ. కదలి యచ్చోటికి కతిదూరంబునఁ దేటనీట నొప్పారునేట సంధ్యావందనాదికృత్యంబులు నిర్వర్తించి యమ్మోటిజోటియుం దానును మోటకంబునుం దత్కాలోచితాహారంబులం దృప్తి సలిపి కాలుకొన్న యంత నేల యరిగి యపరాహ్ణసమయంబున నొక్కపురవరోపాంతంబున నేకాంతం బై శశికాంతోపలరచితం బైనకాళికాస్థానంబున విడిసి యున్నంత నత్తలోదరి తనమగనిచేతికి నొక్కసొన్నాటంకం బిచ్చి యిప్పట్టణంబున నాహారం బడిగి తెమ్మనుటయు. 100

క. అన్నరపతి తగులాగున, నన్నగరము చొచ్చి యెల్లయంగళ్లందున్
సొన్నాటంకం బిచ్చెద, నన్న మిడెడువారు గలరె యని యడుగుతఱిన్. 101

క. విన్నజనము లవ్విభునిం, గన్నారం జూచి యాదిగర్భేశుఁ డితం
డెన్నఁడుఁ బ్రయాసమునకుం జన్న తెఱఁగు దోఁప దేల చనుదెంచెనొకో. 102

క. సొన్నాటంకము నేయఁగ, నన్నము దన కెట్టు వెట్టనగు గరగరగా
విన్ననువున నని పలుకుచు, నున్నన్ విన్నఁదన మొసఁగ నున్నకుమారున్. 103

క. కనుఁగొని విలాసవతి యనఁ, జనువారవధూటి దాసి చని తద్విధమే
లినజాని కెఱుఁగఁ జెప్పి త, దనుమతిఁ గొనివచ్చె నింటి కానృపతనయున్. 104

వ. ఇట్లు వచ్చిన హేమాంగదమహీపాలు నబ్బాల యభ్యంతరమందిరంబునకుం దోడ్కొనిపోయి సమున్నతకనకాసనంబున నునిచి తత్క్షణంబ. 105

ఉ. మజ్జనభోజనాభరణమాల్యవిలేపనవస్త్రరాజిచే
బుజ్జవమారఁ దృప్తిసనఁ బూజలొనర్చి లతాగృహంబులోఁ
గొజ్జఁగనీటఁ బైచిలికి క్రొవ్విరిజాజులఁ జేసినట్టిపూ
సెజ్జనుఁ దార్చి చిత్తజవిశేషసుఖంబుల నోలలార్చినన్. 106

వ. ఇట్లు వారసీమంతినీకృతనిరంతరలతాంతశరలీలాసంతోషితస్వాంతుం డై మైమఱచి

మహీకాంతుండు నిజకాంతవలనిచింత యావంతయు లేక యుండె నంత. 107

చ. ఉదయమునం దలిర్చుదిశ నొల్లక తన్వసుహీనుఁ జేయుచుం
గదిసి ప్రతీచిఁ జెందె దిననాథుఁడు భూరమణుండు సంతతా
భ్యుదయముఁ గోరుచున్నసతి నొల్లక తన్వసుహీనుఁ జేయఁగా
మదిఁ దలపోయువారసతి మక్కువఁ జెందినలీల నత్తఱిన్. 108

వ. ఇట్లు సూర్యాస్తమయం బగుటయుఁ దనపతి రామికిఁ గామమంజరీకాంత సంతాపి
తాంతఃకరణ యై. 109

చ. ఇరవును దల్లిదండ్రులను నెత్తినపెంచినవారిఁ బాసితిన్
దురమునఁ దండ్రిసైన్యపతిఁ దోలితి సేనలతోడఁగూడ నీ
పురుషునిమీఁదిభక్తి మఱి పోయి యితండును గాక తక్కె నె
ప్పరుసున నోము నోఁచితినొ ప్రాక్తనజన్మమునందు నక్కటా. 110

వ. అని విలపించుచున్నసమయంబునఁ గాళికానికేతంబునకు నొక్కవృద్ధాంగన చను
దెంచి దీపికానికరంబు సమర్పించి మనోభవరాజ్యలక్ష్మియుంబోలె నున్నయత్తన్వి
నిరీక్షించి నీవెవ్వ రెందుండి యేమికతంబున వచ్చి యిచ్చట నొంటి నున్నదాన
వనినం దన వృత్తాంతంబంతయు నెఱింగించిన. 111

క. అజ్జరఠ దోడుకొనిచని, మజ్జనభోజనము లాత్మమందిరమున నా
లజ్జావతి కొనరించి సు, హృజ్జనభావంబు నడపి హృదయముఁ దేల్చెన్. 112

ఆ. మగఁడు చన్నదెసకు మనసుచు జనియున్నఁ, జెయ్వు వెఱఁగుపడినఁ జెవులు సారని
వృద్ధవనితకథలు వెడవెడ నూఁకొంచు, నుండె వగల నొగిలి యుత్పలాక్షి. 113

క. వేగింపరానివేదన, వేఁగింపఁగ నంత ప్రొద్దు వేగియు సతికిన్
వేగకయుండెను దైవని, యోగంబున నంతఁ బతివియోగము కతనన్. 114

ఆ. ఎట్టకేల కట్లు హితవచనంబుల, నువిద నూఱడింప నుల్లమునను
లేనిధృతి ఘటించి లేమ యాపూజారి, సానిఁ బిలిచి ప్రియము సాలఁ జెప్పి. 115

క. క్షోణీనాయకుఁ గానమిఁ, బ్రాణములును మేన వెడలఁబాఱం జొచ్చెం
బ్రాణసఖీ యేవెరవునఁ, బ్రాణేశ్వరు నన్నుఁ గూర్చి బ్రతికింపఁగదే. 116

క. పతి కలుగకుండె సౌఖ్యము, సతులకు నొండొకటిగలదె చర్చింపంగాఁ
బతిలేమి సర్వశూన్యము, పతి గలిగిన సతికి నింద్రపద మది యేలా. 117

వ. అనినం బూజరిసాని యుత్తెలంగునకైన భూవరోత్తము న్వెదకి తెత్తు నని యరిగిన.

తే. మగనిపోకకుఁ గడలేనిదిగులు పొదువఁ, గామమంజరి యంతయుఁ గళవళించి
యరయఁ బోయినయంగనతెరువు చూచి, వనట నిట్లని తలపోయు మనములోన. 119

సీ. పూర్ణచంద్రాననుఁ బొడగాంచివచ్చినఁ, దొడిగినతొడవు లాషహఁతి కిత్తు

కమలాప్తతేజునిఁ గన్నార నేఁ గన్నఁ, గాళికాదేవికిఁ గ్రాసమిత్తు
సింహాసనస్థునిపల్కు చెవిఁ జేర్పఁ గల్గిన, దీనావలికి భూరిదాన మిత్తు
రాజశేఖరుపరిరంభణం బబ్బినఁ, గోటిగోవుల విప్రకోటి కిత్తు
ననుచుఁ జింతించుఁ దనలోన నట్టె నవ్వుఁ, జెక్కుటద్దంబు గదియంగఁ జెయ్యి సేర్చు
వెగచు దైన్యంబు నొదలంగ విహ్వలించుఁ, బనవుఁ గొనగోరఁ గన్నీరు పాయ మీటు.

చ. ఎదురఁ జరించినట్లయిన నింపగుపల్కులు పల్కఁజూచుఁ దన్
గనిసినచంద్రమైన నిటికాఁగిటఁ జేర్పఁ గడంగు భీతుఁ డై
పదముల వ్రాలిన ట్లయినఁ బాణితలంబున నెత్తఁ గోరు నే
యదియును లేక రిత్తయిన యంబుజలోచన యార్తిఁ జేడ్పడున్. 121

ఉ. పట్టణమెల్ల దేవిగుడిభామిని యారసి తోడితెచ్చునో
కట్టెదురన్ నృపాలుఁ గని క్రమ్మఱ నా కెఱిఁగింప వచ్చునో
యిట్టును నట్టునుం దిరిగి యెందును గానక తానె వచ్చునో
యట్టిద యైన నాథునికి కాస్పద మెయ్యది యొక్కొ దైవమా. 122

వ. అని యిట్లు కామమంజరి పురుషవియోగంబున నాతురచిత్త యై తలపోయుచున్న
సమయంబున. 123

ఉ. భూరమణీశుఁ డెత్తె నని పోయెడునప్పుడు పంతమాడి యే
నూరక యింటికిం జని తలోదరి నేమని చూతు నంచు దు
ర్వారవిచారభావమున వట్టుచు మోమున దైన్య మొందఁ బూ
జారివధూటి వచ్చి జలజాతవిలోచనఁ జేరి యిట్లనున్. 124

క. పురము గలయంత మేరయు, నరసితి నిల్లిల్లు దప్ప కతిశోధన నీ
వరుఁ డెందుఁ గానఁబడఁ డె, ప్పురుసున నీకరుణవడయ భాగ్యము లేమిన్. 125

చ. అనిసదురుక్తి వీనులకు నస్త్రమయంబయి తాఁకి మూర్ఛ వ
చ్చిన ధర వ్రాలి యెంతయు నచేతన యై మఱి యెట్టకేలకుం
దనువునఁ బ్రాణ దెచ్చుకొని దైవకృతంబులు మానవంచు గ్రి
క్కున ననలప్రవేశమునకుం గృతనిశ్చయ యయ్యె నంతటన్. 126

వ. సర్వసన్నాహంబును మెఱయఁ గాళికానికేతనంబునకుం జని యమ్మహాశక్తికి దండ
ప్రణామం బాచరించి వెడలి తదాలయపురోభాగంబున ఘృతప్లుతమలయజాగరు
రక్తచందనదేవదారుపూరితంబును ననలోపేతంబును గర్పూరాదిసుగంధబంధురంబును
నైనయగ్నికుండంబునకుఁ బ్రదక్షిణప్రణామంబు లాచరించి ప్రవేశించునప్పుడు జన్మ
జన్మంబునందును హేమాంగదమహీపతియె నాకుం బతి గావలయు నని కుండమధ్యంబు
నం బడుటయు నటమున్న తదాలోకనకుతూహలాంగదుం డయ్యును నయ్యబలనిరీక్షింప

మఱచి విలాసవతీమధురసల్లాపాయత్తచిత్తుం డైన హేమాంగదుండు విని తలంచికొని యదరిపడి తన్నుం దాన నిందించుకొనుచు విలాసవతీకరకీలితం బైనకేలు తిగుచుకొని.

క. నా నేరమివలనం బయ్యో, జానన వైశ్వానరునకు నాహుతి యయ్యెన్
దీనికిం బ్రాయశ్చిత్తం, బౌనని తనమేను వహ్ని కాహుతిచేసెన్. 128

క. చేసిన విలాసవతి తన, చేసినదోసమునం గాదె శిఖిం బడి వీరల్
వాసవుపురికిం జని రని, వాసిగం దనమేను నిచ్చె వహ్నికి సంతన్. 129

క. అవ్వారాంగన బానిస, ముప్పురు నీల్గుటకుం దాన మూలం బనుచున్
నెవ్వగలు వగల నీనం, గ్రొవ్వఱి వెసం జొచ్చె నగ్నికుండములోనన్. 130

వ. అంత నమ్మహాకాళి యెల్లవారును వినుచుండ. 131

క. కడచిరి నలువురువహ్నిని, బడి యొక్కట నేను జూడ బ్రదికించెద ని
ప్పుడు వీరి ననుచుం దానొక, పడంతుక మేనను వసించి పల్కెనమాత్రిన్. 132

క. వెలందియును ధరణీవిభుండును, వెలయాలును దాసిం గూడి వినులాకృతులై
వెలువడిరి యగ్నిగుండము, జలరుహషండముననుండి చనుదెంచుగతిన్. 133

వ. తదనంతరంబ ధర్మధ్వజాతినయ తినపాత్రిణేశ్వరు నింగితం బెఱింగి యిట్లనియె. 134

ఉ. కారణ మేమి నాయుసుఱు గల్గిన సర్వము గల్గు నాక తా
వారవధూటియయ్యు ననివారణ దారుణవహ్నికుండ మీ
ధారుణి మెచ్చ మీవెనుకం దానును దోడనె చొచ్చెం గాన నీ
వారిజనేత్ర మీకృప కవశ్యముం బాత్రము సేయంగాం దగున్. 135

వ. అనినం గామమంజరీసముచితాలాపంబులకు సంతుష్టాంతరంగుం డై హేమాంగదుండు విలాసవతిం దోడ్కొని పోవుకౌతుకంబును దానితల్లిదండ్రులకు తెఱింగించి వారలనుచితసత్కారంబులం బరితోషితులం జేసి యనంతరంబ. 136

క. రమణులు శిబికారోహణ, రమణీయత మెఱసి కొలిచి రాంగా ధరణీ
రమణుండు నిజపట్టణమున, కమరేంద్రాయుధము సెక్కి యరిగెం బ్రీతిన్. 137

క. అని యిట్లు దివియగంబము, జనవినుతరసప్రసంగ సంగతరచనా
జనితకథామధుధారల, మనుజేంద్రుని చెవులం జవులు మరగించి తగన్. 138

క. వీరలలో సాహస మె, వ్వారిది యనవుడు నృపాలవర్యుండు నగుచున్
వారసతీమణిసాహస, మౌరా యని మెచ్చవచ్చు నని పల్కుటయున్ 139

సీ. మణిమయకర్ణభూషణమరీచులతోడ, వెలందిచూపులమించు బియ్యమందం
జెక్కుల మకరికాచిత్రరేఖలతోడం, జిఱునవ్వువెన్నెల చెలిమి సేయం
బయ్యెదకొంగుల బంగారుమెఱుంగులం, జనుదోయితళుకులు చనవుమెఱయ
మంజీరకంకణమంజులధ్వనులతో, మేఖలారావంబు మేలమాడ

ముసుఁగు దొలఁగించి తనులత మోద మడరఁ, బద్మమధ్యంబునం దున్న పద్మవోలె
హంసతూలికాతల్పంబునందునుండి, యాకళావతి మనుజనాయకునిఁ జూచి. 140

క. దీవియగంబంబునకును, జీవము గల్పించి కథలు చెప్పింపంగాఁ
బ్రావీణ్యము గల్గియు నీ, వీవిధమునఁ దప్పఁజెప్పు టిది నిపుణతయే. 141

క. తనపతిఁ గానక యెంతయు, మనికితపడి వచ్చికామమంజరి చోరఁగాఁ
గనికరమున నక్కాంతుం, దనలశిఖలలోనఁ జొచ్చె నవ్విధమునకున్. 142

క. కడుఁజోద్య మంది లంజియ, కుడిచినఋణ మెడల నగ్నికుండముఁ జొచ్చెం
గుడువక కట్టిక బానిస, పడుటయు సాహసము గాక సార్థివముఖ్యా. 143

వ. అని పల్కి కళావతీనితంబిని కాదంబినీసమాక్రాంత యైనక్రొమ్మెఱుంగుతెఱంగునం
గృతావకుంఠ యగుట యవలోకించి. 144

ఉ. అష్టమహావిభూతికలనాహవమంత్రజనానువర్తనా
దుష్టవిరోధిమంత్రిజనదుర్వ్యూహగర్వప్రమోదకర్తనా
యిష్టఫలప్రదానదివిజేశ్వరధేనుసమానకీర్తనా
శిష్టజనప్రమోదకరజీవితవైదికధర్మవర్తనా. 145

క. కుకురు కురు చేర కేరళ, శక మరు కర్ణాట లాట సౌరాష్ట్ర మహీ
పకమంత్రిజనమనీషా, నికషోపలనయకలాప నిగమాలాపా. 146

మందారదామము.

శృంగారరేఖావిశేషస్వరూపా, రంగజ్జనానీకరక్షాదిలీపా
సంగీతసాహిత్యసారస్యలోలా, యంగీకృతాంగీకృతాచారశీలా.

గద్యము. ఇది శ్రీమదఖిలకవిమిత్త్ర పెద్దయ యన్నయామాత్యపుత్త్ర
శారదాదయావిధేయ జక్కయనామధేయ ప్రణీతం బైన
విక్రమార్కచరిత్రం బనుమహాకావ్యంబునందు
షష్ఠాశ్వాసము.

శ్రీరస్తు.

విక్రమార్కచరిత్రము.

సప్తమాశ్వాసము.

శ్రీమత్కనకాంబరగో
భూమిపరిముక్తదానపోషితబంధు
స్తోమమహీసుర సరస
క్షేమంకర సదయహృదయ సిద్ధనమంత్రీ. 1

మ. జగదాశ్చర్యకశ్లోకలాపకలనాచాతుర్యధుర్యుండు వీ
రగుణోదర్కుఁడు విక్రమార్కుఁడు మహారాజాగ్రగణ్యుండు సా
రగతిన్ రెండవమాట యమ్మదవతీరత్నంబుఁ బల్కింపఁగాఁ
దగుయత్నంబున నంతరంగమునఁ దాత్పర్యం బవార్యంబుగన్. 2

క. దర్పితరిపుహరణభుజా, దర్పధురంధరుఁడు మంత్రతంత్రస్ఫురణాం
గర్పూరకరండమునకు, నేర్పునఁ బ్రాణంబు లొసఁగి నెఱి నిట్లనియెన్. 3

క. తగ వెలిఁగి దివియగంబము, తగుతెఱఁగునఁ బ్రొద్దుపుచ్చెఁ దగ వెలుఁగక యా
యిగురాకుఁబోఁడి పలికినఁ, బగడంబులు రాలునట్లు పలుకదు మాతోన్. 4

క. ఇప్పొలఁతిపగిది నీవును, నొప్పరికించుకొనియుండు టుచితముగా దో
కప్పురపుబరణి యొకకథ, చెప్పఁగదే నాదుచనవు చేకొని యనినన్. 5

వ. మహాప్రసాదం బని యొకకథ విన్నవించెద నవధరింపు మని యాబరణి ధరణీశ్వరున
కిట్లనియె. 6

సీ. ఉల్లోలసురధునీకల్లోలమాలికా, ప్రతిభటధ్వజపటప్రాభవంబు
నానామహాసౌధనవసుధాచంద్రికా, ధగధగాయితనభోదర్పణంబు
ఖేచరదంపతిలోచనానందన, వందనమాలికావైభవంబు
ప్రాకారకీలితబహురత్నదీపికా, విహితవిభ్రమదిశావిలసనంబు
వివిధశృంగారవనమహీవిహరమాణ, మందపవమానవలమానమానితంబు
రమణరమణీసమాకీర్ణరాజమాన, భరితవిభవంబు వంచకపురవరంబు. 7

క. అన్నగరమున కధీశుఁడు, సన్నుతకీర్తిప్రతాపసముచితగుణసం
పన్నుఁడు విక్రమకేసరి, యున్నతరిపువీరవిదళనోగ్రత మెఱయున్. 8

ఉ. పావనమూర్తి యవ్విభునిపట్టపుదేవి యుమావతీమహా
దేవి కటాక్షవీక్షణవిధేయనిధానపరంపరారమా
దేవి రసప్రసంగసముదీర్ణకళాకలనాసరస్వతీ
దేవి చిరక్షమాధరణిదేవి యనం జెలువొందుఁ బెంపునన్. 9

క. ఆదంపతులకుఁ బ్రసుద, శ్రీ దైవాఱంగ రాజశేఖరుఁడు దిశా
మేదురకీర్తినిహారను, హారోదారగుణాభిరాముఁ డుదయించి తగన్. 10

క. ప్రతిపక్షశిక్షణంబును, క్షితిజనసంరక్షణంబు చేసి యవశ్యం
పితృ రాచార మ్మనుపలు, కతఁ డెంతయు నిజ మొనర్చె ననుపమశక్తిన్. 11

మ. పవమానప్రతిమానసత్త్వజవశుంభద్వాహనారోహణో
త్సవసంభావితు లెనరాహుతులతో ద్వాత్రింశదుగ్రాయుధ
వ్యవహారోద్భటసద్భటప్రకరతో నారాజసూనుం డుదా
రవిభూతిన్ జని యొక్కనాఁడు విపులారణ్యాంతరాళంబునన్. 12

వ. బహుప్రకారంబు లగుమృగయావిహారంబులం దగిలి చనిచని యొక్కయెడ సర్వా
లంకారసుందరం బగుశర్వాణీమందిరంబుఁ గనుంగొని యమ్మహాశక్తికి దండప్రణా
మం బాచరించి యనంతరంబ తత్ప్రదేశంబున. 13

సీ. మత్తికాటుకపొత్తు మసగిననునుఁగెంపుఁ, జూపులఁ గలికిమించులు నటింపఁ
బెక్కువన్నెలకంథచక్కఁజిక్కక నిక్క, దనుహోయి కెలఁకులఁ జౌకళింప
సంకుఁబూసలక్రొత్తసరుల నిగారించి, కంబుకంఠము నాత్మకాంతి నొసఁగఁ
బలుగఁగుండలములప్రభఁ బ్రోదిసేయుచుఁ, జెక్కులఁ జిఱునవ్వు చెన్నుమీఱ
యోగదండాగ్రకృతపాణియుగళిమీఁదఁ, జిబుకభాగంబు నిలిపి గాచిలుకతోడ
సకలవిద్యానుసంధానసరసగోష్ఠిఁ, గలసి భాషించుయోగీంద్రకాంతఁ గనియె. 14

చ. కనుఁగొని తద్విలాసములు కన్నులపండువు సేయ సత్కథా
జనితరసప్రసంగములచందము డెందము నామతింపఁగాఁ
జనవు నటించి డగ్గఱినఁ జయ్యన భైరవరక్ష యంచు నిం
పెనయఁగ యోగినీతిలక మిచ్చె విభూతి నరేంద్రసూతికిన్. 15

వ. ఇచ్చినం బుచ్చుకొని సుఖాసీనుం డై యున్న యవసరంబున. 16

క. పంజరము వెడలి నరపతి, కుంజరు దీవించి సరసగోష్ఠి సునీతిన్
రంజింపఁజేసెఁ గీరము, మంజులభాషావిశేషమాధుర్యమునన్. 17

వ. అనంతరంబ యారాజు రాజకీరాభిలాషగర్భంబు లైనసముచితాలాప సందర్భంబు

లుపన్యసించిన నయ్యోగినీరత్నంబు ప్రయత్నపూర్వకంబుగా సర్వంసహాధీశ్వరున
కిట్లనియె. 18

క. అష్టాంగయోగవిద్యా, వష్టంభముకలనఁ గీరవరవచనసుధా
వృష్టి మఱిఁ దొప్పఁదోఁగఁగ, నిష్టము గలిగినను జెల్ల దిది మాకు నృపా. 19

క. ఆఱువదినాలుగువిద్యల, నెఱవాది త్రికాలవేది నీ వీచిలుకన్
నెఱవుగఁ జేపట్టిన నది, చెఱకునఁ బం డొదవినట్లు చిరకీర్తినిధీ. 20

ఆ. రాజయోగ్య మైనరమణీయవస్తువు, యోగిజనులయొద్ద నునికి దగునె
యనధరింపు మనుచు నవరత్నపంజరా, నీత మైనచిలుకఁ జేతి కిచ్చె. 21

ఉ. ఇచ్చిన మూఁడులోకములు నేలినకంటెను సంతసిల్లి దా
నచ్చపలాక్షి వీడుకొని యద్రిసుతాభవనంబు చేరవన్
మెచ్చులుమీఱఁ గోమలసమీరవిశాలరసాలవీథికిన్
వచ్చి పథిశ్రమాపనయవాంఛ మెయిన్ విడియించె సేనలన్. 22

వ. తదనంతరంబ. 23

క. భూతలపతిసూతి కళా, చాతుర్యనిరూఢు లైనసచివులు దానున్
శీతలశశికాంతోపల, చూతలతాగృహమునందు శుకవిభుతోడన్. 24

వ. సరసకథామాధురీధురీణమంజులభాషావిశేషతోషితుం డై యిట్లనియె. 25

సీ. అఖిలజగత్కర్త యైనపంకజగర్భు, సట్టంపుదేవి చేపట్టి పెనిచె
నారాయణసహస్రనామసామ్యము గల, రామాఖ్య యొసఁగిరి రాజముఖులు
కలరాజు తనమూలబలములోపల నెల్ల, నెక్కుడుమన్నన యిచ్చి మనిచె
వేదాంతసిద్ధాంతవేది వేదవ్యాస, భట్టారకుఁడు పేరు పెట్టె సుతుని
నిట్టిమీవంశకర్తల కితరపక్షి, వరులు తేజోనిరూఢి నెవ్వరును సరియె
సకలవిద్యారహస్యభాషావిశేష, చాతురీధామ శుకరాజసార్వభౌమ. 26

చ. పరిణయనూత్నరత్నమయపంజరపీఠికలన్ సుఖించినన్
సరసరసాలసత్ఫలరసంబులు కుత్తుకబంటి గ్రోలినం
బరిచితవాక్యభంగి బహుభంగిఁ బ్రసంగము చేసెనేని నీ
కరణి ద్రికాలవేదు లనఁగా మన నేర్చునె యన్యకీరముల్. 27

క. కావున నీభావంబున, భావించి మదీయభావిఫలసంప్రాప్తి
శ్రీ వివరించి వచింపుము, నావుడు రాచిలుక మనుజనాథుని కనియెన్. 28

మ. కరుణానీరధి సత్యధర్మ ధరణీకాంతుం డవంతీపురీ
శ్వరుఁ డారాజుతనూజ నూతనకళాసౌభాగ్య శర్వారమం
జరి కన్యాతిలకంబు మన్మథమహాసామ్రాజ్యలక్ష్మీధురం

భరశృంగారవిలాసవై భవసముద్యన్మూర్తి ధాత్రీశ్వరా. 29

క. ఆవేళం దివ్యు దేవరయును, దేవియు దేవరయుం బోలెం దేజోవిభవ
శ్రీ వెలయంగ నలరెదరిదె, వైవాహికవార్త యిపుడె వచ్చు నరేంద్రా. 30

చ. అన విని భూవిభుండు నగి యా నిది చెప్పెడువారు చెప్పఁగా
విని మొదవారి కించుక వివేకము లేదె శుకాగ్రిగణ్య నీ
వని మొగమాట గాదు మఱి కచ్చెరువయ్యెడి నన్ను దేవ యే
యనువున నైన నీయెడఁ గలాన నిజం బని చిక్క నల్కనన్. 31

క. తాళము వై చిన లెఱుంగన, భూలోకాధీశుఁ డెందమున కానంద
శ్రీ లాదవించుచు వచ్చెను, లాలితమంజీరమంజులధ్వని యంతన్. 32

సీ. కీలుగొప్పునఁ గన్నె గేదంగి రేకులు, పునుఁగుసౌరభముల బుజ్జగింప
నలికభాగంబున నెలవంక తిలకంబు, కస్తూరివాసనఁ గుస్తరింప
సిర మైనపచ్చకప్పురముతో బెరసిన, తమ్ములమ్మున తావి గుమ్మరింపఁ
గుచకుంభములమీఁది కుంకుమపంకంబు, పరిమళంబులతోడఁ బరిచరింప
గంధవహానాపవిఖ్యాతి గణనకెక్క, నించువిలుకాని వేగువాఁ జేఁ గుదెంచి
యిగురుఁబోఁడులగమి రాక యెఱుకపఱచె, సొసనుతుఁ గైన యా రాజచంద్రమునకు.

ఉ. చందనగంధులిద్దఱు లవన్మణికాంచనదండచామర
స్పందన మాచరింప నడపం బొకపంకజనేత్రి పట్టఁగా
నిందునిభాననామణు లనేకలు గొల్వఁగఁ జారుశీలతో
నందల మెక్కి యొక్కజలజానన వచ్చె నృపాలుపాలికిన్. 34

వ. వచ్చి యాందోళికావతరణానంతరంబున. 35

సీ. జిగి దొలంకుచునున్న బిగిచన్నుఁగవ్రేకఁ, గరమూలగోపులు కలయఁబోలయ
మించుగా దీపించు మెఱుంగుఁజూపులయొప్పు, మణికంకణములపై మాఱువ్రాలయ
గరపల్లవద్యుతిఁ గస్తూరితిలకంబు, కుంకుమపంకంబు కొమరు మిగుల
నవ్యవిస్ఫురణమై నఖముఖంబులకాంతి, వెలయుముత్యములతోఁ జెలిమిసేయ
నలతినగవు లేఁజెక్కుల నంకురింప, రాచ మొకపెగఁ బ్రమొక్కి యా రాజవదన
రాజుచేసన్న నాసన్నరత్నపీఠిఁ, జెలువు రెట్టింపఁగా సుఖాసీన యయ్యె. 36

క. ఆరమణి యుచితవచనసు, ధారసమున విభుఁ డుంఁ సమ్మదము నందు తటిం
గీరము తనసర్వజ్ఞత, యారూఢికి నెక్క నంబుజానన కనియెన్. 37

చ. పలుకుల నేర్పునం జెవులపండువు చేసితి వింతసేపు నా
పల్కక శిలాతురంబుగ శుభం బది శీఘ్రము గాఁగ నంతయుం
దెలియఁగఁ జెప్పు మింక భవదీయసమాగమనప్రసంగముల్

'జలజదళాక్షి యేమిటికిఁ జల్లన వచ్చియు మంత దాఁపఁగన్ 38

వ. అనిన విస్మయానందకందళితమానసయు మందస్మిత సుందరవదనారవిందయు నై య
య్యిందువదన క్షమాపతిసంపదను నవలోకించి యామూలచూడంబుగా మదీయవిజ్ఞా
పనంబు దత్తావధానుండ వై చిత్తగింపు మని యిట్లనియె. 39

సీ. వివిధవైభవముల విలసిల్లుపట్టున శ్రీలకెల్ల నవంతి మేలుబంతి
యన్నగరాధీశుఁ డధిగతపరమార్థనిత్యసద్ధర్ముండు సత్యధర్ముఁ
డావిభుపట్టపుదేవి లీలావతీదేవి రెండవభూమిదేవి తాల్మి
వారి కిద్దఱకును వర్ణితసౌజన్య కర్పూరమంజరి కన్య కలుగఁ
గలిగె బాంధవతతికి భాగ్యములకల్మి, కలిగె నృపవంశమునకు శృంగారగరిమ
కలిగెఁ బ్రజలకుఁ గన్నులు గలఫలంబు, కలిగె పురరాజ్యలక్ష్మికి గౌరవంబు. 40

తే. మొదలిపక్షంబు విదియయం దుదయ మైన, చంద్రరేఖయుఁబోలె నాచంద్రవదన
దినదినంబునఁ గళలందుఁ దేజరిల్లు, సఖులనేత్రచకోరికాసమితి యలర. 41

సీ. మొదలిసిగ్గులనిగ్గుఁ బొదలించుకనుమించు తొంగలిఱెప్పలఁ దొంగలింప
నెలవు లేర్పడుచున్న మొలకచన్నులచెన్ను బంగారుసకినలభంగి మెఱయ
శృంగారరసనదీభంగంబులో యన నారుతోడనె వళు లంకురింపఁ
గఱుదు లేమియుమా నెఱుంగనిముద్దుఁబల్కుల వలఁతితియ్యఁదనంబు గులకరింపఁ
గుంతలంబులు హరినీలకాంతిఁ జెనఁక, గతులమురిపంబు గజరాజగతుల నొరయ
బాల నవయౌవనంబునఁ జాల మెఱసెఁ, బ్రజలకెల్లను గన్నులపండు వగుచు. 42

ఉ. నేరుపు రూపుగన్న కరణిం జెలు వాకృతి నొందినట్లు శృం
గారము మూర్తి గైకొనినకైవడి నవ్యవిలాసరేఖ యా
కారము దాల్చి పొల్చుగతిఁ గాంతి శరీరము గాంచె నాఁగ నం
భోరుహనేత్ర యొప్పెఁ బరిపూర్ణవయోరమణీయలీలలన్. 43

సీ. కాంచనమణిగణచంచలరోచులఁ గాంతనెమ్మోముగా గండరించి
కుముదమీనచకోరకుసుమాస్త్రదీప్తులఁ గామినీమణికన్నుఁగవ యొనర్చి
కనకకుంభరథాంగకరికుంభమంజరీరుచి నింతిచనుదోయి రూపుచేసి
బంధూకవిద్రుమపల్లవాంబుజకాంతి నళినపాదములుగా నచ్చుపఱిచి
కలితశృంగారవిరచనాకౌశలమున, నఖిలమోహనమూర్తిగా నలరఁబోఁడిఁ
బంచబాణుండు తాన నిర్మించెఁ గాక, వేదజడుఁ డైనయజునకు వెరవు గలదె. 44

సీ. చందురు మెచ్చనిచామనెమ్మోముతో జలజదర్పణములు సాటి యగునె
మెఱుఁగులఁ గైకొని మెలఁతమాపులతోడ రతిరాజశరచకోరములు సమమె
పసిఁడికుండల మీఱుపడఁతిచన్నులతోడఁ గరికుంభచక్రవాకములు సరియె

హరినీలముల గెల్చునంగనకురులతోఁ గాలాహిపంక్తికములు ప్రతియె
పొలఁతిక్రొమ్మేనిసాటియే పువ్వుఁదీఁగ, బాలయడుగుల నెనయునే పల్లవమ్ము
లతివపలుకుల దొరయునే యమృతరసము, వెలఁది కెమ్మోవిఁ బోలునే విద్రుమంబు.

ఉ. ఆరసి లక్ష్యలక్షణరహస్యనిరూఢముగా సమస్తవి
ద్యాగతి నల్లసిల్లె వివిధంబులు చెల్వము లభ్యసించె నా
నారథవాజివారణకళాస్ఫురణంబులకీ లెఱింగె నా
నీరజనేత్ర యుద్ధరణి నేరనివిద్యలు లేవు భూవరా. 46

ఉ. ఆరమణీశిరోమణి వయస్యలు దాను నొక్కనాఁడు శృం
గారవనాంతవీథి రతికాంతుని నోమఁగ నేఁగి యయ్యెడం
గోరికమీఱఁ గీరములకున్ శ్రుతిశాస్త్రపురాణసత్కథా
సారము లొప్పఁజెప్పు నొకశారికఁ గాంచెఁ గళాదిశారికన్. 47

క. కాంచి తమకించి కదిసినఁ, జంచలగతిఁ జిలుకలెల్లఁ జదలికి నెగయన్
మించినశారిక కోరిక, వంచనమైఁ జిక్కినట్లు వనితకుఁ జిక్కెన్. 48

ఉ. ఆగౌరవంకవంకఁ గమలానన నెయ్యపుఁజూడ్కిఁ జూచి యే
లాగున నీవు నీబహుకళాకుశలత్వము సంభవించె ని
చ్చాగతితోడ నీమెలఁగుచక్కటి యెక్కడఁ జెప్పుమన్న శో
భాగరిమాభిరామ యగుపక్షివధూకులరత్న మిట్లనున్. 49

మ. వెలయన్ గాదిలిపుత్త్రిచందమున వేవేభంగులం బ్రోచుచుం
బలుకుందొయ్యలిచేతి రాచిలుక పెంపన్ బెర్గి నానాకళా
కలనాలీలఁ ద్రికాలవేదిని యనంగాఁ జంద్రకాంతోపలో
జ్జ్వలకాంతార లతాంతవాటికలలో వర్తింతుఁ గాంతామణీ. 50

క. అనవుడుఁ ద్రికాలవేదిని, యను నామము నీకుఁ గల్గినట్టిదయేనిన్
నను సుద్వాహము గాఁగల, మనుజేంద్రకుమారుఁ జెప్పుమా మెచ్చొదవన్. 51

వ. అనుటయు. 52

క. ఆవంచకపుర మేలెడు, భూవల్లభనందనుండు బుధగురుజనసం
భావితగుణమణిభూషా, శ్రీవిలసత్కీర్తి రాజశేఖరుఁ డబలా. 53

సీ. కలిఖలప్రేరణాకులవివర్జుఁడు గాక వర్తింమనలచక్రవర్తి యనఁగ
గౌతమమునిశాపభీతచిత్తుఁడు గాక తనరుపాకశాసనుఁ డనంగ
జటినిటలానలోత్కటపీడితుఁడు గాక సొంపారునసవింటిజో దనంగ
రాహుగ్రహోగ్రనిగ్రహుఁడు గాక సుకాంతిఁ జాల నొప్పెడుపూర్ణచంద్రుఁ డనఁగ
శ్రీలఁ గడుఁబేర్చి విభవంబుచేఁ దనర్చి, రూపమున నిక్కి సత్కళారూఢి కెక్కి

గౌరవంబున రాజశేఖరుఁడు వోలెఁ, జెలువమున నొప్పు నారాజశేఖరుండు. 54

వ. మదనమత్తకాశినీచిత్తాకర్షణాకారశృంగార లీలావిహారుం డైనయారాజకుమారరత్నం
బునకు. 55

మ. వనవొప్పు న్నినుఁ బొందఁ గాంచునదిపో సంసారసాఫల్య మం
గన నీమాట లనంగశాస్త్రములరంగన్మూలముల్ మత్తకా
శిని నీచూపులు చిత్తజాయుధమహాసింహాసనస్థానముల్
వనితా నీదుకుచంబు లంగభవదీవ్యత్కుంభినీకుంభమున్. 56

శా. కాంతా కంతుని మీఱునవ్వసుమతీకాంతుండు కాంతుండుగాఁ
గాంతేనిం గమనీయహేమమణిసాంగత్యంబు సంధిల్లు నీ
సంతోషంబు ఘటించు నంతకు భవత్సౌందర్యమూహింపఁగాఁ
గాంతారాంతరవల్లికాకుసుమసంకాశంబు గాకుండునే. 57

సీ. తరుణి యాతనియురస్సరసిలో నీకుచచక్రవాకులు కేళి సలుపుఁగాక
యింతి యాతనివదనేందుచంద్రికల నీదృక్చకోరికలు నర్తించుఁగాక
కాంత యాతనితనూకల్పభూరుహము పై నీబాహులతికలు నిగుడుఁగాక
పొలఁతి యాతనికర్ణపుటకరండముల నీవాచామృతంబు దైవాఱుఁగాక
నీకుఁ దగు నాతఁ డతనికి నీవు తగుదు, నీకు సరియైనసతియుఁ నానృపకుమార
వరున కెనయైనపతియు నీవసుధఁ గలరె, నాదుమాటలు మదిలోన నమ్ము మనియె.

క. ఇత్తెఱఁగున శారిక నీ, వృత్తాంతము విన్నవింప విని యనురాగా
యత్తం బగుచిత్తముతో, మత్తచకోరాక్షి మరునిమాయలకతనన్. 59

సీ. అలరుఁదేనియఁ గ్రోలి యానందమున మ్రోయు నళివిరావములకు నలికియలికి
చిగురాకుఁబోగ రాని చెలఁగి యెలుంగించుపికనికాయములకు బెదరిబెదరి
ఫలరసంబులఁ జొక్కి పలువలై పల్కెడుచిలుకలపలుకుల కులికియులికి
బిసములరస మాని పేర్చి వినోదించుకలహంసములఁ జూచి కలఁగికలఁగి
మేనుఁదీవెయు నలఁతయు మేళవింప, వెలఁదికరమును జెక్కును వియ్యమందఁ
జెదరుకురులును నుదురును జెలిమిసేయ, నున్నతస్వాంగిఁ గనుఁగొని యువిదలెల్ల, 60

క. గోరవంకయాసమాటల, మరువంకఁ దలంకు గలిగె మగువకుఁ దమలో
వెర వింక నేమి గలదని, యిరువంకలఁ బొగిలి రప్పు డెంతయు వంతన్. 61

సీ. కనుదోయి మెఱుఁగులు కంతుతూపులకడ గిరవుగాఁ బెట్టితే హరిణనయన
మొయిదీఁగెనునుఁగాంతి మెఱుఁగుమొత్తములకు నెరవుగా నిచ్చితే యిందువదన
చనుఁగవ గ్రొమ్మించుఁ గనకకుంభములొద్ద నిల్లడవెట్టితే యుగురుఁబోఁడి
పలుకులచెలువంబుఁ గలికికీరములకు వారకం బిచ్చితే వనజగంధి

శుకముఁ జదివింప నందంబు చూడఁగంద, మఱఁదఁ బయ్యెద సవరింప వలను లేక
వగలఁ బొగులంగఁ జూడంగ వలసె మాకుఁ, బులుఁగు నిన్నింతచేసెనే పువ్వుఁబోఁడి.

వ. అని చింతించి శిశిరోపచారంబులు సేయం దలంచి. 63

సీ. చేమంతి ఱేకులఁ జేసినపఱుపుపైఁ దెఱఁగొప్ప నల్లనఁ దెఱవ నుంచి
యందంద డెందంబునందు గంద మలంది సిగ్గైన పచ్చకప్పురము సల్లి
పదపల్లవంబులు పల్లవంబుల నొత్తి పుప్పొడి కరముల నప్పళించి
యఱుతఁ గ్రిక్కిఱియ ముత్యముల పేరులు వేసి పన్నీటఁ గన్నీరు పాయఁ దుడిచి
చెలికి శిశిరోపచారముల్ సేయఁ జేయ, నంతకంతకు మదనాగ్ని యధిక మైనఁ
జెలులు మదిలోన నెంతయుఁ జిన్నవోయి, రాజునకు విన్నవించిరి రమణితెఱఁగు.

తే. విన్నవించిన నారాజు విన్ననగుచు, నిన్నుఁ దొడ్కొనిరమ్మని నన్నుఁ బనిచెఁ
జెప్పనేటికి దేవరచిత్త మింక, మదవతీమణిభాగ్యంబు మనుజనాథ. 65.

వ. అనిన నారాజశేఖరుండు. 66

క. ఆరాజాననమాటయు, నారాజశుకంబుపలుకు నను రాగరసాం
భోరాశిసుధాకరరుచి, సారం బై యప్పు డేకసంశ్రిత మయ్యెనన్. 67

క. పలుకులు వేయి యుఁకేటికిఁ, బలుకును బంతంబు నొక్కభంగిగఁ బొసఁగం
బలుకఁగ నేర్తుగదా యని, చిలుకను విలకించి ప్రియము చిలుకం బలికెన్. 68

క. నీపలుకు వేదసారము, నీపలుకు గిరీశువరము నీపలుకు శిలా
స్థాపితలిపి నీపలుకున, కేపలుకు సమంబు శుకకులేశ్వర చెపుమా. 69

వ. అనుచుఁ గీరంబును గారవించి చతురికను దదనుచారికలను సముచితోపచారంబుల సత్కరించి పరిణతపరిణయోత్సాహుండును సర్వసన్నాహుండును సనుగతానేకరాజశేఖరుండును నై యారాజశేఖరుం డాప్రొద్దె కదలి కదళికాకదంబనింబజంబీరజంబుతమాలహింతాలలవంగలుంగనారంగమాతులుంగసురంగాగ్రిమహామహీరుహానితాంతకాంతం బైనయవంతిపురోపకంఠోపవనాంతరంబు ప్రవేశించినయనంతరంబ యాసర్వంసహాధీశు వీడ్కొని. 70

క. చతురిక వెస ముందరఁ జని, రతిపతిసముఁ డైనయతని రాక ప్రియముతో
నతనునివేదనఁ బొరలెడి, సతితో మున్నాడి చెప్ప సమ్మద మొదవన్. 71

ఉ. వ్రాసినచిత్రరూపమును ప్రాణమువచ్చినభంగి లేచి ప్రే
రాస దలిర్పఁగాఁ జతురికాంగనఁ గౌఁగిటఁ జేర్చి దానిలీ
లాసరసానులాపగతులం జెలికత్తెల గారవించి కై
సేసికొనం గడంగె మునుచెప్పినకారికమాటఁ జెప్పుచున్. 72

వ. అంతఁ జతురికావిజ్ఞాపితరాజశేఖరాగమనవృత్తాంతుండును సంతోషితస్వాంతుండు
నైనసత్యధర్మమహీకాంతుండు సరగ నగరంబు నలంకరింపం బనిచి. 73

సీ. లక్ష్మీసుతునిరాజ్యలక్ష్మికెల్లను మూలబల మైనశృంగారవతులతోడ
ఘనబలాకుంఠితకంఠీరవప్రౌఢిఁ గొమరారుభృత్యవర్గములతోడ
నాశాకరీశుల నపహసింపఁగ నోపుగంధసింధురసముత్కరముతోడఁ
బవమానుజవనత్వ మవమానపఱుపంగఁ జాలెడునుత్తమాశ్వములతోడఁ
గమలసంభవసము లైనకవులతోడ, గరిమ సన్మతి గలమంత్రివరులతోడ
సహితమ్మై వచ్చి సత్యధర్మక్షితీంద్రుఁ, డింపుకెట్టింప నల్లుని నెదురుకొనియె. 74

వ. ఎదురుకొని తత్సమయసముచితోపచారంబులు నడపి తోడ్కొని చని నిజప్రధానాగా
రంబున విడియించి పౌరులం బురోహితులను రావించి తదుపదిష్టదివసంబున. 75

సీ. హితు లైననిజపురోహితులు చెప్పినయట్ల శోభనద్రవ్యవిస్ఫురణ గూర్చి
కడువైభవముతోడఁ గల్యాణవేదిక నింపుమీఱ నలంకరింపఁ బనిచి
కర్పూరమంజరిఁ గైసేసి తెమ్మని సరసవిలాసినీజనులఁ బనిచి
రాజశేఖరమహారాజు శృంగారించి తోడ్తేరఁ దగినెమ్మదొరలఁ బనిచి
పరిణయాగారమునకు దంపతులఁ దెచ్చి లక్షణోచితవైదికలౌకికాది
కృత్యములు సాంగములు గాఁగ సత్యధర్మ, మనుజనాథుండు విబుధానుమతి నొనర్చె.

వ. అయ్యవసరంబున మౌహూర్తికదత్తశుభముహూర్తంబున. 77

చ. రతిరతిరాజమూర్తు లగురామయు రాకొమరుండు నొండొరుల్
సితలలితాక్షతావళుల సేసలు వెట్టిరి మందమారుతో
చితచలనప్రసంగములచే నితరేతరకోరకావలుల్
చతురతఁ జల్లి యాడునవజాతిలతాసహకారలీలలన్. 78

క. చనుదెంచి హోమకార్యము, లనువున నొనరించి పెద్దలగువారలకుం
గనకమణిభూషణాదులు, తనియంగా నిచ్చె సత్యధర్ముఁడు దానున్. 79

ఆ. భక్ష్యభోజ్యలేహ్యపానీయచోష్యంబు, లింపువెంప నారగింపఁజేసి
వారయాత్రికులకు వసుమతీనాథుండు, గారవంబుతోడఁ గట్టనిచ్చె. 80

క. సొంపున నిమ్మెయిఁ బెండిలి, సంపతిలన్ సత్యధర్మజనపతిచంద్రుం
డంపఁగ నావంచకపురి, కింపలరఁ గుమారుఁ డరిగె నింతియుఁ దానున్. 81

చ. అరిగి పురంబులోనికమలాక్షులు మేడలమీఁదనుండి య
చ్చెరువుగఁ గ్రొత్తముత్యములు సేసలుచల్లుచు నుండ రాజమం
దిరమున కేఁగుదెంచి జననీజనకుల్ తను గారవింపఁ ద
చ్చరణసరోరుహంబులకుఁ బాఁగిలి మ్రొక్కెఁ బ్రియాసమేతుఁడై. 82

తే. అంత నొకనాఁడు కాంతయు నవ్విభుండును, శారికాకీరరత్నపంజరము లొక్క-
చూతపోతంబుకొమ్మను బ్రీతి నునిచి, మహితశృంగారవనలతామండపమున. 83

వ. వినూత్నరత్నవేదికల మకరకేతనక్రీడాచాతుర్యంబులఁ బ్రొద్దుపుచ్చు చున్నసమయం
బున గీరంబు శారిక కిట్లనియె. 84

క. ఈరాజు రాజముఖియును, గారవమునఁ గలసిమెలసి కందర్పసుఖ
శ్రీరతు లై విహరించెద, రీరీతిని మనము నునికి యెంతయు నొప్పున్. 85

క. అనవుడు శారిక కీరముఁ, గనుఁగొని మగవారు పాపకర్ములు నమ్మం
జన దనినఁ బాపజాతులు, వనితలుకా కనుచుఁ జిలుక వాదము చేసెన్. 86

వ. తదాకర్ణనకుతూహలాయత్తచిత్తు లై మత్తకాశినీమహీవరోత్తములు శారికాకీరంబులం
దేర నొక్కపరిచారక నియమించి. 87

క. తెప్పించి వానిఁ గనుఁగొని, యిప్పుడు మీలోన వాద మేటికి మాకుం
జెప్పుం డనినను శారిక, చెప్పందొడఁగె నిందువదనచిత్తం బలరన్. 88

వ. నన్ను నీరాజకీరంబు తన్నుఁ బరిగ్రహింపు మనిన. 89

క. పురుషులు పోలఁతులయెడలను, బరుసాత్మకు లనుచుఁ జాటిపలికినఁ గినుకం
బురుషులయెడలను బోలఁతులె, పరుసాత్మిక లనుచుఁ జిలుక పలికె నరేంద్రా. 90

వ. అది యట్లుండె మదీయవచనంబున కనుగుణంబుగా నొక్కకథ చెప్పెద నవధరింపు
మని యిట్లనియె. 91

సీ. అభినవశ్రీలతో నలకాపురంబుతో సదృశమై యొప్పుఁ గాంచనపురంబు
అన్నగరంబులోఁ గిన్నరేశ్వరుకంటె ధర్మగుప్తుఁడు సముద్దామవిభవుఁ
డావైశ్యవరుపుత్త్రుఁ డగుధనగుప్తుండు యౌవనోన్మాదదుర్మదాంగుఁ డగుచుఁ
దనతండ్రిపిమ్మట ధనమెల్లఁ బోనాడి కడునకించనవృత్తిఁ గంచి కరిగి
యందు నిజమాతులోత్తము ననుపమాన, విభవు శ్రీగుప్తుఁ డగువైశ్యవిభునిఁ జేరి
తండ్రి మృతుఁడౌట చెప్పక తత్తనూజఁ, బరిణయం బయ్యె వైభవస్ఫురణ మెఱయ.

వ. రాగతరంగిణి యను నక్కాంతం బరిగ్రహించి యనంతరంబ. 93

క. రాగతరంగిణిఁ దన్నును, శ్రీగుప్తుం డొక్కభంగిఁ జేపట్టి బహు
శ్రీగరిమ గారవింపఁగ, రాగిల్లి తదీయమందిరంబున నుండెన్. 94

వ. అంత. 95

క. తనప్రాణము ప్రాణము లై, యనవరతముఁ దన్నుఁ గూడి యాడెడుధూర్తుల్
మనసునఁ బాఱిన నూరికిఁ, జనియెద నని మామతోఁ బ్రసంగము చేసెన్. 96

ఉ. చేసిన మామ యల్లుని కశేషవిశేషవినూత్నరత్నభూ
షాసముదంచితాంబరలసద్ఘనసారపటీరవస్తువుల్

భాసురలీల నిచ్చి యనుపక్ష సతిఁ దోడ్కొని యేఁగి దుర్మద
శ్రీ సిగురొత్తఁ గాంచనపురీవరకాననమధ్యమస్థలిన్. 97

క. తనుఁ గూడి వచ్చువారలఁ, గను మొఱఁగి మహోగ్రవృత్తి సునకూపములో
వనితఁ బడఁద్రోచి తెచ్చిన, ధనమంతయుఁ గొంచు నేఁగెఁ దనపురమునకున్. 98

వ. ఇట్లు ధనగుప్తుండు త్రోచి పోయిన. 99

క. ఆకాంత కూపకుహర, వ్యాకీర్ణలతావితాన మాధారముగా
సాకారంబై నిల్చిన, శోకరసము భంగి నేడ్చుచును వగఁ బొగులన్. 100

ఆ. అయ్యెలుంగు పథికు లాలించి యేతెంచి, వెడలఁదిగువ నాతి వెలిఁ దనర్చె
రాహువదనగహ్వరంబున వెడలిన, చంద్రరేఖ శ్రీఁ జంద్రవదన, 101

సీ. తావిఁ బైఁద్రావినతుమ్మిఁజేసులభంగి వాలారుఁజూపులు ప్రాలుదేర
వేఁబోక కలువలవిందునందంబునఁ జెలువంపునెమ్మోము చెన్నుదఱుఁగ
జళుకు సోఁచ్చినచట్టిజక్కవకవభంగి గరువంపుబిగిచన్నుఁగవ వణంక
సౌండచే వాడినయొలదీఁగయునుబోలె నిద్దంపుఁదరువల్లి నిగ్గుసడల
ముదురుటూర్పులు గెమ్మోవిపదను దివియఁ, జెమటచిత్తడి చెక్కులఁ జిప్పిలంగ
నున్నతన్వంగి భయమేద నుపచరించి, యూపు రెట్టింప తెరువరు లిట్టులనిరి. 102

క. ఎవ్వరిబాలిక వెవ్వతె, వెవ్వరు నినుఁ దెచ్చి రిచటి కీకూపములో
నెవ్వరు నినుఁ బడఁద్రోచిరి, యెవ్వఁడు నీధవుఁడు నాను మెఱ్యాని నీకున్. 103

వ. అనవుడు. 104

సీ. కాంచిలోఁ జిరకీర్తిఁ గాంచి మించినయట్టిశ్రీగుప్తుఁ డనియెడుసెట్టిపట్టిఁ
గాంచనపురియందు గణనకెక్కినయట్టిధనగుప్తునకుఁ బ్రాణదయిత నేను
రమణమై రాగతరంగిణి యనుదాన నత్తవారింటికి నరుగునోట
నిచ్చోటఁ బ్రముచ్చుల నెడదవ్వులను గాంచి పతియును సహాయులుఁ బాటిపోవ
నశ్రుపూరంబు చూపుల కడ్డపడిన, బ్రమసి మతి దప్పి పడితి నీప్రాంతనూత
నింతలో వచ్చి మీరెల్ల నెదురుకొంటి, రెత్తుకొంటిరి నాప్రాణ మేమిచెప్ప. 105

ఉ. ఇంచినవేడ్కతోడ నను నేనుఁగుకొమ్మున దాదిఁ జొమ్మసం
బెంచినతల్లిదండ్రులకుఁ బ్రేముడి నామెడఁ బాయకుండు నేఁ
గాంచికి నేఁగి వారిఁ బొడగాంచిన నంగద వాయుఁ గాన న
న్నించుక యాదరించి కర మేదెసనట్టుగఁ జేయరే దయన్. 106

వ. అనిన ననుకంపాంతరంగితాంతరంగులై యప్పథికు లిట్లనిరి. 107

చ. బలవదసహ్యసింహశరభప్రముఖోగ్రవనాంతభూమి ని
మ్మలల నిను డించిపోయెదమె ముంగి లెఱుంగనిముద్దరాల వా

వలఁ బనియేమి గల్గిన నవశ్యము నిన్నును దల్లిదండ్రులం
గలపక పోము కంచి యది కంచియె మాకుఁ బయోరుహాననా. 108

క. అను నయవాక్యంబులచే, ననునయముం బ్రియము నొదవ నప్పృథికవపుక్
తనమ్మారికంటె మిక్కిలిఁ, దనవారితనంబు దనరఁ దనుఁ బలుకుటయున్. 109

క. కాంతాత్మ మొకింపుక, సంతోసము సదల వెనుకఁ జనుదేరంగాఁ
గాంతారము వెలువడి దని, యంతట నక్కాంచిఁ గాంచి యంతఁ దమలోన్,

వ. ఇట్లని స్తుతియించిరి. 111

క. నీలీనింబకదంబక, సాలాగురుసాళవకుళచందనబదరీ
తాలతమాలరసాల, శ్రీలం దనరు నొప్పుఁ గంచిచెంగటి కోటల్. 112

క. దీపితవినూత్నరత్న, ప్రాపితసునకనకకలశబలనురశోభా
గోపితగగనప్రాంగణ, గోపురమై కరిగిరీంద్రుగోపుర మొప్పున్. 113

సీ. ఏవీథిఁ జూచిన నెప్పుడు విద్వజ్జన వేదశాస్త్రాలాపవిలసనంబు
లేయింటఁ జూచిన నిష్టాన్నభోక్తలై యతిథులు గావింపుచునతులవినుతు
లేమేడఁ జూచిన నిందీవగాత్రుల సంగీతవిద్యాప్రసంగమహిమ
లేకోటఁ జూచినఁ జాతపోతంబులఁ గేకికిరాచిలుకలకలకలములు
కొలఁకు లెయ్యవి చూచినఁ గుముదకమల, కలితమకరందనిష్యందగౌరవంబు
లెల్లభాగ్యంబులకుఁ దాన యెల్లయైన, కంచిఁ జూడనికన్నులు కన్నులగునె 114

ఉ. నూతనమీనకేతనవినోదపరిశ్రమఖిన్నులైనయ
బ్జాతముఖీనృపోత్తముల సారెకు సారెకు సేదదేర్చు పే
గాతటినీతటీకలిత కాంతరసాలనికుంజమంజరీ
జాతమరందకందళితసారసమీరము కాంచికాపురిన్. 115

సీ. వెక్కుల్లక్రేవల సిరపుమించులతోడఁ బరపాలతళుకులు తడఁబడంగఁ
గలికిక్రేఁగన్నులఁ గ్రమ్ముక్రొమ్మెఱుఁగులు ముత్తువాలియలపై మోహరింప
గగురనై యొప్పుకచభరంబులతావి పుమఁగుసౌరభముఁ బ్రోదిసేయ
మించినవన్నెచీరంచుల నెఱికలు మేఖలావళులతో మేలమాడఁ
బసుపుమనుఁజాయ మైకాంతిఁ బసలుసేయ, నేవళంబులు వచుదోయి నిగ్గు దెనక
ప్రవిశబాలవిలాసినీతతులు మెఱయు, సిరికిఁ బట్టైనకాంచికాపురమునందు 116

క. నరుఁ డొకపుణ్యము చేసినఁ, బరువడి నది కోటిగుణితఫలదం బగుటన్
ధరఁ బుణ్యకోటియనఁగాఁ, బరఁగుం గాంచీపురంబు ప్రతియే పురముల్. 117

సీ. ఘనతరసౌధాగ్రకనకకుంభములని కమలమిత్రునిదృశ్యకరణిఁ జూపఁ
బ్రాసాదకీలితబహురత్నదీధితు లింద్రచాపంబుల నీనుచుండఁ

ప్రతిమందిరధ్వజపటశీతపవనంబు సిద్ధదంపతులమై సేదఁ దేర్ప
గంధసింధురతురంగములసాహిణములు శ్రీకాంతుకేకాంతసీమ గాఁగ
నాపణంబులఁ బచరించునట్టిసిరకు, లర్థపతి వైభవంబుల నపహసింప
రమ్యమై యున్న కాంచీపురంబుతోడ, నితరపురముల నుపమింప నెట్లువచ్చు. 118

వ. అని ప్రశంసించుచుఁ దత్పురంబు ప్రవేశించి ప్రతిదినప్రవర్ధమానమహావైభవసుందరం
బైన శ్రీగుప్తమందిరంబుఁ బ్రవేశించి యతనిం గాంచి. 119

క. కాంతారాంతరసీమా, భ్యంతరమునఁ గాంతఁ గనుట యాదిగఁ దా రా
యింతిని గొనివచ్చినవిధ, మంతయు నెఱుఁగఁగఁ జెప్పి యడిగినపిదపన్. 120

వ. అతండు. 121

క. ఎల్లింటి నేఁటిలోనన, తల్లీ వెదకించి తెత్తు ధనగుప్తుని నీ
వుల్లమున వగవవల దని, చల్లనిమాటలఁ దనూజ సంభావించెన్. 122

వ. అటు ధనగుప్తుండు ధనంబు గొని నిజమందిరంబున కరిగి. 123

సీ. బల్లిదికాండ్రకు నిచ్చి పరిహాసకుల కిచ్చి కూడి యాడెడుధూర్తకోటి కిచ్చి
కుంటెనీలకు నిచ్చి కోడిగీలకు నిచ్చి మిన్నక వారకామినుల కిచ్చి
జూదరులకు నిచ్చి జొమ్మకాండ్రకు నిచ్చి జారవిలాసినీసమితి కిచ్చి
యిచ్చకొండుల కిచ్చి యుచ్చమల్లుల కిచ్చి వారక యుబ్బించువారి కిచ్చి
మాయజోగుల కిచ్చి దిమ్మరుల కిచ్చి, మద్యపానుల కిచ్చి పామరుల కిచ్చి।
యెల్లధనమును ధనగుప్తుఁ డెలుకమాలి, పచ్చపయికంబు లేకుండ వెచ్చపఱిచి 124

క. రాగతరంగిణి గర్భ, శ్రీగరిమ వహించె ననుచు సీమంతశుభో
ద్యోగము నెపమున ధనములు, శ్రీగుప్తుని మోసపుచ్చి చేకొనుబుద్ధిన్. 125

క. కంచికిఁ జని బహువిభవస, మంచిత మగు మేనమామమందిరము ప్రవే
శించి తనవనితఁ గనుఁగొని, సంచలత వహించి గుండె జల్లన నున్నన్. 126

క. శంకింపవలదు పోలఁగ, బొంకితి మును కాననాంతమున మ్రుచ్చులకుం
గొంకి యసహాయతను నే, వంకకు నరిగితివో యనుచు వైశ్యవరేణ్యా. 127

క. అని రాగతరంగిణి తను, వినయోక్తుల వెఱపు మాన్పి వేగంబుగ మ
జ్జనభోజనాదిసత్కృతు, లొనరింపఁగ మామచేత నుపలాలితుఁ డై. 128

ఉ. ఆగుణహీనుఁ డొక్కతఱి నర్ధనిశాసమయంబునందు సం
భోగపరిశ్రమస్ఫురణఁ బొంది కవుంగిట నున్నయట్టియా
రాగతరంగిణీరమణిరత్నసువర్ణవిభూషణాదు లి
చ్ఛాగతిఁ గొంచుఁ బోఁదలఁచి చంపఁ గఠారము శూన్చైఁ బూన్చినన్. 129

మ. వనితారత్నము వానికార్యమునకున్ వాపోవ నచ్చోటికిం

జని శ్రీగుప్తుఁడు తాను బాంధవులు నాశ్చర్యంబు దట్టంబుగా
ధనగుప్తుం డొనరింపఁబూనినమహోదార్థ్యంబు సర్వంబు గాం
చి నిజేచ్ఛం జనుఁడుంచుఁ గంచి వెడలించెం గిన్కతో నల్లునిన్. 130

క. అటుగాన నెన్నిభంగులఁ, గుటిలత్వము గూడు గాఁగఁ గుడుతురు వగవా
రిటువంటివారిమదిలో, నెటుగా నమ్మఁదరు సతులు హితు లని పతులన్. 131

క. అని శారిక కథ సెప్పిన, విని వీఁడటికథ విస్మయవేడుకపడ నా
జననాథుఁ జూచి కీరము, బనఘా కథ యవధరింపు మని యిట్లనియెన్. 132

సీ. శ్రీకలితానూనచిత్రరేఖాయుక్తి గొమ్మలందును గోటకొమ్మలందు
నవరసపదయుక్తి నానార్థగరిమలు, రాజులందును గవిరాజులందుఁ
గవిలోకసంతోషకరజీవనస్థితి సరసులందును గేళిసరసులందు
నవనవశ్రీసుమనఃప్రవాళవిభూతి మావులందును నెలమావులందుఁ
గలిగి సముదగ్రసౌధాగ్రతలసమగ్ర, శాతకుంభమహాకుంభజాతగుంభి
తోరురత్నవినూత్నశృంగార మగుచు, సిరుల నొప్పారు విక్రమసింహపురము. 133

క. భూపాలలోకమకుట, స్థాపితరత్నప్రభాతిశయచరణుఁడు వి
ద్యాపరిణామానసుఁడా ద, యాపరుఁడు ప్రతాపమకుటుఁ డప్పుర మేలున్. 134

క. ఆరాజేంద్రునినందన, యారూఢస్మరవికారయౌవనలక్ష్మీ
గౌరవనిధి సకలకళా, పారీణవిలాసవతి నృపాలకతిలకా. 135

ఆ. ఆప్రతాపమకుటుఁ డాత్మజఁ బాటలీ, పుత్త్రి మేలురాజుపుత్త్రుఁ డైన
యాసుధర్మవిభుని ననుపమకరాంకుఁ, బిలువఁబనిచి వేడ్కఁ బెండ్లిచేసె. 136

ఉ. చేసి సుధర్మభూపతికిఁ జిత్రవిచిత్రవినూత్నరత్నభూ
షాసహితోరుసంపదలు సమ్మద మారఁగ నిచ్చి వైభవో
ల్లాస మెలర్ప నిల్పిన విలాసవతీసతిఁ గూడి సన్మద
శ్రీ సెలువొంద నుండె మును చేసినభాగ్యఫలంబు దెంపునన్.

తే. అంత నొకనాఁడు కాంత యత్యంతకాంత, చంద్రకాంతశిలాసౌధచంద్రశాలఁ
జాలవేడుకఁ దనప్రాణసఖులఁ గూడి, యంగజారాధనము సేయునవసరమున. 138

సీ. చక్రవాకస్తని శైవాలధమ్మిల్ల సందీప్తడిండీరమందహాస
యావర్తనతనాభి యభినవబిసహస్త రాజీవరాజమరాళియాన
సికతాతలనితంబ వికచబంధూకోష్ఠ వరతరంగావళీవళివిలాస
కంబుకంధర దళితాంబుజాతానన నానావిధవిలోలమీననయన
యమృతసాగరవిభునియార్ధాంగలక్ష్మి, యిందుధరునిల్లు పుట్టినయిల్లు గాఁగ
నెగడెడు పినాకినీతటినీవధూటి, పట్టణాంతకసీమఁ జూపట్టుటయును 139

వ. అక్కామినీరత్నంబు కేలు మొగిచి ఫాలభాగంబునం గదియించి. 140

మ. జయకారం బొనరించె నంబరమణీసాధర్మ్యసంపన్నకున్
నయనానందనవారవిందమకరందశ్రేణికాస్విన్నకున్
నియతస్నాననిరంతరాగతజనానీకక్రమాసన్నకున్
జయజాగ్రజ్జలపక్షిపక్షపటలీసంఛన్నకుం బెన్నకున్. 141

వ. అనంతరంబ న్నత్తటినీతటంబున. 142

సీ. వెన్నెలం జరియుడ్డవెండితీఁగెలఁ బోలు యజ్ఞోపవీతంబు లఱుత నమరఁ
గన్నె చెంగల్వపూవన్నె మించిననిరుకావిదోవతికట్టు కటిఁ దలిర్ప
వెలిదమ్మివిరివిూఁదిమెలఁజేటిగతి గంగ మట్టిపై వేలిమిబొట్టు దనర
నీలకందుకముపైఁ గీలించుముత్యాల విధమున సిగఁ గమ్మివిరులు మెఱయ
లలితనవయావనారంభకలిత మైన, మేనిమెఱుఁగులు మెఱుఁగులమెఱుఁగుఁ దెగడఁ
జంద్రధరుకృప బ్రహ్మవర్చసము గన్న, మాఱుఁ డన నొప్పువిప్రకుమారుఁ గాంచె. 143

ఉ. అత్తఱి భూసురోత్తమునకై తనచిత్తసరోరుహంబు నిం
డెత్తినమాత్రలోనఁ దెరలెత్త వియోగమహాంబురాశి పై
జెత్తఁ దలంపుకీలు తలలెత్త విసం దలపోఁత లించుకి
ల్లెత్త మనోజుఁ డంతి నడుగెత్తఁగనీని ప్రతిజ్ఞ దోఁపఁగన్. 144

క. ఆరామ కామువలనఁ, బోరాములు వడుచుఁ దనదుపోరామి చెలిం
గారాముతోడ నాతని, నారావంబునకుఁ దేఁ బ్రియంబునఁ బనిచెన్. 145

ఉ. పంచిన భూసురోత్తమునిపాలికి నేఁగి ప్రియంబు చెప్పి రా
వించి నవీనచంచదరవిందమరందకలోలచంచరీ
కాంచితదీర్ఘికాతటవనాంతరసీమ వసింపఁజేసి తా
నించినవేడ్కతో మగుడ నేఁగి కుమారికతోడ నిట్లనున్. 146

ఉ. భూసురవర్యుఁ దెచ్చితి నపూర్వవనాంతలతాంతశయ్యకున్
భాసురరూపసంపదల బ్రాఁతిగ నాతని భావసంభవుం
ద్రాసునఁ దూన్పవచ్చు ననురాగరసాంబుధి నోలలాడు నీ
చేసినభాగ్య మెవ్వరును జేయరు తోయజపత్త్రలోచనా. 147

క. అని యాసీమంతిని మం, తనమున నుపకాంతు నుపవనంబునకై తె
చ్చినవార్త విన్నవించిన, విని కౌఁగిటఁజేర్చి గారవించెం బ్రీతిన్. 148

క. అంతటిలోపల నపరది, గంతమునకు భానుమంతుఁ దరుగుటయుఁ బెటు
ధ్వాంత మనంతంబై హరి, దంతరవియదంతరముల నంతటఁ బర్వెన్. 149

శా. ఆలోనీలవినీలకుంతలవిలోలాలీంద్రసాంద్రప్రభా

భీలాకారమహాంధకారము విజృంభింపఁగఁ బ్రాణేశు ని
ద్రాలోలాత్మునిఁగా నెఱింగి విలసత్సౌధంబుపై డిగ్గి తా
లీలారామములోనికిం జనియె నాళీకందవప్రౌఢేక్షణ. 150
క. అటమున్న పన్నగేంద్ర, స్ఫుటదంష్ట్రాదష్టుఁ డగుచు భూసురవరుఁ డ
చ్చట మృతుఁడై పడియుండఁగఁ, గుటిలాలక యిట్టులనియెఁ గుందుచు నల్లన్. 151
చ. ఇలు వడి వీటఁబుచ్చి హృదయేశ్వరునిం గసుఁబ్రామి బోటులం
దలఁపక కన్నతండ్రికినిఁ దల్లికి నాఁడిక దెచ్చి చీఁకటిన్
వలపుల రాజుమాయఁ బడి వచ్చినదానికి నింత సెద్దయే
వలనుగ బ్రహ్మ మున్నొసల వ్రాసినవ్రాఁతఫలంబు దప్పునే. 152
క. పుటపుటనగుచనుఁగవపై, బొటపొటఁ గన్నీరు దొరఁగఁ బురపురఁ బొక్కం
దటతట గుండియ లదరఁగఁ, గటకట యిది సామిఫలముగా కేవుచున్. 153
ఉ. ఓరువరానివంతఁ దలయూఁచుచు నుస్సని వెచ్చ నూర్పు నీఁ
దారయలేనికూర్మి యిటు లయ్యెఁగదే యని పొక్కి వెంట నె
వ్వారలు వత్తురో యనుచు వచ్చినమార్గము చూచి వానియా
కారము మెచ్చి మైమఱచి కౌఁగిటఁజేర్చు మనోజవేదనన్. 154
వ. అప్పు డక్కళేబరంబు భూతావిష్టం బగుటయు. 155
క. క్షోణీసురవరుబొండికిఁ, బ్రాణము వచ్చెనని యిచ్చ భావించుచు న
య్యేణీలోచన సుమనో, బాణపరాధీనహృదయపంకజ యగుచున్. 156
క. కరతాడనగళరవములఁ, బరిరంభణచుంబనములఁ బైఁబడి పెనఁగెన్
ధరణీసురశవభూతము, కరిగమనం బట్టి ముక్కు గఱచె మొదలికెన్. 157
ఆ. ముక్కు శవముకోరఁ జిక్కినమాత్రాన, విడిచి భూత మపుడు వెడలిపోయెఁ
దెగువతోడ మొదలిమగఁ డున్నచోటికి, నాతి నచ్చెఁ జూప్పు నాతివలెను. 158
వ. చని తదీయగేహదేహళీప్రదేశంబున నిలిచి పంచారికల మేలుకొలిపి. 159
ఆ. ముక్కులేనిబోసిమొగమున వెడలెడి, నిజుదయాప్పుతోడ నెత్తు రొలుకఁ
జెలువ మగనిదిక్కు చేసన్నఁ జూపి యీ, కొఱఁతనుఱుక ముక్కుఁ గోసె ననియె.
క. ఇల్లటపుటల్లుఁ డని తన, యుల్లమురా మెలఁగదనుచు నూరక నాక
కల్ల యొనరించె నని తా, నల్లనఁ బల్కుటయు వార లాక్రోశింపన్. 161
క. విని భూవరుఁ డచ్చోటికిఁ, జని యంతయుఁ జూచి రోషసంతప్తుం డై
తనయల్లునిఁ గన్ని నిర్దయ, జనులకు నొప్పించి యపుడు చంపఁగఁ బనిచెన్ 162
ఉ. వారలు నాసుధర్మవిభు వధ్యశిలాస్థితుఁ జేసి ఘోరదు
ర్వారకృపాణధార ననివారణ వ్రేయఁగ నుత్సహించినం

జేరువ నున్న దివ్యముని చిత్తమునందుఁ గృపావిధేయుఁడై
నేరము లేక చంపఁ దగునే యిది ధర్మము గాదు నావుడున్. 163

వ. ఆరెను లతిత్వరితగతిం జనుదెంచి. 164

క. ఆమాట విన్నవించిన, భూమీశ్వరుఁ డవటి కరిగి పుత్త్రికథార్థ్యం
బామూలమాడముగఁ దన, కామునిస్పష్టముగఁ దెల్ప నంతయుఁ దెలిసెన్. 165

చ. తెలిసి మహోగ్రుఁడై కినుకదేఱెడు చూపులఁ గ్రూరతఁ జూచి యీ
కులటకు శిక్ష యెయ్యదియొకో యనుచుం దలపోసి యాఁడువా
రల వధియింపఁ గాదని పురంబున నుండఁగనీక త్రోలి గా
వల నొకచోట నల్లునివివాహముచేసె రమాసమగ్రతన్. 166

క. కావున వనితాజనములు, భూవల్లభ యెల్లపాపములకును మూలం
బేవిధమున మగవారలు, పావనవర్తనులె కాక పాపాత్మకులే. 167

వ. అని కీరంబు సరసప్రకారంబున నుచితకథావిన్యాసం బుపన్యసించి యనంతరంబ

ఆ. కడుఁ బ్రశంసచేసెఁ గర్పూరమంజరి, శారికాకథాప్రసంగమహిమ
రాజశేఖరుండు రాజకీరముకథా, ప్రౌఢి యొప్ప ననుచుఁ బ్రస్తుతించె. 169

చ. అని ఘనసారపేటిక నయంబు మెయిం గథ విన్నవించి యో
జనవర యిందు నెవ్వరిదెసన్ దురితం బిది చిత్తగింపుమా
యనుటయు సాహసాంకవసుధాధిపచంద్రముఁ డల్ల నవ్వుచున్
వనితల కేమి గాదు మగవారు దురాత్ములుకాక నావుడున్. 170

వ. విని. 171

సీ. చిన్నారిపొన్నారిచెక్కుటద్దములపైఁ జిఱునవ్వుమొలకలు చెంగలింప
మదనునితూపుల మఱపించుచూపులదెఱఁగులమెఱుఁగులు తుఱఁగలింప
మొగమున కెగిరెడుబిగిచన్నుఁగవమీఁద మణిహారరోచులు మాఱుమలయఁ
గమ్మనినెత్తావిగ్రమ్ముక్రొమ్ముడినుండి యరవిరిపిరవాదివిరులు దొరఁగ
సాంధ్యరాగంబు వెడలినచంద్రరేఖ, యొసకమునఁ బొల్పు మునుముట్ట ముసుఁగువుచ్చి
యాకళావతి మృదులపర్యంకతలము, నందుఁ గూర్చుండఁబడి సాహసాంకుఁ జూచి

క. ఘనసారకరండమునకు, ఘనసారస్వరము నిచ్చి కథ చెప్పింపం
బనుపడినేర్పు గలిగియు, జనవర యిటు తప్పఁజెప్పఁ జనునే నీకున్. 173

చ. పురుషుఁడు పాపకర్ముఁ డనఁబోలదు కాంతయె కాని కాంతకుం
బురుషుఁడు కీడుచేసినను భూషణ మేమగుఁ బల్లువట్టిచూ
తురె మగవాఁడు చేసె నని తొయ్యలియున్ దురితంబు చేసినం
బరమపతివ్రతాచరణభంగము గాదె నరేంద్రశేఖరా, 174

క. అని వనితామణి యుత్తర, మొనరంగా నిచ్చి భూవరోత్తముచిత్తం
బనురాగంబున మల్లడి, గొనఁ గ్రమ్మఱ ముసుఁగు వెట్టుకొని శయనించెన్. 175

ఉ. లాలితలోచనోత్సవవిలాసవినూతనభద్రదానవి
ద్యాలలితప్రసంగనవదత్తక మోహనశిల్పచాతురీ
ఖేలనకూచిమార సుముఖీజనరంజన కామకేళిపాం
చాల సముల్లసత్కుసుమసాయకశాస్త్రకళావిశారదా. 176

క. ధీరోదాత్తరఘూత్తమ, ధీరోద్ధతపరశురామ ధీరలలితలీ
లారత్నావళినాయక, ధీరమహాశాంతమాలతీసుదతీశా. 177

స్రగ్విణి.

నిత్యభోగక్రియా నిర్జరాధీశ్వరా, సత్యభాషాహరిశ్చంద్రభూమీశ్వరా
శైత్యసత్కాంతినక్షత్రలోకేశ్వరా, భృత్యభావోదయప్రీతిలక్ష్మీశ్వరా.

గద్యము. ఇది శ్రీమదఖిలకవిమిత్త్ర పెద్దయ యన్నయామాత్యపుత్త్ర
శారదాదయావిధేయ జక్కయనామధేయ ప్రణీతం బైన
విక్రమార్కచరిత్రం బనుమహాకావ్యంబునందు
సప్తమాశ్వాసము.

శ్రీరస్తు.

విక్రమార్కచరిత్రము.

అష్టమాశ్వాసము.

శ్రీమహిళాంచితనయనా
శ్రీమద్వాణీవిలాసజిహ్వాగ్రతలా
క్ష్మామహితదక్షిణభుజా
సీమాద్రివిహారకీర్తి సిద్ధనమంత్రీ 1

మ. ప్రతిపక్షక్షితిపాలఫాలతలవర్ణధ్వంసనారంభజృం
భితనిస్త్రింశుఁడు విక్రమార్కుఁడు గుణాభిజ్ఞుండు దేజోవిని
ర్జితదీప్తార్కుఁడు కాంతిసోముఁడు సుఖక్రీడాకలాపైకమం
డితుఁడై మూఁడవమాట యుత్తరుణి నాడింపంగ నుద్యుక్తుఁడై. 2

ఉ. చారుసువర్ణపూర్ణకలశంబునకుం దనమంత్రవిద్యచేఁ
గోరి సచేతనత్వమును గూర్చి యపూర్వకళామహోదర
శ్రీ రుచి మీఱ నొక్కకథ చెప్పఁగదే యని యానతిచ్చినం
గూరిమితోడ నాకనకకుంభము సంభ్రమ మొప్ప నిట్లనున్. 3

శా. శృంగారాదిరసప్రసంగములుగాఁ జెప్పంగ నేర్తుం గథల్
సాంగోపాంగముగాఁగ నొక్కకథ సువ్యక్తంబుగా నన్వయిం
పంగాఁ జెప్పెదఁ జిత్తగింపు మని చెప్పం జొచ్చె భూపాలుతో
సంగోత్పాదకవాగ్విశేషరచనాచాతుర్య మేపారఁగన్. 4

సీ. మాణిక్యసుందరమహనీయకందరభరితబంధురవింధ్యగిరిసమీప
మున వివేకనిధాన మనుపట్టణమునందు శుభ్రవర్మ యనుమహాక్షోణినాయ
కునకుఁ బద్మావతి యనఁగ గుణావతి యనఁగ లీలావతి యనఁగఁ గలరు
ముగురు కూఁతులు జగన్మోహనాకార లనంగశాస్త్రవిదగ్ధ లతివినీల
కుటిలకుంతల లున్మదకుంభికుంభయుగళ, గురుకుచలు వారిఁ దగినట్టివరులఁ గోరి
వరుస మూఁడూళ్ల నిలిపె నావసుమతీశుఁ, డంత నాపురి కొకపరిహాసకుండు. 5

ఉ. హారివరాంగనాజనవిహారి విదూషకచక్రవర్తి సం
సారసుఖైకసారఘనసారపటీరవిలిప్తమోహనా
కారుఁ డనూనకాముకశిఖామణి పుష్పకరండకుండు చా
జారుఁ డొకండు వచ్చె సరసస్థితి రెండవమారుఁడో యనన్. 6

సీ. కొదమచందురునిలోఁ గొదమకైవడి మించు నటియించుచున్న పునాభి వెట్టి
ములుపడి ప్రావడ్డ వలరాజు డాగుల మీఁద గందపుఁబూఁత మేళవించి
తేఁటిరెక్కలకప్పుఁ దెగడెడుకొప్పున బాగుమీఱఁగ వన్నెపాగ చుట్టి
తనరుజవ్వాదివాసనలచేఁ జెన్నొందుచిన్ని గేదఁగి ఱేకు చెంపఁ జెరివి
కప్పురపుసోనపల్కులఁ గమ్మఁదావి, గుబులుకొనుచున్న విడియంబుసొబగుతోడ
రమణఁ జూపట్టు పుష్పకరండకుండు, హరునికనుదృష్టి దాఁకనిమరుఁ డనంగ. 7

ఉ. వచ్చి పురంబువాకిట రువారపుఁగోడెతనంబుతోడఁ గ
న్నిచ్చకువచ్చుచేడియల నెచ్చరికించుచు ధూర్తకోటితో
మచ్చరికించుచున్ వెకలిమాటలు మాయపుఁగూచిమారపుం
బచ్చలు చూపుచున్ సెలవిపాఱఁగ నవ్వుచుఁ గేకరించుచున్. 8

క. కన్నుండఁగఁ గనుపాపను, గొన్నవిధంబునను సతులఁ గూడకయును దాఁ
గన్నమిడి మనోధనములు, గ్రన్ననఁ గొనిపోవు గన్నకాఁడుం బోలెన్. 9

వ. ఇట్లు వివేకనిధానం బనుపట్టణంబునఁ బుష్పకరండకుండు బహుప్రకారంబు లగు
నిచ్ఛావిహారంబులం జరియించుచుండ నొక్కనాఁడు కామశాస్త్రికళావేదు లైనవిట
విదూషకపీఠమర్దకనాగరకులతోడ బహువిధస్వైరిణీగణప్రసంగంబులం బ్రొద్దుపుచ్చు
చున్న సమయంబున మీ దేశంబునఁ బ్రొత్త లగువార్త లెయ్యవి యెవ్వరెవ్వరివలన నే
మేమిచోద్యంబులు గల వెఱింగింపుఁ డనిన వార లిట్లనిరి. 10

ఆ. ఇప్పురంబు చెంత నొప్పుమహాఘోష, పట్టణమున జాగపతులపాలి
భాగ్యలక్ష్మి యనఁగఁ బద్మావతీకాంత, వినుతికెక్కు మూర్తివిలసనముల. 11

చ. తొలుకరివానకాలమునఁ దోఁచుమెఱుంగు పసిండినీటు తే
టలఁ బలుమాఱుఁ బుల్కడిగి డాఁచినమన్మథమోహనాస్త్రమో
వలపులవన్నెలం దొలఁచి వారిజసంభవుఁ డాఁకురూపుగా
నలవడఁజేసెనో యనఁగ నాకమలానన యొప్పు నెంతయున్. 12

ఆ. కొలను చొచ్చి పుచ్చుకొని తన్ను మదనుండు, రూపుసేయ ముల్లునూఁదఁ గాక
లేకయున్న మీన మాకాంతచూపుల, వలల సుతికి వెఱతఁ గలయ కున్నె. 13

ఆ. ధవుణరాజమండలము నట్టనడుమఁ జూ, పట్టఁ బట్టి మిన్నుముట్టెఁ గాక
గాకయున్న హరిణ మాకంజముఖిచూపుఁ, దూపు లడఁగ నడవిఁ దూఱ కున్నె. 14

చ. సరసవినూత్నరత్నరుచిజాలముచేఁ దిలకించుచున్న యా
గురుకుచచక్రోష్మలుంగుఁజనుగుబ్బలతోఁ సరిసేయవచ్చునే
తొరలి హిరణ్యకుంభములదొడ్డతనంబులు చెప్పనేటికిన్
గురుత యదేల కల్గు గుడిగుండములం బడునట్టివారికిన్. 15

చ. వరుఁడు ధనుర్ధరుం డయి దివానిశముల్ వెనుకం జరింపఁగా
వెరవున మోసపుచ్చి తనవేడుకవచ్చినయట్టివారితోఁ
సరసరతిప్రసంగములు సల్పఁగ నేర్చుఁ దదీయనైపుణ
స్ఫురణము చంద మెందును నపూర్వము చూడఁగఁ బొమ్మ గ్రక్కునన్. 16

వ. అనుటయును. 17

చ. చెలఁగి కటారిబిత్తరము చిమ్ము వికారపునవ్వు నవ్వు మీ
సలు వడివెట్టు నూరక మజా యనుఁ దన్ననయంబుఁ బాడఁగ
న్నులు వెసఁ ద్రిప్పు కొప్పుపయి నున్నగ దువ్వు బళాలు వెట్టు మూఁ
పులు పలునూఱుఁ జాముకొనుఁ బుష్పకరండకుఁ డాత్మ నుబ్బుచున్. 18

ఉ. క్రన్నన వారి వీడుకొని కన్నుల గ్రొమ్మొక్కి వేసం దలారి యై
క్రొన్ననవింటఁ దేఁటిగఱికోల యమర్చి మరుండు వేఁట రా
మున్నగ నెమ్మనంబు తనముంచటిచక్కని ద్రోవవెట్టఁగాఁ
గన్నియయారి కేఁగెఁ దమకంబునఁ బుష్పకరండకుం డొగిన్. 19

వ. అరిగి మహోఘోపపురవరోపాంతంబున శశికాంతశిలాతలంబునఁ బథిశ్రమం బార్చుకొని తదవసరోచితాలంకృతుం డై యన్నగరంబున కరిగి మనఃపద్మసద్మ యగునప్పద్మగంధిమందిరంబు పౌరజనంబులవలన నెఱింగి మందమందగతిం జని తన్నికేతనంబు ప్రవేశించి. 20

ఉ. ప్రాకటహేమరత్నమయపంజరపీఠికలన్ శుకంబు ల
వ్యాకులలీలతో రతిరహస్యవికాసకళావిలాసకో
క్కోకము లర్థితోఁ జదువఁ గూరిమితో వినుచున్ సురూపరే
ఖాకమనీయతామహిమఁ గామునిదీమముఁబోలె నుండటన్. 21

సీ. రంజితమణిసాలభంజికలకుఁ దనభాసురాకృతి మేలుబంతి గాఁగ
రత్నపంజరకీరరాజికిఁ దనవాక్యసమితి గురూపదేశంబు గాఁగఁ
గమనీయకలహంసగతులకుఁ దనగతి యొఱపులు గఱపెడియొజ్జ గాఁగ
ఘనసారగంధవాహనునకుఁ దనయూర్పుఁ దనిగాలి నెయ్యంపుదాది గాఁగఁ
దివిరి నడయాడుచుండు పూఁదీవె యనఁగ, నేకతమ నగరం జరియించుచున్న
కంబుకంఠిఁ బద్మావతీకాంతఁ గాంచెఁ, బెన్నిధానంబు గాంచిన పేద వోలె. 22

తే. కన్ను మనమును దనియ నక్కాంతఁ జూచి, యింతయొయ్యార మగుసతి యెందుఁగలదె
యనుచుఁ బ్రియమును గంపంబు ననఁగి పెనఁగ, నల్లఁ జేరంగ వచ్చినయతనిఁ జూచి.

మ. సుకుమారుం డగుమారుఁడో కళలచే సొంపారుపాంచాలుఁడో
యకలంకుం డగుకూచిమారుఁడొ యితం డంచుం బ్రశంసించుచుం
బ్రకటస్నేహ మెలర్ప నాతనిపయిం బద్మావతీకాంత వా
లికక్రొవ్వాఁడి మెఱుంగుఁజూపుల నివాళించెం గువాళించుచున్. 24

క. కనుఁగొనినమాత్ర సౌందర్యు, మనములు నోడఁబడిన వారి మతిచెక్కడపుం
జనకుండ నడ్డపెట్టఁగ, మనసిజుఁ డనుకోలు కాఁడు మాటికిఁ దలఁచెన్. 25

క. చూపులవక్కాణంబున, నాపుష్పకరండకాఖ్యుఁ డరుదెంచినమా
యోపాయపుఁగార్యస్థితి, దీపించినఁ బరిణమించి తిలకించి మదిన్. 26

ఉ. ఈసుకుమారతావిభవ మీదరహాసముఖారవింద మీ
భాసురమూర్తి యీలసదపారకృపారసనేత్రకాంతి వి
న్యాసము లెందుఁ గంటిమె ప్రియంవదుఁ డీతనియంద కాక నేఁ
జేసినభాగ్య మెవ్వరును జేయరువో యితఁ డేఁగుదెంచుటన్. 27

తే. అనుచుఁ గొనియాడి తిలకించి యావధూటి, చిన్నిలేనవ్వు చెక్కులఁ జీరువాఱ
సిగ్గు నెగ్గించుమధురోక్తి చెవులఁ జిలికి, యెలమి మజ్జనభోజనాదులను దనిపి. 28

వ. తదనంతరంబ వసంతుం డనునిజసఖుం బిలిపించి చౌర్యగతికళావిధేయంబు లగుమా
యోపాయంబు లుపదేశించిన వాఁడును దదుక్తప్రకారంబునఁ బుష్పకరండకుం బురో
పకంఠోపవనాంతరంబునకుం దోకొని యాత్మీయపరిధానసంకేతలతానికేతనంబున నుని
చికొని సముచితసల్లాపంబు లొనరించుచున్నంత నిక్కడ. 29

క. మగఁ డింటికిఁ జనుదెంచిన, మొగమోటము వట్టిమోహమును జిత్తములోఁ
నిగురొత్త మెఱుఁగుఁజూపులఁ, జిగురాకుంబోఁడి పూజచేసె నగుచున్. 30

ఉ. ఆయన మీఁ దెఱుంగక ప్రియంబు నిజం బని నమ్మి మోహముం
జేయుట మాని నావలఁ జిక్కె నితం డని కౌఁగిలించి సా
ఖ్యాయతకంఠరావమధురాధరపాననఖాంకనక్రియో
పాయములందు మైమఱవఁ బద్మవిలోచన యీలవెట్టుచున్. 31

సీ. మకరందములతీపు మగలకుఁ జవిచూపు మధుకరమదవతీమణులయొప్పు
ఫలరసంబులు గ్రోల్చి పతుల నిక్కడఁ బిల్చి కొనిపోవుకీరకామినులబెడఁగు
బిసములఁ దనియించుప్రియులతో విహరించి యలరురాయంచతొయ్యలులచెలువుఁ
బల్లవంబులు దెచ్చి ప్రాణేశ్వరుల కిచ్చి చెలఁగెడుకోకిలస్త్రీలమురువు
నెలమిఁ గొనియాడి యాత్మేశు నియ్యకొల్పి యతఁడు నతనుండుఁ గార్ముకహస్తులగుచు

దోడఁ జనుదేర జారనాథుఁడు వసించు నుపవనాంతరభూమికి నువిద చనియె. 32

క. చని యాదంపతు లాత్మల, ననురాగరసంబు నిండి యలువులువాఱన్
వనకేళీతత్పరు లై, వినుతవిహారములఁ దగిలి విహరించుతఱిన్. 33

క. పదములు తొట్రుపడంగా, వదనంబున లేనిదప్పి వాతెఱ యెండం
గదియఁగ వచ్చి వసంతుఁడు, హృదయమున భయంబుదోఁప నిట్లనిపలికెన్. 34

చ. కడు వెరవేది నేఁ బ్రథమగర్భవతిన్ సతిఁ బుట్టినింటికిం
దోడుకొనివచ్చుచో నిచట దుస్సహ మైనప్రసూతివేదనం
బడియెడు నియ్యెడం దగినబాసట లే దటుగాన నింక నీ
పడఁతుకచిత్త మాపడఁతిభాగ్యము మాటలు వేయు నేటికిన్. 35

వ. అనుటయు వానిదీనాలాపంబులకు బ్రమసి పద్మావతీరమణుండు పద్మావతిం జూచి
యిట్లనియె. 36

క. జలజేక్షణ యెవ్వరికిం, గలసంసారము నుపేక్షగాఁ జేయుట గా
దలసత్త్వ ముడిగి చను మని, పలికిన నది చనియె జారపతి యున్నెడకున్. 37

క. వని సరసవచనరచనలఁ, జనవులఁ బరిరంభణాదిసంభావనలన్
మనసు గరఁగించి పులకలు, తనువునఁ బొదలించి రతులఁ దగిలించి తగన్. 38

సీ. త్రుళ్లుపింతలు వెట్టుతొడలదీప్తులతోన చనుదోయిమించులు చౌకళింప
రాణించునందెలరవళితోడనె కూడ మొలనూలిమువ్వలమ్రోఁత నిగుడఁ
గటితటంబునఁ దోఁచుకదలు పెక్కువలోడఁ గర్ణభూషణములకదలు మెఱయఁ
గడలేనిసుఖములఁ గరఁగినమదితోడఁ జిత్రకస్ఫూర్తి లేఁజెమట గరఁగ
వదలుకొమ్ముడి యలరులవానఁ గురియ, హారమణిదీప్తి యుయ్యాలలాడుచుండ
మగువ పుంభావలీలల మాఱుమగనిఁ, గంతుసామ్రాజ్యలక్ష్మికిఁ గర్తఁ జేసె. 39

వ. ఆపుష్పకరండకుండును సంతోషితస్వాంతుం డై. 40

చ. పురిఁ బురిఁ దప్పకుండ మొలపూసలు ద్రెవ్విననాఁట నుండియుం
దిరిగితిఁ బెక్కుభూములు సతీరతిసౌఖ్యరసప్రసంగవి
స్ఫురణలతారతమ్యములు చూచితిఁ గాని భవత్సమాన లే
తరుణులుఁ గారు భావభవతంత్రకళాకలనాచమత్కృతిన్. 41

వ. అనవుడుఁ బద్మావతి మదీయచాతుర్యంబునకు నాశ్చర్యం బంద నేల యని యిట్లనియె.

క. చేరువ ధర్మస్థల మను, నూర గుణావతి యనంగ నొకయుగ్మలి చె
న్నారు మనోహర మగుశ్వం, గారరసం బాఁడుపూవు నై కొన్నక్రియన్. 43

సీ. చందురునెఱ వరజాఱఁ జేయుట గాక నెత్తమ్మిమీఁద దండెత్తఁ జూచుఁ ,
పసిఁడిసలాకపైఁ బగలుచాటుట గాక తొలకరిమెఱుఁగులఁ దొడరఁ జూచుఁ

గరికుంభములమీఁదఁ గాలుద్రవ్వుట గాక జక్కవకవతోడ వక్కరించు
మంగమీలతో మగమాటలాడుట గాక పువ్వుఁదూపులకును బొమ్మపెట్టు
ననఁగ మోముఁ దనువుఁ జనుదోయి కనుదోయి, కనుఁగొనంగ నొప్పుఁ గాముప్రోవి
డీను మగుగుణావతీవధూమణికిని, సరి యనంగ మగువ జగతి గలదె. 44

క. వలపులవనిక చిలుకల, కొలికి రువారంపుఁగలికిగుబ్బల నవలా
పులుఁగడిగినముత్యముసిరి, పులకండపుఁబొమ్మ యనఁగఁ బొలఁతుక నొప్పున్. 45

చ. కలువలు గంటుమీలుఁ దొలుకారుమెఱుంగులు నీటు రామికిం
జెలువుగ నేపదార్థ మెనసేయుదునో సతికన్నుదోయికిం
దలఁచి పయోజసంభవుఁడు తామరలం బ్రతిసేయఁబోలు నాఁ
బొలుపుగ నెల్లవారుఁ దమపుట్టినయిండ్లను బెద్దసేయరే. 46

క. అట్టి గుణావతి తనపతి, కట్టెదురను మాఱుమగనిఁ గవయఁగ నేర్చున్
నెట్టుకొని యాఁడువారల, దిట్టతనం బెఱుఁగ బ్రహ్మదేవునివశమే. 47

చ. అనుచుఁ దదీయనైపుణగుణాళి విరాళిగొనంగఁ జెప్పఁ గా
విని యిటువంటి వెన్నఁడును విన్నది కన్నది లేదు మున్ను చా
లును గణుతింప నీయొఱపులో నిజమో తెలియంగఁ జెప్పుమా
యనఁగ లతాంగి నీయడుగులాన నిజం బని నమ్మఁ బల్కినన్. 48

వ. తత్ప్రతీపదర్శినీదర్శనతత్పరుం డై తత్పురంబునకుం జని. 49

క. వన్నె మెఱయంగ నాసతి, యున్నగృహం బప్పు డరసి యుచితస్థితితో
విన్ననువునఁ జని యచ్చో, సొన్నాటంకంబుపోలు సుదతిని గాంచెన్. 50

తే. మోవి పవడంబుఁ దనులోన యుడివడంగ, నడుము బయలును దనులోనఁ దడఁబడంగ
మేను మెఱుఁగును దనులోన మేళవింపఁ, దెఱవ యొయ్యారముగ వానిదిక్కు చూచె.

తే. కందు వోరయనిపున్నమచందురుండొ, శివునికనుఁబాటు దాఁకనిచిత్తభవుఁడొ
కాక నరమాత్రుఁడే వీఁడు నాకుఁ జూడ, ననుచుఁ దలయూఁచి కొనియాడె వనజగంధి.

క. వేడుకపై నపు డిరువురుఁ, గాఁడంగఁ దొణంగె సతనిఁ గామునిశరముల్
చేడియచూపులుఁ దమలో, నూడించె ననంగ నొక్కసూటిం బెలుచన్. 53

క. మనసిజుఁ డిద్దఱకును గుం, పెనకానితనంబు చేసెడిం గనుఁగొన నాఁ
జనవులు మాటలయనువులు, దనువునఁ బులకలును గలుఁగఁ దత్తఱపెట్టెన్. 54

క. చెన్నారువచనరచనలు, మున్నాడం గనినవలపు మొలకలతెఱఁగున్
మున్నాడినమనస్సులతో, గ్రన్నన వీడ్కొనిరి సిగ్గుఁ గన్నెఱికంబున్. 55

చ. పులకితచిత్రరూపములపోలిక నిద్దఱుఁ గొంతప్రొద్దు చూ
పులఁ బరిణామముల్ దెలిసి పుష్పకరండకురాక యంతయుం

దెలిసి గుణావతీలలన దిగ్గన మజ్జనభోజనాదిపూ
జలఁ బరితుష్టఁ జేసి తనచల్లనిమాటల గారవించుచున్. 56

సీ. అరవిరివిరవాదివిరుదుపెండెములతో సోలుకోయిలమాసటీలతోడఁ
బూఁచేసెగందాన బ్రుంగుడుపడి యున్న గండుఁదుమ్మెదలెంకగములతోడఁ
బరువంపుజాజిపకార్కరలతోఁ జెలరేఁగుచిలుకగుజ్జుపుఁబౌఁజుసిరులతోడ
గుబగుబ వాసన గుబులుకో ముంగల నేఁగెడి చలిగాలి వేగుతోడ
హరిహరబ్రహ్మగాఢమానాపహారి, త్రిభువనధుర్విహారపరీక్షకుండు
కమ్మవిలుకాఁడు మెఱయు శృంగారవనము, లోనిగురివెందపొదక్రింద వాని నునిచి

ఉ. ఇంటికి వచ్చునంతే వగఁ డింటికి వచ్చిన నాథ నీవు న
న్నొంటిడి రాక యింతదడ వుండఁగ గారణమేమి యింక న
న్నంటిన నీకు నీ వెఱుఁగు దంచు నెకానొకతప్పవెట్టి వె
న్వెంట నతండు రాఁ జనియె వెండియుఁ దొయ్యలి పువ్వుఁదోఁటకున్. 58

చ. చనునెడ దాని మన్మథపిశాచము సోఁకిన నెచ్చెనంచుఁ దూ
యని పలుమాఱుఁ దూపొడిచి యల్లనఁ బుప్పొడి రక్షవెట్టి క్ర
మ్మఱ నధరామృతంపు బలుమం దొకయించుక యిచ్చి మించుఁ గెం
బొనరిచచూపులం బడిసిపో నటువైచుచుఁ గౌఁగిలించుచున్. 59

ద. కనదురుకాంతి కాంతశశికాంతశిలాతలకుట్టిమస్థలీ
వినుతలతావనీ జసుమవేదిక పై శ్రమమార్చ దానుసుం
దనముగఁదుం గశోకుకళలతావళితం దదుపాంతవిస్ఫుర
ద్ఘనవకుళావనీరుహశిఖామణినీడ సుఖానురక్త యై.

వ. కొంతదడవుండి యాపాంతం గుసుమవిసరభరితం బగుచుఁ జెన్నారుచున్న సురపొన్నఁ గన్నారం గనుంగొని యిందులపువ్వులకుం గలపరిమళం బెందులపువ్వులకుఁ గలదని మునుముట్ట మాయవెట్టం గడకట్టుచేసికొని యప్పటి గదలి యాసురపొన్నక్రిందికిం జనుదెంచి యిట్లనియె. 61

సీ. సేమంతిచవికెలఁ జెలరేఁగి చిలుకలు మదనశాస్త్రంబులు చదువుచుండఁ
గడిమికూటములఁ బికముల్కు లవంగసైపాళప్రబంధంబు లాలపింప
జాజిమోవరులలోఁ జంచరీకంబులు వలరాజుబిరుదాంకములు పఠింప
సంపెంగనాటకశాలలఁ గలహంస లతనుగీతంబుల నాడుచుండ
వేడుకలతోడఁ జూడంగ వినఁగఁగంటి, మిట్టివనములు గలవె యేపట్టణముల
ననుచు మగనిమనంబును వలరఁజేయు, కరణి నుపకాంతు మాటల గారవించె, 62

తే. కురులకప్పున నెలదేఁటియిరులు బెరసి, మురలుగోలుఫంగ మరుచేతియురులు దగిలి

కన్నుఁ గానక మాఱుమగండు మగఁడు, బలుపుఁజీఁకటి దప్పంగఁ బడి విసువఁగ. 63

సీ. తరుణి యశోకంబు తన్నఁ బందెలమోవిఁ దాఁ గాంచివిరావంబు గడ కొదుంగ
లలితాంగి తిలకించి తిలకంబుఁ గనుఁగొనఁ గనుదోయి మెఱుఁగు లాకసము గప్పఁ
బొలఁతి పుక్కిటికల్లు పొగడపై నుమియ లేఁజెక్కుల చిఱునవ్వు చెక్కులొత్తఁ
గలకంఠి యెలఁగ్రోవిఁ గౌఁగిటిలోఁ జేర్చు కంకణఝణఝణత్కార మలియఁ
దియ్యవిలుకానివిడిపట్టిదీమ మనఁగ, నతనుమోహనమంత్రదేవత యనంగ
మగని ముందట విరహాగ్నిఁ బొగులు మాఱు,మగనిముందటఁ బ్రోడయై మదముకవిసి.

వ. ఇవ్విధంబునఁ బువ్వువిలుకానివన్నెక్రొవ్వు గలయలజవ్వని మగనిముందట ముద్దుగురియుచు సరసంపువచనరచనల మనంబు కొల్లఁది యరసి గరువంపువలపుసొలపులు గ్రిక్కిఱిసి పునఃపునరాలింగనంబులు చేసి యతనితో నిట్లనియె. 65

ఉ. ఈసురపొన్న యెక్కి నుతికెక్కినకమ్మనిపువ్వు లెల్ల నేఁ
గోసెదఁ జూడుమీ యనుచుఁ గోమలి యాతరు వెక్కి యొక్కపూఁ
గోసి నుతించి మూర్కొనుచుఁ గుత్సితబుద్ధి నిజేశుఁ జూచి సే
బా సిటు లేదు జూడఁ బెఱభామినితో రమియింపఁ బాడియే. 66

తే. అనుచు వలవనివలవనికినుకతోడ, మ్రానుడిగ్గినఁ దొయ్యలి మ్రానుపడుచు
సొలయఁగా నేల యిచ్చోట జోటి యన్య, కాంతఁ జూపుము వలదింత కటికితనము.

క. అనుచును వెలవెలఁబాఱెడు, తనపతి మది మెచ్చ నీవు తరువెక్కి ననుం
గనుఁగొను మే వేఱొకపురుషునిఁ బొందినఁ దంద మగునె చూత మటంచున్ 68

చ. జిగి దొలఁకాడులేనగవు చిమ్మెడుచూపులు మీఁదఁ జల్లుచున్
సగినలవంటిచన్నుఁగవ జక్కవపిట్టల బైలు వెట్టుచో
నిగిడెడు పేరిమి మీఁ దెఱుఁగ నేరక తా సురపొన్న యెక్కె న
మ్మగఁ డిల నాఁడువారిబలుమాయలఁ గాయజుఁ డైనఁ జిక్కఁడే. 69

వ. ఇవ్విధంబునఁ బువ్వుంబోఁడి పిఱుతివ్వనివవ్వాటాలమాటల వాని మాఱిసెక్కించి యెక్క పువ్వుఁగోసి మూర్కొనుసమయంబున నతండు చూచుచుండఁ గుసుమరస విసరలసదహంకారఝుంకారలలితశిలీముఖజ్యాటంకారసముద్దండప్రసవకోదండనిర్ముక్తపుష్పశిలీముఖముఖానలశిఖాసంతప్తమానసుం డగుపుష్పకరండకుం గనుసన్న నాసన్నుం జేసి తనయధరామృతంబున సేదదేర్చి పరమానందకందళితహృదయుం జేసి కందర్పక్రీడం దనిపి విస్మయానందకందళితస్వాంతుం డగునతని కిట్లనియె.

క. నను మెచ్చెద విది యచ్చెరు, వన నేఁటికి నాసుధర్మ యనునగరమునన్
జనమోహిని లీలావతి, యనుకామిని యుండు ననుజ యగు మఱి నాకున్. 71

తే. కమ్మనిపదారువన్నె బంగారుకరువు, కామవిద్యారహస్యముల్ గఱప గురువు

సరసజనములు భ్రమపడి తిరుగఁ దెరువు, మెఱయు లీలావతీకాంత మేనిమెఱుఁగు. 72

ఆ. అలతాంగి చూపు లల్లార్చి చూచిన, నతనుమహిమచేత యతులకైన
తెమలి యనుపకచ్ఛేము లూడిపడు నన్న, నున్నవారి నింక నెన్న నేల. 73

ఆ. అమృతరసము తేట లంగనమాటలు, మరునిచేతియురులు మగువకురులు
కప్పురంపుగ్రోవి కలకంఠికెమ్మోవి, యాలతాంగిఁ బొగడ నలవి యగునె. 74

వ. ఆలీలావతి మఱంటిమును దాను నేకశయ్య నుండి యుపనాయకునిం గుసుమసాయక
క్రీడ నలరింప నీ వాలలనవలని చోద్యంబులు చూడవలతేనిం జను మని వీడుకొలిపి.

క. తనవిభుని నగవుఁ జూపులఁ, గనుఁగొని నామాట నిజమొ కల్లయొ చెపుమా
యనిన నది యట్ల తప్పద, యొనరఁగ నీమాయ తెరువుదో పువ్వులదో. 76

క. అనుచు వెడనగవుతోడను, మనమునఁ గడుఁ జోద్య మంది మాత్రివు దిగి నిజాం
గనయును దానును వీటికిఁ, జనియె విలాసినుల సమ్మఁజన దెవ్వరికిన్. 77

క. అటఁ బుష్పకరండకుఁ డొ, క్కటి యరిగి గుణావతీనఖవిలిఖితలతా
స్ఫుటకితకంధరాతల, నిటలతటవిలాసుఁ డగుచు నెయ్యం బలరన్. 78

వ. ఇట్లు చనుచుఁ దదంగనానంగసంగరసంగతనఖాశిపథాలంకృతం బగునిజాంగంబుఁ
గనుంగొనుచుఁ దనమనంబున. 79

మ. చిగురాకున్న నుఁగెంపులేఁదొడవు లిచ్చెం జిత్తజుం డిచ్చెఁ బో
నగు నీలాగబుఱంబు వీరలకు మెన్నం డచ్చె నమ్మా యనుం
దగుఁబో వీరికి నాకు సంగమము హా నాపాలిభాగ్యం బనుక్
ముగురం గూర్చినముండదేవమునకుఁ మ్రొక్కుంచు జేజేయనున్. 80

వ. అని యంతస్సిమ్మితసంస్మితవదనుం డగుచు సుధర్మానగరంబునకుం జని లీలావతీమంది
రంబు ప్రవేశించుటయు. 81

సీ. దారపారలుగాఁగఁ దాఁకినములుపచ్చికసముసవలరాచమసలతోడ
నక్కడక్కడ మేన నడ్డపాటులుగాఁగ వైచినగందంపువలపుతోడఁ
దొలకరించి నటించుమొలకసిగ్గులచేత సుడివడి కడకొత్తుచూపుతోడ
నూరక మంటమై యుబ్బివిరహానలపుశిఖి నెగయు నూరుపులతోడ
నెలమిఁ దనరారి తవదకబైదుర నిలువ, బడిననిటచక్రవర్తి సౌభాగ్యమూర్తి
రసికజనముఖ్యుఁ బుష్పకరండకాఖ్యుఁ, దెఱవ కనుఱెప్పవెట్టక మఱిసి చూచె. 82

క. చూచిన వాఁడుఁ దలోదరిఁ, జూచెం బులకించి చూపుఁ జూపున్ దమలోఁ
దొ్రిదికొని రాకఁ గ్రీడా, శ్రీనతుకత మెఱయ సాముచేసె న్నదుమన్. 83

ఉ. ఇందునికందు వేర్పఱిచి యిందునిచే పతిమోము చేసి యా
కందును గుంతలంబులుగఁ గంజభవుం డొనరించెఁ గాని కాఁ

డెందము మోహమునం గురులు నిట్టివి గంటిమె యీతలోదరిం
బొందనియట్టివానిమగపుట్టువుఁ బుట్టువుగాఁ దలంతురే. 84

క. అనుచు మనోహరాలోల హేలాలలితపాంచాలుం డగునప్పుష్పకరండకుండు లీలా
వతీ విలాసినీవిలోకనవాగురం దగిలి యల్లనల్లనఁ గదియం జనుటయు. 85

మ. వరసౌభాగ్యవిలాసమూర్తి యితఁ డెవ్వండొక్కొ యీరూప మె
వ్వరియందుం గనుఁగొంటిమే యితనిలావణ్యంబుఁ గన్నారఁ గ
+న్న రమానందనుఁడైన జిక్కువడఁడే నాపాలిభాగ్యంబు దా
నరుదేఁబోలుఁ దలంప నీతఁ డనియుక్ హర్షించె నక్కాంతయున్. 86

క. అంతట నిద్దఱుమనసులఁ, గంతునిపసు గలసె వింతకసమున లోలయుక్
మంతనములు పెదవుల నిసి, జింతలువాఱంగ నగవు ఱెప్పలు గోరన్. 87

వ. తదనంతరం బాపుష్పకరండకుండు. 88

క. తా వచ్చినకార్యమును గ, ళావతి ప్రుత్తెంచినట్టినైపుణమును లీ
లావతికిఁ జెప్ప నదియును, భావంబున సంతసంబు బైసుకవెట్టన్. 89

ఉ. ఆసమయంబునం దపనుఁ డస్తగిరీంద్రమునందుఁ బొంద లీ
లాసరసానుకూలగతులం దగ వానికి నాఁడురూప మె
చ్చైచ్చ సొబగారుచుండ మణిహారవిభూషణరాజిచేతఁ గై
సేసిన నొప్పెఁ గృత్రిమపుఁజేడియ యైనముకుందుఁడో యనన్. 90

ఉ. అప్పుడు నాథుఁ డింటికి రయంబున వచ్చిన బ్రెక్కుఁబెంచినం
దప్పక చూచి చీకటికతంబున నాఁటదిగాఁ దలంచి యీ
యొప్పులకుప్ప యెవ్వ రని యువ్విళులూరుచు వేడ్కఁజొచ్చినం
జెప్పఁ దొణంగెఁ దొయ్యలి వశీకృతదుశ్చరితప్రవీణ యై. 91

క. ఈయంగన పద్మావతి, మాయక్క నను దలంచి మన నూఱటగా
నీయెడకు వచ్చె ననుచును, మాయోపాయంబుగాఁగ మగనికిఁ జెప్పెన్. 92

ఉ. నావుడు సంతసిల్లి వదినం దగులాగుల బుజ్జగించి లీ
లావతితోఁ దలంపనితలఁ పిట వచ్చిన దీలతాంగి ప
ద్మావతి దీనికిం దగినమజ్జనభోజనవస్త్రగంధమా
ల్యావళులందుఁ బొందుగఁ బ్రియంబు దలిర్పఁగఁ జేయు మిప్పటిన్. 93

వ. అని ప్రియానులాపంబులం గలుపుకొని సరసవచనరచనలం బ్రొద్దుపుచ్చుచుం బొద్దు
వోయినపిదప న్నమ్ముద్దియ లిద్దఱుం దానును బొత్తునం గుడిచి ఫలుకడిగినపిదిండికలంతిం

+ న్న రమానందనుఁడైన జిగ్గవడఁడే నాపాలిభాగ్యంబుగా
నరుదేఁబోలుఁ దలంప నీతఁ డనుచుక్ హర్షించె నక్కాంతయున్

బరిమళమిళితోదకంబులం జేతులు గడిగికొని వార్చి మడుంగులం దడియొత్తులం
గరంబులు దుడిచికొని కర్పూరతాంబూలంబులు గైకొని సస్మితముఖారవిందులగుచు
దదుచితానురంజనసమంజసమంజులానులాపోద్వృత్తవిభవక్రీడారసాయత్తప్రమత్తా
కులచిత్తులై రత్తఱి లీలావతి మెత్తఁదనంబు లిగురొత్త నెత్తమ్మిరేకు లేటి పయిం
బఱచిన మెఱుంగుఁదెలుసలు గీఁటికొనినహంసతూలికాతల్పంబు నొద్దికిం జని. 94

క. మగఁడును మాఱుమగండును, దగ నిరుదెసఁ బవ్వళింపఁ దా నడుమై యొ
ప్పుగ శయనించె ముదంబున, బిగిచన్నులనడిమిమణులపేరుం బోలెన్. 95

సీ. అంపచాపుల నధరామృత మాని తా హృదయేశుచిత్తంబుపద నెఱింగి
చిడిముడిపడి మేను చెమరించె నటు ముట్టఁ బొమ్మని యుపనాథు బుజ్జగించి
కర్ణాభరణహల్లకము వోవ మీఁ జెడుతెఱఁగున గొబ్బున దీప మార్చి
యెఱుఁగనియదివోలె నింక నోయనుచును జీఁకటిగాఁ దగఁ జెల్లఁగి చెలఁగి
లీలఁ జేసన్న బరణి శౌగాలు గాలికి, యిద్దఱకుఁ బెట్టి చుట్టి యాఁకిచ్చి యిచ్చి
మగనిదిక్కు మొగంబుగా మంతనంబు, మాటగా నిట్టు లనియె నమ్మాయజోటి. 96

తే. ఇంపు లొదవంగ నేను నాయింతి గూడి, యాలిమగనాట లాడుదు మాదికాల
మిప్పు డిసి మాతుగాక నీవెఱుఁగనట్లు, కన్నుఁ బూసినవిధమునఁ గదలకుండు. 97

వ. అనుచు నాథద్రోహమున మునుపెట్టి కపటనిద్రాముద్రితుం జేసి సమున్నిద్రాతిశయ
రతితంత్రస్వతంత్ర మర్మకర్మసపరత్వపరతులఁ బుష్పకరండకుని బుష్పకోదండక్రీడం
దేల్చిన నతండు లీలావతీవిలాసినీసహవాసచాతురీధురీణత్వంబునకు వెఱఁగుపడియె
నంత నరుణోదయప్రకటకుక్కుటకంఠకఠోరనిర్గళన్నిర్గళాత్యంతభయంకరారవంబు
వీతెంచిన నుదరిపడి లీలావతీకాంత నిజకాంతునికిఁ దెలిపి పద్మావతీప్రయాణం
బెఱింగించి యతనిచేత ననిపించి తానును గొంతదవ్వరిగి పునఃపునరాలింగనంబు చేసి
మఱవకుండు మని పద్మావతీనామాభిరామపరిహాసవిహారుం డగునప్పుష్పకరండకునిం
దగులాగున వీడుకొలిపి శయ్యాగృహం బని యాశ్చర్యకరుం డైనమగనిమనసు తదవసరో
చితక్రియలం బడసె నని ప్రతాపాఖ్యుం డైనవిక్రమాఖ్యునకు సువర్ణకుంభంబు మనో
హరకథావిధానంబు పరిపూర్ణంబుగా నెఱింగించి యిట్లనియె. 98

క. ఏ విన్నపంబు చేసిన, యీ వెలఁదులలోన జాణ యెవ్వతె యనుచుం
దా వేడుక నడిగినఁ బద్మావతి యని పలికె నతఁడు మందస్మితుఁ డై. 99

వ. పలికినం గోపించి. 100

సీ. చెక్కులందు నిహాళి సేయు లేనగవులు తాటంకరుచి గొల్లకొట్టు సేయ
జిగి ధగద్ధగ యను బిగువుఁజన్నులమీఁదఁ గ్రిమ్మంచుసరులు తోరికోరి పుల్కాడ
నంటినఁ గందు నా యను మేనినునుఁగాంతి యిరుగెలంకులకు నుప్పరము దాఁటఁ

తొంగలిరెప్పలఁ దూఱుదుంకెనలాడు సోలుఁజూపులు మరు మేలుకొల్పఁ
బట్టుగవుసెనఁదీసినభావభవుని, పసిఁడివిలుకమ్మిగానో నాఁగ ముసుఁగు దిగిచి
పఱపుమీఁదను గూర్చుండఁబడి కళావతి, తీఁగఁబోఁడి యారాజవిక్రమార్కుఁ జూచి. 101

క. మీమాట కాదనఁగ రా, దేమీ తప్పంగఁ జెప్ప దిటు తగ వగునే
భూమిప లీలావతి యను, భామినియె విదగ్ధ గాక పద్మావతియే. 102

వ. అని పలికి నిజప్రభావవిశేషంబున నతని విక్రమాదిత్యుఁగా నెఱింగి కళావతీముగ్ధ
కళావిదగ్ధయై వికసితస్నిగ్ధాంచితనయనారవిందంబుల నవ్విభునిం గనుంగొని. 103

ఉ. చాటున కెక్కినట్టి నెఱజాణతనంబున వాగ్విలాసతన్
మేటివి నీవు నిన్ను నుపమింపఁ ద్రిలోకములందు రాజు లె
వ్వాటను లేరు నామనసుపాఁ తగలంచి వెలార్చినట్టియా
మాటలు మూఁడు నంపవగ మానవనాయక నీకుఁ దక్కితిన్. 104

చ. నను వరియింపు కీర్తిలలనాకలనాలలితప్రతాప యా
చనభజనానురూప జలజాతముఖీసరసానులాప నూ
తనవరపుష్పచాప కవితామృదుగానకళాకలాప శో
భనకరరూప సర్వనరపాలకులోచితవర్తనంబునన్. 105

క. అని రాజుచిత్తముఁ గృప, తనరంగా మాటలాడి తమ కిద్దఱకున్
మనసిజుఁడు పెండ్లిపెద్దగ, జనవున వరియించి కేళిశయ్యకుఁ దార్చెన్. 106

ఆ. తార్చి వచనరచనఁ దేర్చి చిత్తము లొగ్గి, మదనవహ్నియార్చి మద మొనర్చి
యసమరతుల నోలలార్చి కౌఁగిటఁ జేర్చి, మనసుకోర్కి దీర్చి ముదిఁ దనర్చి. 107

క. మానిని కరపాశంబుల, చే నీగతిఁ గట్టివైచి జిగి దొంగకడ పూఁ
బానుపునఁ బెట్ట వలదా, మానధనం బపహరింప మసఁగినదొంగన్. 108

క. ప్రౌఢ యగుకళావతి యిటు, కూడి మెలఁగె రాజు ననుకూలఁడినె విభుఁడుం
జేడియఁ గూడి చరించెను, నీడయు రూపంబుఁబోలె నెయ్యం బలరన్. 109

వ. అంత నొక్కనాఁడు. 110

సీ. మణిపంజరాంతరమంజుకీరశ్రేణి యాత్మీయవిజయంబు లభినుతింప
సరసవిలాసినీచామరానిలమున నలినీలకుంతలంబులు నటింపఁ
బ్రతిపన్నకామినీప్రౌఢగానక్రియారచనలు కర్ణపారణ మొనర్ప
రత్నసింహాసననూత్నప్రభారాజి తనతనుద్యుతులచే నినుమడింప
సంతిపురమున మండపాభ్యంతరమున, నంగనలు గొల్వఁ గొలువుండి యానరేంద్ర
సింహుఁ డుజ్జయినీపురశ్రీఁ దలఁచి, యింపుమీఱఁ గళావతి కిట్టు లనియె. 111

సీ. కాంచనపేటికాకర్పూరవీటికాలలితవధూటికావిలసనంబు

నీలశైలస్థూలనిబిడమహాభీకశుండాలఘీంకారశోభితంబు
సులలితాంగతురంగజవతురంగతరంగమంగళహేషాసమంచితంబు
మన్మథసుకుమారమహితశుభాకారకలితరాజకుమారకలకలంబు
వేదశాస్త్రాదివిద్యాప్రవీణవిప్ర, జనమనోహారిచిరనిజస్థానకంబు
ఘనతరైశ్వర్యవిజితాలకాపురంబు, నిఖిలఫలసాల ముజ్జయినీపురంబు. 112

ఉ. ఆపుటభేదనంబు సమదారిమనఃపుటభేదనక్రియా
లాపపటుప్రతాపరణలంపటసద్భటతోమరప్రభా
దీపశిఖాగళత్తిమిరదీప్తి దివానిశ మస్మదీయబా
హాపరిఖావృతంబు మన మక్కడ కేగుట యొప్పు నిత్తఱిన్. 113

వ. అనిన విని దరహసితవదనయై కళావతి నిజకళాకౌశలంబు మెఱయఁ గరంబు ప్రియంబున నతనికరంబు కరంబునం గీలించి ప్రాద్యానవద్యమందిరోద్యానసముద్యత్కాసారకనత్కనకమరీచిసముజ్జ్వలత్సారసనాళంబుఁ బ్రవేశించి యుజ్జ్వలోజ్జయినీపురవరసరసలీలావతుకానుకూలకూలావనీరుహకుసుమవిసర పరిమళపరాగానురాగ సుఖపరాయణశిలీముఖపక్షవిక్షేపణోద్ధూతమందమారుతసంచరణసంచితసరోజవిరాజితరాజమార్గంబున నిర్గమించె నంత సైన్యసమేతుం డైనభట్టి చనుదెంచి సర్వాంగసంగతోర్వీతలం బగు దండప్రణామం బాచరించిన సాహసాంకమహీపాలుండు పులకకలికాకంచుకితసకలాంగుండును హర్షబాష్పతరంగితనయనాద్యపాంగుండును నై పునఃపునరాలింగనంబు చేసి యతనితో నిట్లనియె. 114

క. ఎట్టిదొకో సంసారము, నెట్టన నిముసంబుఁ బాయ నేరనిమనలం
గట్టిఁడివిధి చూడోపక, యిట్టి యెన్నాళ్లు నిన్నుఁ బాయఁగఁ జేసెన్. 115

క. నావుడు సుమతితనూజుఁడు, ప్రావీణ్యము మెఱయ మనుజపతి కిట్లనియెన్
దేవర యెం దరిగిన నా, భావంబునఁ బాయకుంటఁ బాయుట గలదే. 116

వ. అని యిట్లు సల్లాపంబు లొనరించి యనంతరంబ. 117

సీ. ప్రకటదానోన్నిద్రభద్రేభములు గొల్వ నానామణిస్యందనములు గొల్వ
జవసత్త్వసుమహత్త్వచటులాశ్వములు గొల్వ బలసముద్భటవీరభటులు గొల్వ
ధర్మవిధానప్రధానోత్తములు గొల్వ సామంతమండలేశ్వరులు గొల్వ
వరవిలసనచారువారాంగనలు గొల్వ గాయకవాదకోత్కరము గొల్వ
నాత్మతరుణీసమేతుఁ డై యరద మెక్కి, శ్రీమదుజ్జయినీసతీశ్రేణి పాణి
తామరసముక్తముక్తాక్షతప్రసక్త, నవ్యమణిమస్తకుం డై నగరు చొచ్చి. 118

క. తనుఁ గొల్చి వచ్చువారల, ననురాగరసార్ద్రహృదయుఁ డై గృహమునకుం
జనుఁ డని సతియును దానును, జనపాలకుఁ డంతిపురికిఁ జను సమయమునన్. 119

ఉ. రాజకటాక్షరోచులుఁ గనత్కరమూలమరీచులుం గుచా
భ్రాజితకాంతివీచులును బైకొని దీపశిఖాళిఁ బ్రోవఁగా
రాజితకంకణధ్వనుల రాగ మెలర్పఁగ నేర్పుతోడ నీ
రాజన మాచరించిరి పురంధ్రులు దంపతు లిచ్చ మెచ్చఁగన్. 120

ఉ. శ్రీయువతీధరాసతులఁ జెంది విహార మొనర్చు నాదినా
రాయణురీతిఁ బ్రీతి వెలయంగ ననంగవతీకళావతీ
తోయజపత్త్రలోచనలతోడ నిరంతరసౌఖ్యవైభవుం
డై యఖిలప్రజావనపరాయణతన్ నుతికెక్కె నంతయున్. 121

ఉ. పాడి సమస్తముం బొగడఁ బాయక యాశ్రమవర్ణధర్మముల్
జాడలు దప్పకుండ మహి సజ్జనరక్షణదుష్టశిక్షణ
క్రీడలె భూషణంబులుగఁ గీర్తి వహించె ధరిత్రి నవ్విభుం
డేడవచక్రవర్తి పదునేడవరాజును నై మహోన్నతిన్. 122

చ. అతులితసామవాదసుఖితాఖిలబాంధవసత్కవీశ్వరా
శ్రితముగ నిత్య మానమహిమఁ బేర్చి చెలంగెను సిద్ధనార్యుఁ డీ
క్షితి నతిదానవైభవదశేషవిశేషకళాగమప్రభా
సితహితమంత్రిసాన్వయగుణశిష్టయథోచితదండనైపుణిన్. 123

క. భూరమణమంత్రిభాండాగారసుహృద్దుర్గరాష్ట్రఘనబలవిభవో
దార మదమత్సరాదివి,కారవిదూరప్రకార కవితాకారా. 124

మంగళమహాశ్రీవృత్తము.

శ్రీమదుభయాన్వయవిశిష్టతరకీర్తి బుధశేఖరవిరాజితవివేకా
కామితఫలప్రకరకల్పితవితీర్ణిజితకల్పకసమాజసురరత్నా
స్వామిహితకార్యగతిసంఘటననైపుణవిచారనయమార్గమహనీయా
సామజహయాదిబహుసంపదభిరామగృహసన్నిహితమంగళమహాశ్రీ.

గద్యము. ఇది శ్రీమదఖిలకవిమిత్త్ర పెద్దయ యన్నయామాత్యపుత్త్ర
శారదాదయావిధేయ జక్కయనామధేయ ప్రణీతం బైన
విక్రమార్కచరిత్రం బనుమహాకావ్యంబునందు
సర్వంబును నష్టమాశ్వాసము.

సంస్కృతగ్రంథములు.

	ప్రతి 1-కి రూ.	అ.
భారతము, గచ్ఛదావ్యాఖ్యానసహితము	18	0
బాలరామాయణము, సటీక	0	2
అధ్యాత్మరామాయణము ఆంధ్రటీకాతాత్పర్యసహితము	8	0
డిటో మూలము, చిన్నసైజు	0	12
సుందరకాండము, మూలము, చిన్నసైజు	0	12
డిటో ఆంధ్రతాత్పర్య సహితము	1	0
శ్రీమద్రామాయణము, మూలము, చక్కనికూర్పు	1	12
డిటో దళసరికాగితముల ప్రతి	4	0
మాఘపురాణము సాంధ్రతాత్పర్యము	1	8
పితృతర్పణము, చిన్నసైజు	0	1
యజుర్వేద సంధ్యావందనము, పురుషసూక్తము, శ్రీసూక్తము, ఆంధ్రటీకా తాత్పర్యసహితము, చిన్నసైజుమంచికాగితములు	0	4
మహాన్యాసము, చిన్నసైజు, శుద్ధప్రతి	0	5
రుద్రము, పురుషసూక్తము వగైరాలు, చిన్నసైజు	0	2
పంచోపనిషత్తులు, తైత్తిరీయము, చిన్నసైజు	0	4
ఆపస్తంబగృహ్యసూత్రములు	0	2
ఋగ్వేదసంధ్యావందనము, సటీక	0	2
వ్రతరత్నాకరము, ప్రథమభాగము-వ్రతసంకల్పము మొదలు పూజముగియువఱకు చేయవలసిన విధులుతెల్పి, ప్రాణప్రతిష్ఠ కలశపూజ గణాధిపతిపూజషోడశోపచార శ్లోకములు మొదలగు వానికి తాత్పర్యముగలదు. వినాయక, వరలక్ష్మి, సరస్వతీ, అనంత, కేదారేశ్వర, గరుడపంచమీవ్రతములు యిందుగలవు	0	6
వ్రతరత్నాకరము, ద్వితీయభాగము-ఋషిపంచమీ, మథనద్వాదశీ, అమావాస్యా సోమవతీ, కృష్ణాష్టమీ, శ్రీరామనవమీ, అముక్తాభరణసప్తమీ, భర్త్రేశ్వర, శతవర్తి, లక్షవర్తి, త్రిరాత్రి, చిత్రగుప్త, క్షీరాబ్ధిశయన, సావిత్రీగౌరీ, సంపద్గౌరీ, సత్య		

వావిళ్ల. రామస్వామిశాస్త్రులు అండ్ సన్స్, చెన్నపురి.

పారాయణ, రథసప్తమీ, సంకటచతుర్థీ, ఏకాదశీగురువారము నృసింహజయంతీ వ్రతములు యిందుగలవు	0	14
వ్రతచూడామణి, 360 వ్రతములు, చక్కనికూర్పు	1	4
మంత్రపుష్పము సటీక	0	1
సూర్యనమస్కారము, చిన్నసైజు	0	1
బ్రహ్మయజ్ఞము	0	1
సంధ్యావందనభాష్యము, చక్కనిప్రతి	0	6
మంత్రప్రశ్నములు, మూలము	0	3
దేవతార్చన, చిన్నసైజు	0	1
కాలామృతము, సటీక, చక్కనికూర్పు	0	12
ముహూర్తదర్పణము, సటీక, చక్కనికూర్పు	0	8
జాతకచంద్రిక, గోపాలరత్నాకరము, సాంధ్రతాత్పర్యము ...	0	8
హరిమీడేస్తోత్రము, సటీక	0	3
ఆత్మబోధము ,, ...	0	4
సౌందర్యలహరి ,, ...	0	3
ఉత్తరగీతా, సటీక, చిన్నసైజు, మంచికాగితములు	0	6
భగవద్గీతలు, ఆంధ్రటీకాతాత్పర్యసహితము, పట్టుబైండు	1	8
భగవద్గీతలు, ఆంధ్రతాత్పర్యసహితము, చక్కనికూర్పు	1	0
భగవద్గీతలు, ఆంధ్రతాత్పర్యసహితము, చిన్నసైజు	0	6
రఘువంశము 6 సర్గలు, పదచ్ఛేదము, అర్థము, ఆకాంక్షాశబ్దసమాస తాత్పర్య వ్యాఖ్యానసహితము, సాధారణప్రతి	3	8
రఘువంశము 10 సర్గలు సవ్యాఖ్యానము, శుద్ధప్రతి	0	8
మేఘసందేశము, సవ్యాఖ్యానము	0	4
పుష్పబాణవిలాసము, సవ్యాఖ్యానము	0	2
రామకర్ణామృతము, ఆంధ్రపద్యతాత్పర్య సహితము	1	4
కుమారసంభవము, సవ్యాఖ్యానము, చక్కనికూర్పు	0	10
మాఘకావ్యము, సవ్యాఖ్యానము, 6 సర్గలు	0	10
భర్తృహరిసుభాషితము. ఆంధ్రపద్య తాత్పర్యసహితము, మేలుకాగితములు, అట్టబైండు	0	12
శబ్దమంజరి, చక్కనికూర్పు, శుద్ధప్రతి	0	2

		ప్రతి 1-కి రూ.	అ.
కృష్ణకర్ణామృతము, ఆంధ్రపద్యటీకాతాత్పర్యసహితము	...	1	4
సప్తర్షిస్తోత్రము సటీక, చిన్నసైజు	...	0	1
దేవీమానసికపూజ ,,	...	0	1
దేవీఖడ్గమాల ,,	...	0	1
ఇంద్రాక్షీశివకవచము ,,	...	0	1
మృత్యుంజయమానసపూజ ,,	...	0	1
రామబ్రహ్మమానసపూజ ,,	...	0	1
నవగ్రహస్తోత్రము ,,	...	0	4
పరమేశ్వరస్తోత్రకదంబము, శుద్ధప్రతి, చిన్నసైజు	...	0	6
దేవీస్తోత్రకదంబము, చిన్నసైజు	...	0	4
భగవద్గీతలు, చిన్నసైజు, అనిబిసెంటుగారి ఇంగ్లీషుతర్జుమాతో	...	0	4
విష్ణుసహస్రనామము, నామావళీసహితము	...	0	6
లలితాసహస్రనామము, వగైరాలు	...	0	8
దేవీసప్తశతి	...	0	5
నీతిశాస్త్రము, ఆంధ్రతాత్పర్యసహితము	...	0	2
ప్రాతఃస్మరణ ,,	...	0	2
రామసహస్రనామము, నామావళీసహా, చిన్నసైజు	...	0	4
లక్ష్మీ ,, ,, ,,	...	0	3
శివ ,, ,, ,,	...	0	8
ఆంజనేయ ,, ,, ,,	...	0	8
సుబ్రహ్మణ్య ,, ,, ,,	...	0	3
అన్నపూర్ణ ,, ,, ,,	...	0	3
అమరము, మూలము, 3 కాండలు	...	0	6
అమరము, సటీక, చక్కనికూర్పు	...	0	14
నానార్థరత్నమాల శుద్ధప్రతి	...	0	12
గురుబాలప్రబోధిక, చిన్నసైజున రామాశ్రమీయాద్యనేకగ్రంథముల సహాయముతో సరిచూచి అకారాది అనుక్రమణికతో చక్కగ ముద్రించి కాలికోబైండు చేసినాము	...	2	8

www.ingramcontent.com/pod-product-compliance
Lightning Source LLC
LaVergne TN
LVHW020120220825
819277LV00036B/515
9781022236073